பெண்கள் துகிலுரிந்தால் பேரண்டம் அழியாதோ

அ.கா.பெருமாள்

நியூ செஞ்சுரி புக் ஹவுஸ் (பி) லிட்.,
41-பி, சிட்கோ இண்டஸ்டிரியல் எஸ்டேட்,
அம்பத்தூர், சென்னை - 600 050.
☎: 044 - 26251968, 26258410, 48601884

Language: Tamil
Pengal Thugilurinthal Perandam Azhiyatho

Author: **A.K.Perumal**
First Edition: January, 2020
Copyright: Author
No.of Pages: 152
Publisher:
New Century Book House Pvt. Ltd.,
41-B, SIDCO Industrial Estate,
Ambattur, Chennai - 600 050.
Tamilnadu State, India.
Email: info@ncbh.in
Online: www.ncbhpublisher.in

ISBN. 978-81-2343-969-3

Code No. A 4342

₹ 135/-

Branches

Ambattur (H.O.) 044 - 26359906 **Spenzer Plaza (Chennai)** 044-28490027
Trichy 0431-2700885 **Pudukkottai** 04322- 227773 **Tanjore** 04362-231371
Tirunelveli 0462-4210990, 2323990 **Madurai** 0452 2344106, 4374106
Dindigul 0451-2432172 **Coimbatore** 0422-2380554 **Erode** 0424-2256667
Salem 0427-2450817 **Hosur** 04344-245726 **Krishnagiri** 0434-3234387
Ooty 0423 - 2441743 **Vellore** 0416-2234495 **Villupuram** 04146-227800
Pondicherry 0413-2280101 **Nagarcoil** 04652 - 234990

பெண்கள் துகிலுரிந்தால் பேரண்டம் அழியாதோ

ஆசிரியர்: **அ.கா.பெருமாள்**
முதல் பதிப்பு: ஜனவரி, 2020

அச்சிட்டோர்: **பாவை பிரிண்டர்ஸ் (பி) லிட்.,**
16 (142), ஜானி ஜான் கான் சாலை, இராயப்பேட்டை, சென்னை - 14
☎: 044-28482441

All rights reserved. No part of this book may be reprinted or reproduced or utilised in any form or by any electronic, mechanical, or other means, now known or hereafter invented, including photocopying and recording, or in any information storage or retrieval system, without permission in writing from the publishers.

காலச்சுவடு கண்ணனுக்கு...

முகவுரை

"**பெண்கள்** துகிலுரிந்தால் பேரண்டம் அழியாதோ" என்ற இந்த நூலின் தலைப்பைத் தெருக்கூத்துக் கும்மிப் பாடலிலிருந்து எடுத்துக் கொண்டேன். இந்தப் பாடலை எனக்குச் சொன்ன கடலூர் மாவட்டத்து வயதான பெண் தெருக்கூத்துப் பாடல்களை மனப் பாடமாகச் சொன்னாள்.

அந்த முதிய பெண் "பாண்டவர்கள் கவுரவர்களுடன் போரிட்டதற்கு அரசுரிமையைக் காரணமாகச் சொல்லவில்லை. திரௌபதையின் வஸ்திரத்தை உரிந்தவனின் குற்றம் அவளுக்குப் பெரிதாகப்பட்டது. பாரதக் கதையின் இந்தக் காட்சியை மிகைப்படுத்திப் பேசிய வேறு பார்வையாளர்களைச் சந்தித்திருக்கிறேன். அவர்கள் திரௌபதையின் துகிலுரிந்த செயலை இன்றும் மன்னிக்கத் தயாரில்லை. இதனாலேயே இந்தத் தலைப்பை இந்தப் புத்தகத்துக்கு வைக்கத் தோன்றியது."

இந்த நூலில் உள்ள முதல் நான்கு கட்டுரைகள் நாட்டார் வழக்காறுகளுடன் தொடர்புடைய பொதுவான செய்திகளை உள்ளடக்கியவை. அடுத்த ஐந்து கட்டுரைகள் நாட்டார் வழிபாடு, நாட்டார் தெய்வங்களின் வடிவங்கள், கேரளத்தில் கண்ணகி வழிபாடு நாட்டார் தன்மையுடன் நிகழ்வது, அகத்தியர் வழிபாட்டுக்குரியவராக இருப்பது போன்றவற்றின் அடிப்படையில் எழுதப்பட்டவை. இறுதி மூன்று கட்டுரைகள் நாட்டார் கலைகளுடன் தொடர்புடையவை. பழம் இலக்கியங்களில் சொல்லப்பட்ட நாட்டார் கலைகள் தொடர்ந்து இன்றும் செயல்பாட்டுடன் இருத்தல், பழம் தமிழகத்தில் பெண் கலைஞர்களின் நிலை போன்றவற்றைப் பேசுவது. ஒரு கட்டுரை நாட்டார் நிகழ்த்து கலைகளின் நிலைத்த தன்மை/மாறும் தன்மை பற்றிப் பேசுகிறது.

இந்தக் கட்டுரைகள் எல்லாமே ஒரு வகையில் நாட்டார் வழக்காற்று வழி தமிழ்ப் பண்பாட்டை மீட்டெடுப்பவை என்றும் சொல்லலாம். தலைவனின் இறப்பின்போது அவர் அரசியல் சினிமா என்னும் எந்தத் துறையிலிருந்தாலும் அவரது தொண்டன் தன்னை மாய்த்துக் கொள்ளுதல் என்ற பண்பு தமிழகத்தில் மட்டுமே முனைப்புடன் உள்ளது. இதைப் பரிகாசமாகவோ கிண்டலாகவோ அணுகுவதைவிட மரபுவழி ரத்தத்தில் ஊறிய வழக்காக எடுத்துக் கொண்டு ஆராய வேண்டும் என்பதை 'தன்னை அழிப்பதும் அரசியல்தான்' என்ற கட்டுரையை எழுதியபோது அறிந்து கொண்டேன்.

திருவரங்கம் கோபுரத்தில் ஏறிச் சாடி உயிர்விட்ட நிகழ்வுக்குப் பின்னால் சமூகக் காரணங்கள் உண்டு. அண்மையில் (2015) கன்னியாகுமரி மாவட்டம் உண்ணாமலை கடை கிராமத்தில் தொலைபேசி டவரில் ஏறி ஒருவர் உயிர் விட்டார். அதற்கு மதுவிலக்கு காரணமாகச் சொல்லப்பட்டது.

திருவரங்கம், திருவில்லிப்புத்தூர், மதுரை, சிதம்பரம் போன்ற ஊர் கோவில் கோபுரங்களில் ஏறிச் சாடி உயிர் விட்டவர்கள் எல்லோருமே தங்களின் பிரச்சினைகளுக்காக அந்தக் காரியத்தைச் செய்யவில்லை. அவர்களின் தற்கொலைக்குப் பின்னால் ஒரு சமூகக் காரணம் இருந்தது. இதை ஆராய்கிறது 'கோபுரமேறிச் சாடுதல்' என்ற கட்டுரை. பிற கட்டுரைகளும் இதுபோல பண்பாட்டு வரலாற்றை மீட்டெடுக்கும் முயற்சியில் எழுதப்பட்டவை.

இந்நூலில் உள்ள கட்டுரைகள் விகடன் தடம், காலச்சுவடு, காக்கைச் சிறகினிலே, ஆனந்த விகடன் தீபாவளி மலர், காவ்யா மும்மாத இதழ் ஆகியவற்றில் வந்தவை, பிற கட்டுரைகள் செம்மொழி மத்திய நிறுவனம் சார்பாக நடந்த கருத்தரங்குகளிலும், சாகித்ய அகாதமி நிறுவனம் நடத்திய கருத்தரங்கிலும் படிக்கப்பட்ட கட்டுரைகள்.

இந்தக் கட்டுரைகளை வெளியிட்ட இதழ் ஆசிரியர்களுக்கும் கருத்தரங்க அமைப்பாளர்களுக்கும் நூலின் அச்சுப் பிரதியைப் படித்து கருத்தைப் பகிர்ந்து கொண்ட செந்தீ நடராசன், தேவையான புத்தகங்களைப் பெற உதவிய பேரா. முனைவர் தெ.வே.ஜெகதீசன், பேரா.முனைவர் சீ.மாணிக்கவாசகம் ஆகியோருக்கு நன்றியும் வணக்கமும்.

அ.கா.பெருமாள்

பொருளடக்கம்

1. 'பெண்கள் துகிலுரிந்தால் பேரண்டம் அழியாதோ!' — 09
2. தன்னை அழிப்பதும் அரசியல்தான் — 16
3. கோபுரமேறிச் சாடி உயிர்விடுதல் — 24
4. பண்டை இலக்கியங்களில் பழமரபுக் கதைகள் — 29
5. நெருப்பில் தள்ளப்பட்டவர்கள் — 42
6. நாட்டார் தெய்வ வடிவங்கள் — 67
7. கேரள நாட்டார் மரபில் கண்ணகியின் கதை — 82
8. அகத்தியன் தொன்மங்களும் தொடர்ச்சியும் — 92
9. பழந்தமிழர் கலைகளும் நீட்சியும் — 101
10. நிலைத்த பனுவலும் நிகழ்த்துதல் பனுவலும் — 118
11. பழந்தமிழகத்தில் பெண் கலைஞர்கள் — 134
12. நெட்டூரி காந்தாரி — 142

1. 'பெண்கள் துகிலுரிந்தால் பேரண்டம் அழியாதோ!'

எழுத்தாளர் ஜெயமோகன், பழைய திருவிதாங்கூரின் தலை நகரமான பத்மநாபபுரத்தில் தங்கியிருந்த சமயம். மாத இறுதி வெள்ளிக்கிழமை மாலையில் பத்மநாபபுரம் கோட்டைக்கு வெளியே மையக்கோட்டை வழி நடந்து போனோம். ஒரு காலத்தில் அரச குடும்பத்தின் அருகாமையாக இருந்த இடம் அது. ஆளரவம் இல்லாத இடம்.

ஒரு புங்கமரத்தின் கீழே பெண் தெய்வத்துக்கு வழிபாடு நடந்து கொண்டிருந்தது. சாமி, பொங்கல் பானை, அடுப்பு எல்லாம் தற்காலிகம். சாவல் கோழி அறுத்த அடையாளம் தெரிந்தது. வயதான பெண் ஒருவர், பூசையை முடித்துப் படைப்புச் சோறு சாப்பிட்டு விட்டுப் போகலாம் என்றாள். நான் அவளிடம் பேச்சுக் கொடுத்தேன். தமிழும், மலையாளமும் கலந்த மொழியில் மெதுவாகப் பேசினாள். அப்போது நடந்தது மாதிரியான சோகம் அவளது பேச்சில் வீசியது.

பழைய கதை, 100 ஆண்டுகளுக்கு முன்பு நடந்தது. பத்மநாபபுரம் கோட்டையின் தளபதியாகப் பாண்டிக்காரன் ஒருவன் இருந்தான். அவனுக்கு அந்தப் பெண்ணின் மேல் ஆசை. ஒருமுறை அவனிடம் மாட்டிக்கொண்ட அவள் பிணமாகக் கோட்டைக்கு வெளியே கிடந்தாள். வேணாட்டரசர்கள் நீதிமான்கள்தாம். ஆனால், அவனைக் குற்றம் சாட்ட ஆதாரங்கள் இல்லை.

அந்தக் கதையை விரிவாகச் சொல்லிக்கொண்டே போனாள். இப்படியான கதைகளைத் தென் தமிழ்நாட்டில் கடந்த 35 ஆண்டு களாக நிறையவே கேட்டு வருகிறேன். தமிழ்நாட்டில் பரவலாக வழிபாடு பெறும் நாட்டார் தெய்வங்களின் எண்ணிக்கை அதிகம் என்பதில் சந்தேகமில்லை. நான் கன்னியாகுமரி மாவட்டத்துக் கிராமங்களில் நடத்திய களஆய்வில் 316-க்கும் மேற்பட்ட பெண் தெய்வங்களின் பெயர்களைச் சேகரித்தேன்.

திருநெல்வேலி, தூத்துக்குடி, விருதுநகர் மாவட்டங்களில் இன்னும் அதிகம் கிடைக்கலாம். பாளையப்பட்டு குறுநில மன்னர்கள், ஜமீன்தாரர்கள் ஆண்ட பகுதிகளில் இன்னும் அதிகம் கிடைக்கலாம். பெண் தெய்வங்கள் உருவாகக் காரணமாயிருந்தவர்களில் இவர்களுக்கு அதிகம் பங்குண்டு. இப்படியாகக் கணக்கிட்டால், மொத்தத் தமிழகத்தில் பத்தாயிரத்துக்கு மேல் பெண் தெய்வங்கள் இருக்கலாம். ஒரு

குடும்பத்துக்கு மட்டுமே உள்ள கன்னித் தெய்வங்களையும் சேர்த்தால், இன்னும் அதிகமாகலாம்.

20-ஆம் நூற்றாண்டு ஆரம்பத்தில், சென்னை ஆர்ச் பிஷப்பாக இருந்த ஹென்றி ஒயிட் ஹெட் வெளியிட்ட (1921) 'தென்னிந்திய கிராமத்து தெய்வங்கள்' என்ற நூலிலிருந்து, காவ்யா சண்முகசுந்தரம் அண்மையில் வெளியிட்ட (2015) 'நாட்டுப்புற தெய்வக் களஞ்சியம்' என்னும் நூல் வரையிலும் உள்ள நூல்கள், மனிதவள மேம்பாட்டு நிறுவன அறிக்கைகள், ஆய்வேடுகள் எல்லாவற்றிலும் பெண் தெய்வங்களின் உருவாக்கத்துக்கு என்று பொதுவான சில காரணங்கள் கூறப்பட்டுள்ளன. அவற்றை மேலோட்டமாகத் திருப்பினாலே தெரியும் அதன் வரலாற்றுப் பாதை.

நாட்டார் வழக்காற்று வகைமைகளில், பெண்களின் மீதான ஆணாதிக்கம் குறித்த செய்திகள், முழுமையாகச் சேகரிக்கப்படவில்லை. பாடல்கள், பழமொழிகள், விடுகதைகள், கலைகள், தெய்வங்கள்... என எல்லா வகைமைச் செய்திகளிலும் பெண்களின் நிலை, ஆண்களின் பார்வையில் உருவாக்கப்பட்ட தொன்மங்கள் பற்றிய செய்திகள் நிரம்பக் கிடக்கின்றன.

நெறிப்படுத்தப்பட்ட செவ்வியல் மரபிலிருந்து நாட்டார் மரபின் எல்லாக் கூறுகளும் வேறுபட்டு நின்றாலும், பெண் குறித்த சிந்தனையில் பல இடங்களில் ஒருமைத் தன்மை இருப்பதை மறுக்க முடியாது. ஒற்றைப் பண்பாடுடைய நேர்கோட்டுச் செவ்வியல் சிந்தனை மரபுக்கு, பல்வகை வட்டாரப் பண்புடைய நாட்டார் மரபு, பெண் குறித்த பார்வையில் பெரிய அளவில் வேறுபடவில்லை.

'ஒரு கொடம் தண்ணீர் ஊத்தி... ஒரு பூ பூத்துச்சாம்' என்னும் சிறுமிகளின் விளையாட்டுப் பாடல், தென் மாவட்டங்களில் பரவலாக இன்றும் பாடப்படுகிறது. விளையாடிக்கொண்டே பாடப்படும் இந்தப் பாடலின் பத்தாவது வரி முடிந்ததும், தொடர்ந்து கேள்வி - பதில், உரையாடல் என நிகழும். இவை அன்றைய பாலியல் வன் கொடுமையைச் சுட்டுவன என்பதை 17, 18ஆம் நூற்றாண்டு வரலாற்றுடன் இணைந்து பார்த்தால் புரியும். அன்று தமிழனுக்கு அந்நியமாக இருந்த எதிரிகள், கன்னிகளைக் கவர்ந்து செல்வது என்னும் நிகழ்வை இவை சுட்டுவன. இதுபோன்ற செய்திகளை வேறு வகைமைகளிலும் தேட முடியும்.

முந்தைய காலங்களில், நாட்டார் கலை நிகழ்வில் பெண்கள் பங்கு கொள்வது என்னும் வழக்கம் பெரும்பாலும் இல்லை. கரகாட்டம் எனச் சிலவும், நாடோடிகளின் கலைகள் சிலவும் இதற்கு விதிவிலக்கு.

இக்கலைகளை நிகழ்த்துபவர்களில் பெண் கலைஞர்கள் படும்பாடு இன்றும் தீரவில்லை. இக்கலைஞர்கள் தங்கள் பிரச்சினைகளை உரையாடலாகவும் நிகழ்ச்சி வெளிப்பாடாகவும் நுட்பமாகக் காட்டுவது சாதாரணப் பார்வையாளனுக்குத் தெரியாது.

'தோல் பாவைக் கூத்து' என்னும் கலையின் இடைநிகழ்ச்சியில் காட்டப்படும் கரகாட்ட நிகழ்வு 20 நிமிடங்கள் நிகழும். இதில் கரகப் பெண்களை ஊர்த் தலைவர்கள், கணக்கர்கள், பார்வையாளர்கள் படுத்தும்பாடும் அவர்களின் வக்கிரமும் கிண்டலாக விமர்சிக்கப்படும்; நிகழ்த்தியும் காட்டப்படும். 70-களில் இது நிகழ்ந்தது. கலைமாமணி பரமசிவ ராவ் இந்நிகழ்ச்சியைக் கொஞ்சம் காட்டமாகவே நடத்தினார். பின்னர் இந்த நிகழ்ச்சியை நடத்த ஆண் பார்வையாளர்களிடமிருந்து எதிர்ப்பு வந்ததால் நிறுத்திக் கொண்டார். இப்போதும் கொஞ்சம் மாற்றங்களுடன் நடக்கிறது.

கரகாட்டத்தின் இடைநிகழ்ச்சிகளாகவும் தனிக்கலையாகவும் நிகழ்த்தப்பட்ட 'கப்பல் பாட்டு', 'கல்யாண காமிக்' எனச் சில கலைகளில், ஆண்களின் வக்கிரமும் பெரிய மனிதர் என்ற போர்வையில் உறவில் உள்ள சிறுமிகளிடம் முறை தவறி நடப்பதுமான செயல்கள், உரையாடல்கள் சைகை வழிகாட்டப்படும், இது சூசகமாக இருக்கும். அதே சமயம், கிண்டலாக மட்டுமே வெளிப்படும். இந்திய அவசர காலச் சட்டம் நடைமுறையில் இருந்தபோது, இவை போன்ற கலைகள் ஆபாசம் எனச் சொல்லித் தடை செய்யப்பட்டன.

நாட்டார் வழக்காற்று வகைமைகளில் நாட்டார் வழிபாடும் அடங்கும். இதன் முக்கியக் கூறான பெண் தெய்வம் பற்றிய செய்திகள் முழுதுமாகப் பதிவு செய்யப்படவில்லை, 17 முதல் 19-ம் நூற்றாண்டுப் பண்பாட்டு வரலாற்றுக்கு இவை பெரிதும் உதவும். தமிழகத்தின் அரசியல் பண்பாட்டு வரலாறு எழுத கல்வெட்டுகள், செப்பேடுகள், ஆவணங்கள், இலக்கியங்கள் போன்றவற்றில் பதிவு செய்யப்பட்ட தகவல்கள் மட்டுமே பயன்படுத்தப்பட்டுள்ளன. பெண்ணியவாதிகள் இவற்றிலிருந்து தங்கள் கருத்தாக்கங்களுக்கு ஆதாரங்களைத் தேடிக் கொண்டுள்ளனர்.

தமிழகத்தில் இன்று வழிபாடு பெறும் நாட்டார் தெய்வங்கள் எல்லாமே, வட்டார ரீதியாக அமைந்தவை. இவற்றின் வழிபாட்டு முறைகளும் நம்பிக்கைகளும்கூட அப்படித்தான். வட தமிழ் மாவட்டங்களில் பரவலாக அறியப்பட்ட ரேணுகா தேவி, துரௌபதை அம்மன், அங்காளம்மன் போன்றவற்றைத் தென் தமிழ்க் கிராமத்து மக்கள் அறியமாட்டார்கள். தென்மாவட்டத்தில் வழிபாடு பெறும்

முத்தாரம்மன், இசக்கியம்மன் பொன்னிறத்தாளம்மன் போன்றவற்றைக் கிழக்கு, மேற்குப் பகுதி கிராமத்தார்கள் அறியமாட்டார்கள்.

தமிழக நாட்டார் வழிபாட்டுச் செய்திகளில் பிரபந்தம், பிரம்மம், உயிர், மாயாவாதம் போன்றவை குறித்த விளக்கம் கிடைக்காது. ஆனால், இந்தப் பூமியின் பண்பாடு குறித்த சிக்கல்கள், இன்னும் தொடர்வதற்குரிய முடிச்சுகளைத் தேட முடியும்.

தமிழக நாட்டார் பெண் தெய்வங்களின் வைதீக மரபின் செல்வாக்கு, மிக அண்மையில் உருவானது. முக்கியமாகப் பெண்களின் தற்கொலை, பிறரால் செய்யப்படும் கொலை என்னும் காரணங்களே இத்தெய்வத் தோற்றத்தின் முக்கியக் காரணிகளாகக் கதைப் பாடல்களும் வாய்மொழிச் செய்திகளும் சடங்குசார் நிகழ்ச்சிகளும் காட்டுகின்றன. பெண் தெய்வங்களின் உருவாக்கத்துக்குக் காரணமான கொலை, தற்கொலைச் செய்திகளை இன்னும் விரிவாக இப்படிக் கூறலாம்.

1. சாதி, இனம், அந்தஸ்து காரணங்களால் திருமணத் தடை; இதன் காரணமாகக் கொலை அல்லது தற்கொலை.
2. கணவனோ, விரும்பிய ஆடவனோ மரணம் அடையும்போது தானாகவோ, பிறர் தூண்டுதலுக்காகவோ உயிரை மாய்ப்பது.
3. பாலியல் பலாத்காரம் செய்யப்பட்டுக் கொலைப்படுதல்.
4. புதையல் எடுப்பதற்கோ, புதிய கட்டுமானம் ஆரம்பிப்பதற்கோ, கன்னிகளையோ, கர்ப்பிணிகளையோ பலி கொடுத்தல்.
5. குறிப்பிட்ட வழிபாட்டுக்காகப் பயன்படுத்தப்பட்ட கன்னிகள், மன உளைச்சலால் செய்துகொண்ட தற்கொலை.

இன்று ஊடகங்களால் ஆணவக் கொலை, கௌரவக் கொலை என்று கூறப்படும் சாதிய மணமறுப்பால் ஏற்பட்ட கொலையில் உதித்த பெண் தெய்வங்கள் பற்றிய செய்திகளும் கதைப்பாடல்களில் உள்ளன.

வேணாட்டு அரசன் ஒருவன், வலங்கை சாதிப் பிரிவு வெங்கல ராசனின் மகளை விரும்பி, பெண் கேட்ட போது வெங்கலராசன் மறுத்தான். அதனால், போர் வந்தது. வெங்கலராசன் தன் கோட்டையைப் பாதுகாக்க நினைத்து, மகளின் தலையை வெட்டி பகை அரசன் முன் எறிந்தான். பூலங்கொண்டாளின் தந்தை, தன் சாதி உட் பிரிவைச் சார்ந்த ஒருவன் பெண் கேட்டு வந்த போது மறுத்தான். அதனால் ஏற்பட்ட பூசலால், பூலங்கொண்டாள் கிணற்றில் மூழ்கடிக்கப்பட்டு இறந்தாள்.

தென்மாவட்டங்களில், குறிப்பாகத் திருவனந்தபுரம், கன்னியாகுமரி மாவட்டங்களில் வாழ்கின்ற 'செட்டு' சமூகத்தினர் பூம்புகாரிலிருந்து

தாங்கள் குடிபெயர்ந்ததற்குக் காரணமாக, சோழன் தங்களிடம் பெண் கேட்டு மறுத்த காரணத்தைக் கூறுகின்றனர். மணமறுப்பால் கொல்லப்பட்ட இந்தப் பெண் இப்போது வழிபாடு பெறுகிறாள். கி.ராஜநாராயணனின் 'கோபல்ல கிராமம்' நாவலின் மையமே இதுதான்.

குறுநில மன்னர்கள் மட்டுமல்ல, போர்ச்சுக்கீசிய படைத் தலைவர்கள், பிரிட்டிஷ் அதிகாரிகள்கூட இதில் விதிவிலக்கில்லை. தென் மாவட்டங்களில் குறிப்பிட்ட சில சாதியினரிடம் வழிபாடு பெறும் பாலாம்பாள் என்ற தெய்வம் ஒரு சான்று. இவள் 150 ஆண்டுகளுக்கு முன்னர் வாழ்ந்தவள். வரி வசூலிக்கும் பொறுப்பிலிருந்த ஒரு வெள்ளைக்கார அதிகாரி, குதிரையில் வந்து பாலாம்பாளின் ஏழு அண்ணன்மார்களிடம் பெண் கேட்டான். அவர்களுக்கு விருப்ப மில்லை. அதிகாரியிடம் சொல்ல பயம். அதனால், பாலாம்பாளை ஆழக்குழியில் தள்ளி, மூடிக் கொன்றுவிட்டார்கள். இப்போது அவள் தெய்வம். சிலர் பெண் கேட்டவனை அவமானப்படுத்த, பெட்டை நாயை அவனிடம் அனுப்பிவிட்டு, மகளைக் கொன்றனர். இப்படியாக நடந்த கொலைகளைத் தனிப்பட்டவர்களின் குடும்பத்தினர் மட்டும் செய்யவில்லை, அந்தச் சாதியினரின் ஒத்துழைப்புடனேயே அவை நடந்தன.

நாயக்க அரசு தமிழகத்தில் ஆட்சி செய்தபோது, நிர்வாக வசதிக்காகப் பாளையப்பட்டு முறை உருவானது. இதன் தலைவர் களான ஜமீன்தார்கள், இவர்களின் அதிகாரிகள் சிலரின் வக்கிரத் தாலும் பெண் தெய்வங்கள் உருவாகியிருக்கின்றன.

கிராமத்தின் அழகான சிறுமிகள் பருவமடைந்த செய்தி, அப்பகுதி ஜமீன்தார் தலைவனுக்குப் போய்விடும். இந்தச் செய்திகளைச் சொல்வதற்கு என்று வயதான பெண்கள் இருந்தார்கள். இவர்கள் அந்தச் சிறுமி வெட்டவெளிக் கழிப்பிடத்தில் இருக்கும்போது நோட்டமிடுவார்கள். அவள் உடல்வாகு வக்கிரத்தைத் தாங்கும் என்பதையும் அறிந்துகொள்வார்கள். இதன் பிறகு, ஏதாவது ஒரு நாள் அதிகாரப் பூர்வமாகவோ, சூழ்ச்சியாகவோ அவள் கடத்தப்படுவாள். குறிப்பிட்ட ஓர் ஊரில் திருமணம் நிச்சயிக்கப்பட்ட பெண், ஊர்த் தலைவனுக்கு முதலில் விருந்தாக வேண்டும் என்ற வழக்கம் இருந்தது. இதற்கெல்லாம் மறுத்த சிறுமிகள் கொலை செய்யப்பட்டனர்; பலாத்காரத்தாலும் இறந்தனர்.

நெல்லை மாவட்டம் சங்கரன் கோயில் தாலுகாவின் ஒரு குக்கிராமத்தில், பஞ்ச கன்னியர் அம்மன்களின் வழிபாட்டுக்கான ஒரு கதையைக் கேட்டேன். பாளையப்பட்டு தலைவன் ஒருவனின்

வக்கிரத்துக்கு ஐந்து பேரும் ஒரே சமயத்தில் பலியானார்களாம். அவர்கள் வேறு வேறு சாதியினரும்கூட.

இந்த இடத்தில் ஒரு விஷயத்தைக் கவனிக்க வேண்டும். இப்படியாகக் கொல்லப்பட்டவர்கள், கொலைக்குக் காரணமானவர்களைப் பழிவாங்குவதையும், கொலை செய்தவர்கள், கொல்லப்பட்டவர்களை வழிபடுவதையும், பாதிக்கப்பட்ட குடும்பம் பாதிப்புக்கு உள்ளானவர்களை வணங்குவதையும் கதைப்பாடல்கள் கூறுகின்றன.

இப்படி வழிபாடு பெற்றவர், ஆரம்பத்தில் குறிப்பிட்ட குடும்பத்துக்கோ சாதிக்கோ மட்டுமே உரியவராக இருந்து, நம்பிக்கை காரணமாக எல்லோரும் வழிபடும் நிலைக்கு வந்து விடுவர். அப்போது அவர், பழைய பெயரில் அழைக்கப்படுவதில்லை. அவர் வழிபடப்படும் இடத்திலுள்ள மிகப் பிரபலமான நாட்டார் தெய்வத்துடனோ, வைதீகச் சார்புள்ள தெய்வத்துடனோ இணைந்துவிடுவர். நாளாக நாளாக இத்தெய்வத்தின் வடிவம், சடங்கு, வழிபாடு எல்லாம் மாறிவிடும். இதை ஒரு கோட்பாடாகவும் கொள்ளலாம்.

காதலனால் கொல்லப்பட்டு, நீலிப்பேயாக மாறி, அவனைக் கொன்ற பின் வழிபாடு பெற்ற இசக்கியம்மன் தென் மாவட்டங்களில் பிரசித்தமானவள். இவளுடன் கொலையில் உதித்த தெய்வங்கள் பல இணைந்துள்ளன. வட தமிழ்ப் பகுதிகளில் இதுபோன்று இணைக்கப்பட்ட தெய்வங்கள் துரௌபதை அம்மன், அங்காள பரமேஸ்வரி, ரேணுகா தேவி, காளி போன்றவை.

தீயில் தள்ளப்பட்டோ, தானாகச் சாடியோ உயிர்விட்டு தெய்வமாகித் தனிப் பெயரில் வழிபடப்பட்ட பல தெய்வங்கள், 'தீப்பாய்ந்த அம்மன்' என்னும் பெயரில் வழிபாடு பெறுகின்றன. வட தமிழ் மாவட்டங்களில் இது பரவலாக உள்ளது. கணவன் இறந்ததும் அவனது சிதையில் சாடி உயிர்விட்ட பெண்ணின் சேலை முந்தானையும் தலையில் அணிந்த பூவும் நெருப்பில் கருகாது என்பது நம்பிக்கை. சிதையிலிருந்து இந்தப் பொருள்களைச் சேகரித்து, பாதுகாப்புப் பெட்டகத்தில் வைத்தால் பணம் பெருகும் என்பதும் நம்பிக்கை.

இயல்பாக இறக்கும் சுமங்கலிப் பெண்ணின் சிதையில் இப்படியான மங்கலப் பொருள்கள் எரியாமல் கிடைத்தால், அவளும் தெய்வமாகும் தகுதியைப் பெற்றுவிடுவாள். இப்படியான அம்மன்களுக்குத் தீ மிதிப்பவர்கள் மங்கலப் பொருள்களை மடியில் எடுத்துக்கொண்டு நடப்பது இன்றும் நிகழ்கிறது. தீப்பாய்ந்த அம்மன்களில் சில, ராமாயண சீதையுடனும் பாரத துரௌபதையுடனும் இணைந்து

விட்டன. இவர்களின் ஒருத்தி தீயில் பிரவேசம் செய்தவள்; ஒருத்தி தீயில் தோன்றியவள்.

மிகப் பிரமாண்டமான புதிய கட்டுமானங்களின் அஸ்திவாரக் குழியில் கன்னி அல்லது கர்ப்பிணியைப் பலிகொடுப்பது என்ற வழக்கம் நாயக்கர் காலத்தில் இருந்தது. இதற்காகப் பெண்களை ரகசியமாக தானம் செய்பவரின் குடும்பத்துக்கு நிலம், வீடு தோட்டங்கள் கொடுக்கப்பட்டன. இராமநாதபுரம் மாவட்டம், திருவாடானை வட்டம், மங்கலம் கண்மாயில் பெரும் உடைப்பு ஏற்பட்ட போது, நிறைமாத கர்ப்பிணியைப் பலி கொடுத்தனர். இந்தப் பெண் பின்னர், 'பொன் மருது காளி' எனப்பட்டாள் என்ற கதை உண்டு. இது பிற்காலச் சோழர்கால நிகழ்வு.

திருமலை நாயக்கர் காலத்தில் புதிய கட்டுமானம் நடந்தபோது, தங்கள் சாதியினரைப் பலிகொடுக்கப் போகிறார்கள் என்னும் செய்தியைக் கேட்டு, ஒரு சாதியினர் திருவிதாங்கூருக்குக் குடிபெயர்ந்தனர் என்ற கதை 70-களில்கூட வழங்கியது. நல்ல உடல்வாகுடைய இளம் கன்னிப் பெண்களைத் தாந்திரீகச் சடங்கில் நிர்வாணமாக அமர்த்தி வழிபடுவதற்கு, ஒரு குறிப்பிட்ட சாதியினரைத் தேர்வு செய்தார்களாம். இதற்கு அஞ்சி திருவிதாங்கூரில் இவர்கள் குடிபெயர்ந்தனர். என்றாலும், இவர்களில் சில பெண்கள் இப்படி வழிபடப்பட்டு மனஉளைச்சலால் தீப்பாய்ந்தனர். இது தொடர்பான ஒரு பழமொழியை இச்சாதியினரிடம் நான் கேட்டிருக்கிறேன். தாந்திரீகச் சடங்கால் தற்கொலை செய்துகொண்ட பெண், தெய்வமாகி வழிபாடு பெறுகிறாள். இது நாயக்கர் ஆட்சிக் கால நிகழ்வு.

வடதமிழகத்தில் துரௌபதை வழிபடு தெய்வமாக உள்ளாள். பாலியல் துன்பத்தால் தன்னை மாய்த்துக்கொண்ட ஒரு பெண் துரௌபதை வழிபாட்டுடன் இணைந்த செய்தியைக் கடலூர் பகுதியில் கேட்டேன். நாட்டார் வழக்கில் துரௌபதை முந்தைய ஜென்மத்தில் சீதையாக, நளாயினியாகப் பேசப்படுகிறாள்.

நாட்டார் பாடகன் கௌரவர் துரௌபதையைத் துகிலுரிந்ததைப் பாலியல் துன்புறுத்தலாகவே கருதுகிறான். இதனால்தான் பாலியல் துன்புறுத்தல் வழி இறந்து தெய்வமானவர் துரௌபதையுடன் இணைந்தனர். ஒரு கும்மிப்பாடல் 'பெண்ணின் துகிலுரிந்தால் பேரண்டம் அழியாதோ' என்கிறது.

பின்னே, அழியாதோ!?

விகடன் தடம், 2018, மார்ச்

2. தன்னை அழிப்பதும் அரசியல்தான்

கடந்த ஐம்பது ஆண்டுகளில் தமிழ்நாட்டில் அரசியல் அல்லது பிற துறைத் தலைவனின் மரணத்திற்கு அல்லது தலைவன் ஏதாவது ஒரு பாதிப்பிற்காகத் தன்னை மாய்த்துக் கொண்டவர்களைப் பற்றிய செய்திகளைப் பத்திரிகைகள் விரிவாகவே வெளியிட்டிருக்கின்றன. அறிஞர் அண்ணா, இந்திராகாந்தி, எம்.ஜி.ஆர்., ஜெயலலிதா போன்ற அரசியல் தலைவர்கள் மரணமடைந்த போதும் இலங்கையில் பிரச்சினை தலைதூக்கியபோதும் மூப்பனாருக்கு கட்சியில் சிக்கல் ஏற்பட்ட போதும் எத்தனையோ பேர்கள் தற்கொலை செய்து கொண்டார்கள். சிலர் தற்கொலை செய்ய முயற்சி செய்தனர். சிலர் பெரு விரலையோ நாக்கையோ அறுத்துக் கொண்டனர். இப்படியாக நடந்த இறப்பிற்கும் உடல் உறுப்பு இழப்பிற்கும் சில சமயம் மான்யமாக அனுதாப நிதியும் வழங்கப்பட்டதும் உண்டு, சிலரின் குடும்பத்திற்கு வேலை வாய்ப்பும் கிடைத்திருக்கிறது.

பெரும்பாலும் இந்தத் தற்கொலைகளை ஊடகங்களோ அரசியல் விமர்சகர்களோ விமர்சிப்பதில்லை. இது தவறான செயல் எனக் கண்டிப்பதில்லை. சில பத்திரிகைகள் இதுபோன்ற செய்திகளை மிகைப்படுத்தலுடன் வெளியிட்டிருக்கின்றன. பெரிய அரசியல் தலைவர்கள் இவர்களுக்கு நஷ்ட ஈடு கொடுக்க வேண்டும் என்று பேசுவதில் முந்திக் கொள்ளுகிறார்கள். போட்டி போட்டிக் கொண்டு ஊடகங்களில் பேட்டி கொடுத்துள்ளனர். சென்னை ஞானி போன்ற மிகச் சிலரே இச்செயலைக் கண்டித்திருக்கிறார்கள்.

இதுபோன்ற காரியங்கள் தமிழனுக்குப் புதிய காரியமல்ல. தலைவனுக்காகத் தன்னைப் பலிகொடுப்பதும் பலியானவர்களின் குடும்பத்திற்கு உதிரப்பட்டியாக நிலங்கள் கொடையாகக் கொடுப்பதும் பற்றிய விவரங்கள் கல்வெட்டுகளில் உள்ளன. தலைவனின் இறப்பிற்காக தற்கொலைப்பட்டவனின் குடும்பத்திற்கு நிதி கொடுக்கும் இன்றைய செயல் போன்றதுதான் பழைய காலத்து உதிரப்பட்டி நிபந்தம். இன்றைய பத்திரிகைகள் இதைப் பதிவு செய்வது போன்று முந்தைய காலத்திலும் நிகழ்ந்திருக்கிறது. இன்றைய அரசியல் தலைவர்கள் இறந்தவனுக்கு நிதி வழங்க வேண்டும் என்று கேட்பது போன்று சோழர் காலத்தில் நடந்திருக்கிறது. இவற்றை எல்லாம் கல்வெட்டுகள் பதிவு செய்திருக்கின்றன.

தன்னை சுயமாக மாய்த்துக் கொள்ளுதல் என்னும் பொருளைத் தருவது தற்கொலை. இதற்குரிய Suicide என்னும் ஆங்கிலச் சொல்லை முதன்முதலில் (1642) தாமஸ் பிரவுன் என்பவர் ஒரு கட்டுரையில் பயன்படுத்தினார். 18ஆம் நூற்றாண்டு பாதியில் இச்சொல் ஆங்கில அகராதியிலும் இடம் பெற்றுவிட்டது. இது தொடர்பான ஆய்வு Suicidology எனவும் பட்டது.

உலகமெங்கும் நிகழும் தற்கொலை பற்றிய செய்திகளை உளவியலாளர், சமூகவியலாளர், மானிடவியலாளர் ஆகியோர் விரிவாக ஆராய்ந்துள்ளனர். ஒரு வகையில் இச்செய்கை சமூகத்தில் புதிதாக உருவான ஒன்று அல்ல என்பதை வரலாற்றாசிரியர்கள் சான்றுகளுடன் நிருபித்துள்ளனர். அதே சமயத்தில் தற்கொலைக்கு எதிரான கருத்தும் கி.பி.4ஆம் நூற்றாண்டிற்கு முன்பே உருவாகிவிட்டது.

புனித அகஸ்டின் காலத்தில் (கி.பி.4ஆம் நூற்) தற்கொலை, பாவமானது என்று கருதப்பட்டது. 13ஆம் நூற்றாண்டு Thomas Aquines கூட தற்கொலையை நியாயப்படுத்தவில்லை. இசுலாமியர் ஆட்சி செய்த பகுதிகளிலும் இந்த வழக்கம் இல்லை.

ஒருவன் தன்னை மாய்த்துக் கொள்ளும் செயல் பொது விதிக்கு அடங்கியதல்ல. உடன்கட்டை ஏறுதல் என்பது தன்னை மாய்த்துக் கொள்ளும் செயல்தான். ஆனால் இதைத் தற்கொலை என முழுதுமாகக் கூற முடியாது. மனிதன் வாழ வேண்டும் என்றுதான் விரும்புகிறான். ஆனால் வாழ்வுக்கு எதிரான சூழ்நிலையும் பண்பாட்டு ரீதியான காரணங்களும் அவனை மாய்த்துக்கொள்ளும்படி உருவாக்கிவிடுகின்றன.

இந்தியாவின் பழைய நூற்களிலும் புராணங்கள் காவியங்களிலும் உள்ள பொதுப் பண்புகளில் தன்னை அழித்தலும் ஒன்று என்பதற்கு நிறையவே சான்றுகளுண்டு. இராமாயண காவியத்தின் நாயகன் இராமன், இறுதியில் உயிரை விடும் காட்சி காவியத் தன்மையுடன் காட்டப்படுகிறது.

வாழ்வு முற்றிலுமாக முடிந்த பின்பு இந்த உலகில் தோன்றியதன் நோக்கம் நிறைவேறிய பின்பு - வாழ்வதில் அர்த்தம் இல்லை என்னும் தத்துவார்த்த காரணம் தற்கொலையை வேறு பரிமாணத்திற்கு நகர்த்திவிட்டது. ஒருவன் தன்னை மாய்த்துக் கொள்ளுதற்கு பொது நிலையில் இரண்டு காரணங்களை வகைப்படுத்துகின்றனர். அவை

தனிப்பட்ட காரணங்கள்

வழிபாடு, சடங்கு, மதரீதியான காரணங்கள்

ஆகியன.

மனுதர்ம சாஸ்திரம் தற்கொலையை அனுமதிக்கிறது. ஒரு வகையில் இதை நியாயப்படுத்துவது மாதிரி இதன் அனுமதி உள்ளது. தனிமனிதனின் விருப்பு வெறுப்புகளுக்கு உட்பட்டது அவனது உயிர் என்னும் சாஸ்திர விதியைப் பின்பற்றுகிறது மனு. இவர் ஒருவனுக்கு ஆண் வாரிசு இருக்க வேண்டும் என்னும் நிபந்தனையுடன் தற்கொலையை அனுமதிக்கிறார். மதரீதியான சடங்குகள் வழி தற்கொலை உருவான காலகட்டத்தில் பக்தியானது நம்பிக்கை என்னும் வழக்கம் என்ற இடத்திற்கு நகர்ந்தது.

இறைவனுக்கு உயிர் உறுப்புகளைக் கொடுப்பது உயர்வானது என்ற காரணங்களைக் காவியங்களும் புராணங்களும் மிகைப் படுத்தலுடன் கூறியது. இந்த நம்பிக்கை மேலும் வளரக் காரணமா யிருந்திருக்கலாம். கண்ணப்பன் சிவனுக்குக் கண்ணைக் கொடுத்தான்; சிறுத்தொண்டர் தான் பெற்ற மகனை சமைத்து இறைவனுக்குக் கொடுத்தார்; ராமாநுஜரின் பக்தையும் வில்லிசாராரின் மனைவியுமான ஹேமாம்பா நெருப்பில் சாடினாள் என்பன போன்ற நூறு கதைகளைச் சொல்ல முடியும்.

ஒருவன் பட்டினி கிடந்து உயிர் விடுவது என்பது பொதுவான நிகழ்வு. அல்லாமல் உயரமான இடத்திலிருந்து சாடி உயிர் விடுவது, ஆற்றில் அல்லது நெருப்பில் விழுவது, புனிதமான இடங்களிலிருந்து கழுத்தை அறுப்பது போன்ற வழக்கம் வழிபாடு, சடங்குகளுடன் - தொடர்புடையதாக இருந்தது. ஒரீசா பூரி ஜகந்நாதர் ஆலயத் தேர்த் திருவிழாவின் போது, ஓடும் தேரின் சக்கரத்தில் பாய்ந்து விழுந்து இறப்பது சுவர்க்கத்துக்கு வழிகாட்டும் என்ற எண்ணம் இருந்தது. நர்மதை நதியின் தென்பகுதியில் சில இடங்களில் பெரிய மலையின் உச்சியிலிருந்து சாடி உயிர்விட்ட செய்திகள் கிடைத்துள்ளன. இது கால பைரவரின் நேர்ச்சைக்கு. கங்கை, யமுனை நதிகளில் விழுந்து இறப்பது உயர்வானது என்ற எண்ணம் காலங்காலமாக இருந்து வருகிறது (N.Subramaniam 1953 P 99).

இந்திய பண்பாட்டு வரலாற்றில் - தற்கொலையை நியாயப் படுத்தியதில் ஜைனர்களுக்கும் பங்கு உண்டு. ஒரு வகையில் பண்டைய தமிழ் பண்பாட்டிற்கு தற்கொலையை மதரீதியாக அறிமுகப்படுத்தியதும் வடஇந்திய மரபாக இருக்கலாம்.

ஜைனர்கள் பட்டினி நோன்பிருந்து தங்களை அழித்துக் கொள்ளுவதை உயர்வாகக் கருதினர். இப்படிச் செய்வதன் மூலம் அடுத்த பிறவியில் உயர்நிலையை அடையலாம் என நம்பினர். ஜைனத் துறவிகள் தங்கள் உயிரை மாய்த்துக் கொண்ட செய்தியை கல்வெட்டுகள் கூறுகின்றன.[1]

தமிழ் இலக்கியங்களில் கூறப்படும் வடக்கிருத்தல் என்னும் சொல் ஜைனரின் செல்வாக்கால் வந்தது - (புறநானூறு 65, 66 சிறுபஞ்சமூலம் 73). சங்கப் பாடல்கள் தன்னை மாய்த்தலை குற்றமாகக் கருதவில்லை. சில சமயம் அது பெருமிதமாக உயர்ந்த பண்பாகக் கருதப்பட்டது.

சேரமான் பெருஞ்சேரலாதன் சோழன் கரிகாலனுடன் போர் செய்து புறப்புண் நாணி வடக்கிருந்தான். அப்போது கழாத்தலையார் பாடியதாக ஒரு பாடல் புறநானூற்றில் வருகிறது.[2] இது போல் வடக்கிருத்தல் செய்திகள் வேறு பாடல்களிலும் வருகின்றன (புறம் 214, 216, 218). வடக்கிருத்தல் பற்றி புறநானூற்றின் பழைய உரையாசிரியர் சிறுபஞ்ச மூலத்தை மேற்கோளாகக் காட்டுகிறார்.

மேலுலகத்தை அடைய விரும்பினோர் இவ்வுலக நுகர்ச்சியைத் துறந்து விரகத்தால் உடலை மெலிவித்து யோகப் பயிற்சியால் உயிரை நீத்தற்கு தாம் உறைந்த இடத்தை விட்டுப் புண்ணிய திசை ஆசிய வடதிசையில் சென்று தங்குதலும் மீளாமல் நியமத்துடன் வடதிசையில் செல்லுதலும் மரபு; அங்ஙனம் செல்லுதல் உத்தரக மனம் என்றும் மகாப்பிரத்தானம் என்றும் கூறப்படுகிறது.[3]

புறநானூற்றின் பழைய உரையும் வடக்கிருத்தலை அறம் ஒழுக்கம் சார்ந்து விளக்குகிறது. "புகழை நிலைநிறுத்த வசையில்லாத உடம்போடு கூடி நின்று இறத்தல் மிகத் தலையானது" என்ற உரை திருக்குறளின் செல்வாக்குடையது. வடக்கிருத்தலை பிற நூற்களும் ஒத்துக்கொண்டே செல்கின்றன.[4]

வடக்கிருப்பவர்கள் தங்களின் செயலுக்கு உன்னதமான காரணம் இருப்பதாக நம்பினர். புகழை இழப்பதைவிட இறப்பது மேலானது; மானம் இழந்தபின் சாவது உயர்வானது என்னும் கருத்தை வடக்கிருத்தல் தொடர்பாக பாடியவரும், உரை எழுதியவரும் வற்புறுத்தினர். இதே விஷயத்தை வள்ளுவன் வேறு பாணியில் கூறுகிறான்.[5] மானம் போய் விட்டால் இறப்பது மேல் என்று சொல்லிவிட்டு கவித்துவமான ஓர் உவமையைக் கூறுகிறான். கற்பனையான கவரிமான் குறித்த தொன்மத்தைக் கவித்துவமாகக் கூறுகிறார். திருக்குறளின் உரை யாசிரியர்கள் 5 பேரும் 'மானம் அழிபவர் உயிர் விடுவார்' என்றே கூறுகின்றனர்.

பண்பாட்டு ஆய்வாளர்கள், மனிதன் தன்னை அளிப்பதற்கு மதம் சடங்கு அறம் சார்ந்த காரணங்கள் மட்டுமல்ல; பிரச்சினைகளிலிருந்து தன்னை விடுவித்துக் கொள்ளுவதை முக்கியமாகக் கருதுகின்றனர். இது எல்லா காலகட்டத்திற்கும் எல்லா இனங்களுக்கும் பொருந்தும்.

இப்படியாக உள்ள காரணங்களில் சிலவற்றைப் பொதுமைப்படுத்த முடியும்.

குடும்பம், உறவினர்களின் தொல்லை, சொத்து தகராறில் வந்த செயல்பாடு.

தகாத உறவு வெளியில் தெரிந்ததால் ஏற்பட்ட அவமானம்.

வியாதி, வறுமை, வேலையின்மை, காதல் தோல்வி.

உறவினர், மனைவி அல்லது பிறரைப் பழிவாங்குவதற்காக செய்வது.

சடங்கு ஆசாரம் தொடர்பு மதத்தின் கட்டாயம்.

அரசனாகவோ படைத்தலைவனாகவோ இருப்பவனின் அழிவு, இறப்பு.

இந்தக் காரணங்கள் அல்லாமல் வேறு சில சிறப்பு காரணங்களையும் கூறமுடியும்.

உலகில் தற்கொலை செய்கின்றவர்களின் வரிசையில் இந்தியாவிற்கு மூன்றாவது இடம் என்கின்றனர். அதாவது உலகில் தற்கொலை செய்கின்றவர்களில் 10.5 விழுக்காடு இந்தியர்களாம். தமிழகத்தில் மாவட்ட வாரியாகக் கணக்கிட்டால் கோயம்புத்தூர் தஞ்சாவூர் மாவட்டத்தில் அதிக அளவினர் தற்கொலை செய்கின்றனராம்.

தமிழகத்தில் அதிக அளவினர் தற்கொலை செய்வதற்கு தமிழ் பண்பாட்டின் கூறுகளில் ஒன்றும் காரணம் என்று கூறலாம். 18, 19 ஆம் நூற்றாண்டின் பின்னர் வழங்கிய வாய்மொழிப் பாடல்களிலும் கதைப் பாடல்களிலும் விடுகதை, பழமொழி போன்ற நாட்டார் வகைமைகளிலும் தற்கொலை பற்றிய செய்திகள் வருகின்றன. பெரும்பாலும் இவை நியாயப்படுத்தப்பட்டே கூறப்படுகின்றன. தற்கொலை செய்கின்றவர்கள் தங்களைத் துன்புறுத்தியவர்களைப் பழிவாங்குகின்றனர். கதைப் பாடல்களின் உச்சமே இதுதான்.

கொலை அல்லது தற்கொலையால் இறப்பவர் பேயாக அலைந்து பழிவாங்க முடியும் என்பதும் தற்கொலைக்குரிய காரணங்களில் ஒன்று (எ.கா. பிச்சைக்காலன் கதை, வன்னியன் கதை எனப் பல). தலைவனின் இறப்பிற்காக அவனிடம் பணிபுரிபவனும் இறப்பது என்னும் செய்தி கதைப் பாடல்களில் மிகைப்படுத்தலுடன் கூறப்படுகிறது. (எ.கா. உடையார் கதை) இதுவும் கல்வெட்டுகளுடன் ஒத்துப் போகிறது.

தலைவனுக்காகத் தன்னைப் பலி கொடுப்பது என்ற நிலை தமிழனின் மரபு வழி வரும் எச்சப் பண்பு எனலாம். சோழர் கால வேளக்காரப் படை, பாண்டியர் கால ஆபத்துதவிகள் படை குறித்த செய்திகள் இக்கருத்தை வெளிப்படையாகவே காட்டுகின்றன. நீலகண்ட சாஸ்திரியாரின் கணக்குப்படி பிற்காலச் சோழரிடம் 70 படைப் பிரிவுகள் இருந்தன. இவற்றில் கைக்கோளப்படை என்பது தனிப்பிரிவு. கைக்கோளர் என்பதற்கு கைபலம் - பொருந்தியவர் என்பது பொருள். இவர்கள் நெசவாளர் அல்லர்; அரசனுக்காக உயிர்விடத் தயாராக இருந்த வீரர்கள்.

வலங்கைப் பிரிவில் உள்ள வேளக்காரப்படை வீரர்கள் தங்கள் தலைவன் இறந்தால் உயிர் தரிக்கமாட்டார்கள்.[6] ஒருமுறை தேவதான நிலங்களின் மீது தங்களுக்குரிய உரிமை உண்மையானது என நிலைநாட்டுவதற்கு இவர்கள் தீக்குளித்திருக்கிறார்கள். இதற்கும் கல்வெட்டில் சான்று உண்டு (K.A.N.Sastry P 649).

பிற்காலப் பாண்டியர் காலத்தில் பாண்டியர் படைப்பிரிவில் ஆபத்துதவிகள் என்னும் படைப்பிரிவினர் இருந்தனர். இவர்கள் வேளக்காரப் படைப்பிரிவினர் போன்றவர். இவர்களும் தலைவனுக்காக உயிர் கொடுத்தவர்கள். இவர்களுக்கு சில சலுகைகளும் அதிகாரங்களும் இருந்தன என்கிறார் மார்க்கோபோலோ என்னும் பயணி.

அரசியல் தலைவனுக்காக மட்டுமல்ல பண்ணைத் தலைவனுக்காக உயிர் கொடுத்தவர்கள் பற்றிய செய்திகளும் கல்வெட்டுகளில் உள்ளன. ராமநாதபுரம் திருப்பத்தூரில் உள்ள திருமடைவிளாகம் கோவிலில் பொறிக்கப்பட்ட 13ஆம் நூற்றாண்டு கல்வெட்டு ஒன்று கைக்கோள வீரன் ஒருவன் தன் தலைவனுக்காக உயிர் நீத்த செய்தியைக் கூறுகிறது. இவருக்கு உதிரப்பட்டியாகக் கொடுக்கப்பட்ட நிபந்தம் பற்றிய செய்தி உள்ளது.[7]

படைவீரர் அல்லாத ஒருவன் தன்னை மாய்த்துக்கொண்ட செய்தி சோழர் கல்வெட்டில் வருகிறது. இது சுவர்க்கம் பெறுவதற்காக நடந்த தற்கொலை. திருக்கோவிலூர் கோவிலில் உள்ள முதல் ராஜராஜனின் இக்கல்வெட்டு கபிலர் என்பவர் தீயில் விழுந்து இறந்த செய்தியைக் கூறுகிறது (சதாசிவப் பண்டாரத்தார் ப.129).

திருக்கோவிலூர் வட்டம் கண்டச்சிபுரம் மாரியம்மன் கோவில் கல்வெட்டு பிடாரி என்னும் தெய்வத்தின் நேர்ச்சைக்காக ஒரு பெண் தன்னை மாய்த்துக் கொண்டதைக் கூறுகிறது. இதுபோன்ற செய்தி சேந்தமங்கலம் கிராமத்துக் கல்வெட்டிலும் உள்ளது. இதற்காக ஒரு மா நிலமும் வீடும் உதிரப் பட்டியாக இவரது உறவினர்கள் பெற்றுள்ளனர்.

துர்க்காதேவிக்கோ அரசனுக்கோ தன்னைப் பலிகொடுக்கும் நிகழ்வுகளைக் காட்டும் நவகண்டச் சிற்பங்கள் கிடைத்துள்ளன. உடம்பின் 9 பகுதித் தசைகளை அரிந்து நேர்ச்சையைத் தீர்க்கும் சடங்கு - கி.பி. 7 ஆம் நூற்றாண்டிலிருந்தே கிடைக்கின்றன.

செஞ்சி அருகே சிங்கவனம் ரங்கநாதர் குகையில் உள்ள துர்க்கை சிற்பம் மாமல்லபுரம் ஆதிவராகர் குடைவரைக் கோயிலில் உள்ள துர்க்கை சிற்பம் ஆகிய இரண்டும் நரசிம்மபல்லவன் காலத்தவை. இந்தத் துர்க்கையின் முன் பக்தர்கள் அமர்ந்திருக்கின்றனர். இதில் ஒரு பக்தன் தன் உடலை வெட்டும் காட்சி உள்ளது. இது பலி கொடுப்பதற்குரிய சடங்காக இருக்கலாம்.

மாமல்லபுரத்தில் உள்ள பாண்டவர் ரதங்கள் என்று கருதப்படும் துரெளபதை ரதத்தில் துர்க்கை, மகிஷத்தின் மேல் இருப்பது போன்ற சிற்பம் உள்ளது. இதுவும் கி.பி.7ஆம் நூற்றாண்டினது. நரசிம்ம பல்லவன் காலத்தது. இந்தத் துர்க்கையின் முன் ஒருவன் அமர்ந் திருக்கிறான். ஒரு கையால் தலைமுடியைப் பிடித்திருக்கிறான். மறு கையால் வாளால் கழுத்தை வெட்டுகிறான். இது நவகண்டச் சிற்பம், மாமல்லபுரம் வராகமண்டபத்திலும் இரண்டு நவகண்டச் சிற்பங்கள் உள்ளன.

முற்காலப் பாண்டியர் காலத்துக் குடைவரைக் கோவில்கள் குன்றக்குடி, திருப்பரங்குன்றம், திருச்சி போன்ற இடங்களில் உள்ளன. இவை 8ஆம் நூற்றாண்டின. இக்குகைகளில் உள்ள நவகண்டச் சிற்பங்கள் பல்லவர் காலத்துச் சிற்பங்கள் போன்றவை.

மதுரை சோழவந்தான் அருகே ஒரு கோவிலிலும் தென்கரை மூலநாத சுவாமி கோவிலிலும் ராமநாதபுரம் திருப்பத்தூர் பிடாரி கோவிலிலும் உள்ள நவகண்டச் சிற்பங்கள் கி.பி.15-16ஆம் நூற்றாண்டின.

இப்படியாக தன்னைப் பலிகொடுத்து நேர்ச்சையை நிறை வேற்றுவதை அன்றைய ஆட்சியாளர்கள் உயர்ந்த பண்பாகக் கருதியதால் சிற்பமாக வடித்திருக்கின்றனர். இந்த வழக்கம் சங்க காலத்தில் தொடங்கி நாயக்கர் காலம் வரை தொடருகிறது. இது போன்ற வழக்கங்களை பிரிட்டிஷார் தடை செய்ததால் கி.பி.18ஆம் நூற்றாண்டுக்குப் பின் - இது பற்றிய செய்திகள் குறைவாகவே கிடைக்கின்றன. இன்று தலைவனுக்காக தன்னை மாய்த்துக் கொள்ளும் செயல் பழைய எச்சமா? யோசிக்கலாம்.

அடிக்குறிப்புகள்

1. செஞ்சி வட்டத்தில் உள்ள சிங்காவரம் திருநாதர் குன்றில் காணப்படும் கல்வெட்டில் இது குறித்த செய்தி உள்ளது. சந்திர நந்தி என்ற ஆசிரியர் 57 நாட்கள் எதுவும் உண்ணாமல் பட்டினி நோன்பிருந்து உயிரை விட்டிருக்கிறார். இளைய புத்திரர் என்ற முனிவர் 30 நாட்கள் உண்ணாமல் உயிர் நீத்தார்.
2. புறப்புண் நாணி மறத்தகை மன்னன் வாள் வடக்கு இருந்தனன் (புறம்: 65)
3. புறநானூறு மூலமும் உரையும் உ.வே.சாமிநாதையர் 1935 ப.162 (சிறுபஞ்ச. 73)
4. புறநானூறு 215 முதல் 223 வரை. வசையிலா வண்பயன் குன்றும் இசையிலா யாக்கை பொறுத்த நிலம்- குறள் 239.

   நிறக்கவல் இரும்பைச் செம்பொனாம்
   வண்ண நிகழ்த்திய விரதமே நிகர்ப்ப
   பிறக்கமும் வளமும் ஒழித்தவன் அமைத்த
   பெரும் பதிக்கு உவமையும் பெறாமல்
   மறக்கரும் களிற்றுக் குபேரன்
   வாழாகை வடக்கிருந்து

   வில்லிபாரதம் 21

   வாணன் தென் மாறையில்வாழ் நின்றொகை கற்பினிலைமை
   எண்ணாது எதிர்நின்று வென்னீட்டன்றோ
   வடக்கிருந்தான் மடப்பாவை அருந்ததியே

   தஞ்சை வாணன் கோவை 374

5. மயிர்நீப்பின் வாழாக் கவரிமா அன்னார்
   உயிர்நீப்பர் மானம் வரின்.
6. திருத்தணி தெக்கனூரில் ஒரு வீரனின் நடுகல் உள்ளது. இது தலைவனுக்காக உயிர்விட்ட வேளைக்கார படை வீரனுடையது (K.A.N.Sastry Colas P 454 N.S. P 95).
7. தென்மாவட்டங்களில், சில ஊர்களின் சுடலைமாடன் கோவில்களில் துணைத் தெய்வமாக உள்ள சாம்பான் சாமி பற்றிய கதையை இதனுடன் ஒப்பிடலாம். பண்ணைக்காரனுக்காக ஏதோ காரணத்தால் மரணமடைந்த ஒடுக்கப்பட்டவன் வழிபாடு இது.

   'விகடன் தடம்' ஆகஸ்ட் 2018

3. கோபுரமேறிச் சாடி உயிர்விடுதல்

தொலைத்தொடர்புக் கோபுர உச்சியில் ஏறி நின்று கீழே சாடி உயிர்விடப் போவதாகப் பயமுறுத்துவது என்பது இப்போது சாதாரணமாகிவிட்டது. இது பயமுறுத்தலுக்கு என்றாலும் உண்மையாகவே விழுந்து உயிர்விட்டவர்கள் உண்டு. இவை பெரும்பாலும் தன் சொந்தத் தேவையின் சிக்கல் காரணமாக நிகழும் பயமுறுத்தல்கள். சசிபெருமாளைப் போல் பொது நன்மைக்காக உயிர்விட்டவர்கள் குறைவு. இப்படி உயரமான இடத்திலிருந்து சாடி உயிர்துறப்பது பழைய பண்பாட்டின் கூறு.

பழம் இலக்கியங்களில்...

இரண்டாயிரம் ஆண்டுகளுக்கு முற்பட்ட குறுந்தொகை என்னும் இலக்கியத்தில் ஒரு பாடலின் நிகழ்ச்சி. ஒருமுறை மரம் தாவும்போது ஆண் குரங்கு ஒன்று தவறுதலாய் விழுந்து இறந்துவிட்டது. அதனால் வருத்தமுற்ற அதன் காதலியான பெண் குரங்கு பெரிய மலையின் மேல் ஏறிச் சாடி உயிர்விட்டது.

சிலப்பதிகாரம் கட்டுரைக் காதையில் வரும் ஒரு செய்தி. சங்கமன் என்பவனை ஒற்றன் என நினைத்துக் கொலை செய்கிறான் கோவலன். சங்கமனின் மனைவி மனம் வருந்திப் பெரிய மலையின் உச்சியில் ஏறி நின்று எனக்கு இந்தத் துன்பம் செய்தவர் இதே துன்பத்தைப் பெறுக என்று சாபமிட்டபடிச் சாடி உயிர்விடுகிறாள்.

புளியடிமாடன் கதை என்னும் கதைப்பாடலில் வரும் நிகழ்ச்சி, ஊர் புளியமரத்தின் கீழ் பஞ்சாயத்துக் கூட்டம் நடக்கிறது. வெளியூர்க்காரன் ஒருவன் திருடன் எனக் குற்றம் சாட்டப்பட்டு நிற்கிறான். அவனுக்குக் கசையடி கொடுக்கும்படி தீர்ப்பாகிறது. உண்மையில் அந்த வெளியூர்க்காரன் நிரபராதி. அவன் யாரும் எதிர்பார்க்குமுன் புளியமரத்தின் மேல் ஏறி உச்சிக்குச் சென்றுவிடுகிறான். ஊர் மக்கள் அழியும்படி சாபமிட்டபடி கீழே விழுந்து சாடி இறக்கிறான்.

இப்படியாக கோபுரமேறிச் சாடி உயிர்விட்ட நிகழ்ச்சிகளுக்குப் பழைய கல்வெட்டுகளில் சான்றுகள் உள்ளன.

திருவரங்கம் கோபுரத்தில்...

ஒரே நாளில் நான்குபேர் திருவரங்கம் கோபுரத்தின் உச்சியிலிருந்து விழுந்து உயிர் துறந்திருக்கிறார்கள். இவர்களில் இருவர் கோவில்

அதிகாரிகள்; எஞ்சிய இருவர் ஜீயர்கள். இந்த நால்வருக்கும் இக்கோவிலில் சிற்பங்கள் உள்ளன. நால்வரும் வைணவர்களால் மதிக்கப்படுகிறார்கள்.

அப்பாவய்யங்கார், பெரியாழ்வார் என்னும் இரண்டு பேர் திருவரங்கம் கோவிலில் நிர்வாக அதிகாரிகளாக (ஸ்ரீ காரியம்) இருந்தனர். இருவரும் ஒரு தை மாதம் வெள்ளிக்கிழமையில் கோபுரமேறி குதித்து உயிர்விட்டிருக்கிறார்கள். இவர்களில் அப்பாவய்யங்காரின் சிற்பம் 13 நிலைகளை உடைய தெற்கு ராஜகோபுர வாசலில் உள்ளது. பெரியாழ்வாரின் சிற்பம் கிழக்கு வெள்ளைக் கோபுரத்தின் வட பகுதியில் உள்ளது. இந்த இரண்டு சிற்பங்களில் உள்ள கல்வெட்டு களின் வழி இவர்களைப் பற்றிய விரிவான சித்திரத்தை உருவாக்கி யுள்ளார் அறிஞர் குடவாயில் பாலசுப்பிரமணியம் (தமிழகக் கோபுரக் கலை மரபு).

இக்கோவிலைச் சார்ந்த இரண்டு ஜீயர்களும் இதே கோவிலின் கோபுரத்திலிருந்து சாடி உயிர்விட்டிருக்கிறார்கள். இது நடந்ததும் நிர்வாக அதிகாரிகள் உயிர்விட்ட அதே வெள்ளிக்கிழமையில்தான். இச்செய்தி பற்றி ஸ்ரீரங்கம் கோவில் குறித்த 'கோயிலொழுகு' நூல் குறிப்பிடுகிறது.

இப்படியாக இறந்த நான்கு பேருக்கும் தங்களை மாய்த்துக் கொள்ளுவதற்கு ஒரே காரணம்தான். திருவரங்கம் மூலவருக்குப் பூஜை புனஸ்காரம் சரியாக நடக்கவில்லை; கோவிலுக்குரிய பொருட்கள் சரியாகக் கிடைக்கவில்லை. அதற்குரிய பணம் தரப்படவில்லை என்பவைதாம். இதற்கெல்லாம் காரணமானவர் அப்போதைய அரசின் பிரதிநிதியாக இருந்த கோனேரிராஜா என்பவர். இவர் திருவரங்கம் கோவில் வருமானத்தைத் திருச்சி திருவானைக்கா கோவிலில் செலவளித்திருக்கிறார். திருவரங்கம் கோவில் நிர்வாகத்தில் தலையிட்டு அதிகாரிகளை அலைக்கழித்திருக்கிறார். மூலவரையும் கவனிக்கவில்லை.

இந்தக் காரணங்களால் அரசப் பிரதிநிதிக்கு எதிர்ப்புத் தெரிவித்து நால்வரும் கோபுரம் ஏறிச் சாடியிருக்கிறார்கள். இதிலும் கூட அரசியல் காரணம் உண்டு என்கிறார் குடவாயில் பாலசுப்பிரமணியம். இவர் "அரசப் பிரதிநிதியான கோனேரிராஜாவுக்கும் விஜயநகரராயரின் சகோதரர் ஒருவருக்கும் இடையே உள்ள பகைமை கோவில் நிர்வாகத்தைச் சீரழித்திருக்கிறது. அதனால் நால்வரும் மாய்த்துக் கொள்ள வேண்டிய சூழ்நிலை உருவானது" என்கிறார். இப்படியாகத் தங்களை மாய்த்துக் கொண்டவர்களின் பிரச்சனை ராயரின் கவனத்துக்குச் சென்றது. இதன் பிறகு இந்தப் பெரிய கோவிலின்

வருமானம் முறைப்படுத்தப்பட்டிருக்கிறது. இந்த நால்வரும் சிற்பமாக மட்டுமல்ல நினைவில் வாழும் தியாகிகளாகவும் கொள்ளப்பட்டனர். இந்த நிகழ்ச்சி நடந்தது, 15ஆம் நூற்றாண்டின் கடைசியில்.

எம்பெருமானார்...

திருவரங்கம் கோவில் கோபுரத்திலிருந்து விழுந்து இன்னொருவரும் உயிர்விட்டிருக்கிறார். இவர் கோவிலில் தேவரடியாராகப் பணியாற்றிய எம்பெருமானடியாரான ஒரு பெண். இது 14ஆம் நூற்றாண்டின் இறுதியில் நடந்தது. போசளர்கள் கண்ணனூரை ஆண்ட காலத்தில் மதுரை சுல்தானின் படைகள் திருவரங்கம் கோவிலில் அழிவுகள் செய்தன. படைத்தலைவன் கோவிலைச் சுற்றி வளைத்தான். பக்தர்களுக்கு உள்ளே போக முடியவில்லை. எம்பெருமானடியார் ஒருத்தி தன்னை அழகாக அலங்கரித்துக்கொண்டு படைத்தலைவனை மயக்கி கிழக்கு பெரிய கோபுரத்தின் மேலே அழைத்துச் சென்றாள். தங்கவிக்கிரகம் ஒன்று கோபுரத்தில் இருப்பதாகக் கூறிச் சாகசம் செய்து கோபுர வாசலிலிருந்து அவனைக் கீழே தள்ளிவிட்டாள். உடனே தானும் குதித்தாள். தலைவனை இழந்த படைகள் கோவிலை விட்டு வெளியேறின. கோவிலின் பாதுகாப்பிற்காக இந்தப் பெண் செய்த தியாகம் கோவிலைச் சார்ந்தவர்களுக்குப் பெரும் மரியாதையைக் கொடுத்திருக்கிறது. இன்றும் இது குறித்த செய்திகள் பேசப்படுகின்றன.

திருப்பரங்குன்றத்திலே...

ஒருமுறை (1793) ஐரோப்பிய படைத்தலைவன் ஒருவன் சிறு படையுடன் திருப்பரங்குன்றத்தில் முகாமிட்டபோது கோவிலை ஆக்கிரமித்தான். படைவீரர்கள் கோவிலினுள் நுழைந்து அழிவுகள் செய்தனர். சிலைகளை உடைத்தனர். அவர்களைத் தடுத்து எதிர்ப்புக் காட்ட முடியாத கோவில் சபை உறுப்பினர்கள் தவித்து நின்றார்கள். அப்போது கோவில் கோபுரவாசல் காவலாளியான வைராவி சமூகத்தைச் சார்ந்த குட்டி என்பவன் ஐரோப்பியப் படையினருக்குத் தன் எதிர்ப்பைத் தெரிவிக்கும் விதமாகக் கோபுரத்தின் மேலே ஏறினான் அங்கிருந்தே சாடி உயிரைவிட்டான். இந்த நிகழ்ச்சி நடந்த அதே சமயத்தில் ஆண்டராபரணமுதலி என்பவனும் கோபுரத்திலேறினான்; சாடி உயிரை விட்டான்.

இருவரின் கொடூர மரணமும் ஐரோப்பிய தளபதியை உறுத்தியது. அவன் முகாமைக் கலைத்துவிட்டுப் படைகளுடன் கோவிலைவிட்டு வெளியேறினான். இப்படியாக இறந்தவரின் குடும்பத்திற்குக் கோவில் சபையினர் மானியம் கொடுத்தார்களாம். இந்த நிகழ்ச்சி பற்றிய வாய்மொழிப் பாடல்களும் உண்டு. 20-ஆம் நூற்றாண்டு ஆரம்பத்தில்

ஆங்கிலேயருக்கு எதிராக நடந்த சுதந்திரப் போராட்டக் கூட்டங்களில் இவர்கள் இருவரைப் பற்றியும் காங்கிரஸ் தலைவர்கள் பேசியிருப்பதுடன் அவர்களை ஆங்கிலேய எதிர்ப்பாளர்களாகச் சித்திரித்தும் உள்ளனர்.

மதுரைக் கோவில்...

மதுரையில் விஜயரங்க சொக்கநாத நாயக்கர் (1706-1732) ஆட்சி செய்த போது தளவாய் கஸ்தூரி ரங்கய்யாவும் பிரதானி வேங்கட கிருஷ்ணய்யாவும் மக்களிடம் அதிக வரி வாங்கினர். மதுரை சொக்கநாதர் கோவிலில் ஸ்ரீபாதம் தாங்கிப் பணியாளர்களுக்கு (கோவில் வாகனம் சுமப்பவர்கள்) வரியில்லாமல் இறையிலி மானியமாகக் கொடுக்கப்பட்டிருந்த நிலங்களுக்குக் கட்டாய வரி வாங்கினார்கள். இந்தக் கொடுமைக்கு எதிர்ப்புத் தெரிவிக்க வாகனம் தூக்கி ஒருவன் கோபுரத்தின் மேல் ஏறிச் சாடி உயிர்விட்டான். ஸ்ரீபாதம் தாங்கிகள் 64 பேரும் இதுபோல் கோபுரம் ஏறிச் சாடி உயிர்விட்டனர் என்னும் செய்தியும் உண்டு. இதன் பிறகு அமைச்சர்கள் இவர்களின் நிலங்களுக்கு வரி விலக்களித்தனர். ஒருவகையில் கொடிய வரிகளுக்கு எதிர்ப்பானது இந்தத் தற்கொலைகள்.

சிதம்பரம் கோவிலில்...

16ஆம் நூற்றாண்டில் செஞ்சி அரசன் ஒருவன் சிதம்பரம் கோவில் வளாகத்தில் வரதராஜப் பெருமாளுக்குத் தனிக்கோவில் கட்ட யத்தனித்தான். அப்போது தில்லைவாழ் அந்தணர்கள் அதற்கு எதிர்ப்பு தெரிவித்தனர். அரசன் அது பற்றிக் கவலைப்படாமல் பணியைத் துரிதப்படுத்தினான். இதை எதிர்த்த தீட்சதர்கள் இருபதுபேர் கோபுரத்தில் ஏறி உயிர் துறந்தனர். மேலும் சிலர் கோபுரமேற முயன்றனர். அவர்களின் மேல் அரசனின் வீரர்கள் துப்பாக்கியால் சுட்டனர். இதைக் கண்ட தீட்சதப் பெண் ஒருத்தி கத்தியால் கழுத்தை அறுத்துக்கொண்டாள்.

சுசீந்திரத்தில்...

கன்னியாகுமரி மாவட்டம் சுசீந்திரம் தாணுமாலையன் கோவிலில் நம்பூதிரி குற்றவாளிகளுக்கான 'பிரத்யாயம்' என்னும் கைமுக்குச் சோதனை நடைமுறையில் இருந்தது. குற்றம் சாட்டப்பட்ட நம்பூதிரி கொதிக்கும் நெய்யில் கையைவிட்டுத் தான் நிரபராதி என்பதை நிரூபிக்க வேண்டும். ஒருமுறை இப்படியான விசாரணை நடந்தபோது குற்றம் சாட்டப்பட்ட நம்பூதிரி இளைஞன் கோவில் தெப்பக்குளத்தின் அருகேயுள்ள மாடியில் ஏறினான்; குளத்தில் விழுந்து உயிரை விட்டான். இந்த நிகழ்ச்சி அப்போது திருவிதாங்கூர் அரசராக இருந்த சுவாதித்திருநாளை மிகவும் பாதித்தது. அவர் 1834இல் இந்த கைமுக்கு விசாரணை முறையை நிறுத்தி விட்டார்.

கோபுரம் ஏறிச் சாடி உயிர் துறந்த இந்த நிகழ்ச்சிகள் எல்லாம் பொதுவான சமூகச் செயல்பாட்டிற்கு எதிர்ப்புத் தெரிவிக்க நடந்தவை. கோவில் சபையினரும் ஊர்மக்களும் இவர்களை மதித்து இவர்களின் குடும்பத்தினருக்கு மானியம் கொடுத்திருக்கின்றனர். முக்கியமாக இவர்களின் எதிர்ப்புக்குப் பலன் கிடைத்திருக்கிறது. இவர்களின் இறப்பு இவர்களின் கோரிக்கையை மறுபரிசீலனை வைக்கக் காரணமா யிருந்திருக்கிறது. ஆங்கிலேயரும் இதில் விதிவிலக்கல்ல. இதுபோன்று அண்மையில் நடந்த நிகழ்ச்சிகளுக்கு மறுபரிசீலனை வந்திருக்கிறதா?

காலச்சுவடு, மார்ச் 2018

4. பண்டை இலக்கியங்களில் பழமரபுக் கதைகள்

தொன்மம் (myth) என்பதற்குப் பழங்கதை புராணம் எனப் பொருள் கொள்ளுகின்றனர். தமிழில் புதிதாக உருவாக்கப்பட்ட சொல் என்ற தோற்றத்தை இது கொடுத்தாலும் இதன் அடிச்சொல் பழமை யானது. muthos என்ற கிரேக்கச் சொல்லிலிருந்து உருவானது myth. வாயினால் உரைக்கப்படுவது என்ற விளக்கம் பழமையானது.

கிரேக்கத்தில் இதற்கு நாடகக்கதை அறிக்கை எனப் பொருள் கொண்டனர். பிளாட்டோ இதை muthologia எனக் கூறுவார். இதற்குக் கதை கூறுதல் என்று அர்த்தம் கொண்டனர். இதுவே பின் mythology ஆனது. இதை புராணக்கதை, புராணப் பொருளமைதி, புராணவகை என்றெல்லாம் கூறினர். myth என்பது சமய நம்பிக்கை சடங்கு முறைகளின் அடிப்படையிலானது. ஒரு தொன்மமே பிற்காலத்தில் புராணமாக உருப்பெறும் என்பது ஒரு கருத்தாக்கம்.

தொன்மம் காலங்கடந்த செய்தியைக் கூறினாலும், குறிப்பிட்ட பண்பாட்டின் ஊடுருவிய கூறுகளை அறிய பெரிதும் பயன்படுவது. இது முழுதும் மனித இயல்புக்கு அப்பாற்பட்டதாலும் பொய்யானது என்று கூறமுடியாது. இதனால்தான் இலக்கியங்களின் ஆன்மாவாக தொன்மம் உள்ளது என்றார் பிளாட்டோ. மக்களின் எண்ணங் களிலிருந்தும் கூட்டுக் கற்பனைகளிலிருந்தும் மக்களின் வெளிப்பாடு களிலிருந்தும் அவர்களின் அகத்தூண்டுதல்களிலிருந்தும் உருவாகி படிப்படியாக வளர்ச்சியடைகிறது. தொன்மம் என்ற விளக்கத்தைப் பிளாட்டோவிலிருந்து எடுத்துக் கொண்டனர்.

தொன்மத்தில் அடங்கியவற்றுள் படிமம் முக்கியமானது. தொன்மம் இல்லாத மொழிகளைப் பண்பாடு இல்லாதவை என்று கூறலாம். வாய்மொழிப் பாடல்களை உருவாக்கியவர் பெயர் அறியாதது போலவே தொன்மத்தை உருவாக்கியவர் பெயரும் தெரியாது. இது உருவான காலகட்டத்தில் உண்மை என நம்பப்பட்டது.

தொன்மம் இயற்கை மீறிய ஆற்றலை வெளிப்படுத்துவது, தொன்றுதொட்டு வரும் சமூகப் பழக்கத்தையும் வாழ்க்கை நெறி முறையையும் அமைக்க உதவுவது. உலகத்துத் தொன்மங்களை உலகத் தோற்றத் தொன்மம்' சமூகச் சார்புத் தொன்மம் என்று பகுப்பதுண்டு. இந்தக் கருத்து இன்றைய நிலையில் பொருத்தமற்றது என்கின்றனர்.

தொன்மம் படிமமாகவும் முத்திரையாகவும் உருமாறியது பிற்காலத்தில் தான் (எ.கா. சின் முத்திரை) சிலுவை சூலம் என்னும் ஆயுதங்களின் பின்னே பல நிகழ்வுகளும் கதைகளும் மறைந்துள்ளன. ஆப்பிரிக்கக் குகை ஒன்றில் கண்டெடுக்கப்பட்ட கரடியின் மண்டை யோட்டில் உள்ள சில பொருட்கள் சடங்கு முறையைக் குறிப்பது என்றும் இதுபோன்ற சடங்குகளே தொன்மம் உருவாகக் காரண மானது என்றும் கூறுகின்றனர். இது 40,000 ஆண்டுகளுக்கு முற்பட்ட சடங்கு.

தொன்மம் வாய்மொழியாக அன்றி பருப்பொருளாகவும் இருக்கும். மரம் ஆன்மீகத்தைக் குறிக்கும். புத்தர் போதி மரத்தின் கீழமர்ந்து ஞானமடைந்தார் (எ.கா. ஆலமர் செல்வன்). கனி தரும் மரம் நன்மைக்கும் தீமைக்கும் பாலமாய் அமைந்த படிமம் (எ.கா. ஆதாம் ஏவாள் கதை). பொதுவாக ஆரம்பகாலத் தொன்மங்களில் எதிர் காலத்தைக் கணிப்பவர் (எ.கா. வசிட்டர்), வீர ஆளுமையை உடையவர்[2] (எ.கா.அனுமன்), அற்புதங்களைச் செய்பவர் (பலர்) என்பவர்கள் இடம்பெற்றிருந்தார்கள்.

இந்து மதத்திற்கு எதிராகப் பகுத்தறிவுவாதிகள் கொடுத்த குரல் தொன்மம் குறித்த ஆராய்ச்சி தொடர்ந்து நடத்தத் தடையாக இருந்திருக்கிறது. இந்த ஆய்வு தொடர்ந்திருந்தால் தமிழகத்தின் பழைய ஆளுமையையும், ஒழுக்கத்தின் வலிமையை வற்புறுத்தும் பாங்கையும் விரிவாக எழுத வாய்ப்பு இருந்திருக்கும்.

தொல்காப்பியர் கூறும் "தொன்மை தானே உரையொடு புணர்ந்த யாப்பின் மேற்றே" என்ற சூத்திரத்தில் உரை என்பதைப் பழங்கதையாகக் கொள்ளவும் முடியும். இது புராணம் / மரபுத் தொன்மம் என்னும் பொருளில் வழங்கப்பட்டிருந்தால் தொல்காப்பியர் காலத்திலேயே தமிழ் மரபு சார்ந்த புராணக் கதைகள் / தொன்மம் சார்ந்த பழமரபுக் கதைகள் வழக்கில் இருந்திருக்க வேண்டும் என்று ஊகிக்கலாம்.

தொல்காப்பியர் கூறும் உரையை வாய்மொழிக் கதை என்பதற்குச் சங்கப் பாடல்களிலிருந்து சான்று காட்டி நிறுவ முடியும். நெடுநல் வாடையில் வரும் பாண்டி நாட்டு அரசியை "செம்முகச் செவிலிய வைமுகக் குழிஇ குறியவும் நெடியவும் உரைபல பயிற்றி" ஆறுதல் கூறியதாகச் செய்தி வருகிறது. இங்குக் குறிப்பிடப்படும் உரை வாய் மொழிக் கதை; பழைய அனுபவம் சார்ந்த கதை என்று எடுத்துக் கொள்ளலாம். குறிய, நெடிய என்னும் அடைமொழிக்கு சிறிய கதை, நெடிய கதை / புராணம் எனவும் கொள்ளலாம்.

இதனால் சங்ககாலத்தில் தமிழ் மரபு சார்ந்த தொன்மம் வாய்மொழி வடிவில் இருந்தது என்று ஊகிக்கலாம். இவை அன்றைய புலவர்களால் முழுவதும் பதிவு செய்யப்படவில்லை. இவற்றின் எச்சங்கள் அடைமொழியாகச் சில இடங்களில் குறிக்கப்படுகின்றன. பெருங்கதையில் செம்முது செவிலியர் பகர்ந்த உரை எனக் குறிப்பிடும் இடத்தில், புனைந்துரை என்னும் பொருளே கொள்ளப்படுகிறது.

தொல்காப்பியர் குறிப்பிடும் தொன்மைக்கு "உரையொடு பொருந்திப் போந்த பழமைத்தாகிய பொருள்மேல் வருவன" என்று பொருள் கொள்ளுகிறார் இளம்பூரணர். இதற்கு கிராமசரிதத்தையும் பாண்டவ சரிதத்தையும் சான்று காட்டுகிறார். பேராசிரியர் பழமை யாகிய கதைப்பொருள் எனப் பொருள் கொண்டு பெருந்தேவனார் பாரதத்தையும் தகடூர் யாத்திரையையும் உதாரணம் காட்டுகிறார்.

தொல்காப்பியர் கூறும் தொன்மையை உரையாசிரியர்கள் பழம் கதைகள் / புராணங்கள் எனக் கொள்ளுகின்றனர். தகடூர் யாத்திரை தமிழகத்தில் வாய்மொழியாகப் பேசப்பட்டு புராணம் / நீண்ட கதை வடிவில் உருவாயிருக்கலாம். தமிழகத்தில் ஆரம்பகாலத்தில் பேசப் பட்ட வாய்மொழிக் கதைகள் புராண வடிவத்தை அடையவில்லை[3] (விதிவிலக்கு கண்ணகி கதை).

தமிழின் பழம் இலக்கியங்களில் துணுக்குகளாக வரும் சிவன், திருமால், பிரம்மன் - அகலிகை, அருந்ததி, மன்மதன், முருகன் பற்றிய செய்திகள் வடநாட்டுப் புராணச் சார்புடையவை என்பதில் பெரிய கருத்து வேறுபாடில்லை. ஆனால் இக்கதைகள் திராவிடக் கூறுகளுடனும் தமிழகத்தில் ஏற்கெனவே வழங்கப்பட்ட புராண / வாய்மொழிக் கூறுகளுடனும் இணைந்தவை (எ.கா. முருகன் வள்ளி கதை; நப்பின்னை).

தமிழில் புராண மூலங்கள் உண்டு என்பதற்கு சிலப்பதிகாரம், பெரியபுராணம் இரண்டும் சரியான சான்றுகள்.[4] பண்டைத் தமிழகத்தில் பரவலாக இருந்த நாட்டார் வழிபாடு பற்றிய இலக்கியச் செய்திகள்; அகழாய்வுச் செய்திகள்; நடுகல் தொடர்பான செய்திகள் ஆகியவற்றி லிருந்து பழம் தொன்மம் / புராணங்களைத் தேடலாம். இந்த இடத்தில் நாட்டாரியல் ஆய்வாளர்கள் கூறும் கருத்தைப் பொருத்திப் பார்க்கலாம்.

கிரீம் சகோதரர்கள், வளர்த்த புராணவியல் கோட்பாடு (1812) பழம் புராணங்களின் சிதறிய வடிவங்களை ஒன்றாக இணைத்து இவை வெளிப்படுத்தப்பட்ட சூழலைப் புரிந்துகொள்ள உதவும் என்றது. இக்கோட்பாடு ஆரம்பகால ஆய்வாளர்களுக்கு கட்டமைப்பில் உதவியது ஆயினும் பிற்காலத்தில் மறுதலிக்கப்பட்டது.

ஆரம்பகாலத் தொன்மக் கூறுகளையும் பிற்கால பெரியபுராணம், திருவிளையாடல் புராணம் போன்ற புராணங்களையும் அமைப்பியல் ஆய்வின் அடிப்படையில் ஆராயும் முயற்சி மிகக் குறைவாக நடந்திருக்கிறது.

* * *

பண்டைத் தமிழ் மரபின் தொன்மக் கதைகள் பற்றிய செய்திகளை இரண்டு வகைகளாகப் பகுத்துக் கொள்ளலாம். அவை,

1) பழம் இலக்கியங்களில் காணப்படும் தொன்மம் கதைத் துணுக்குகள் 2) பண்டைத் தமிழ்ப் புலவர்கள் இலக்கியங்கள் வளர்த்த தமிழ்ச் சங்கங்கள் பற்றிய பிற்காலத் தொன்மங்கள் கதைகள் ஆகியன.

முதல் வகையில் பெண் கொலை புரிந்த நன்னன் கதை, அன்னிமிஞிலியின் தந்தையின் கண் தோண்டிய கதை, ஆட்டனத்தி ஆதிமந்தி கதை ஆகியனவும் திருமாஉண்ணி, சிலம்பு சாபங்கள், கொல்லிப் பாவை, சூரரமகளிர் ஆகியவை பற்றிய தொன்மங்களும் இக்கட்டுரையில் எடுத்துக் கொள்ளப்பட்டுள்ளன.

இரண்டாம் வகையில் சங்கம் பற்றிய கதைகள், இறையனார் அகப்பொருள் உரை உருவான நிகழ்ச்சி, கொங்குதேர் வாழ்க்கைப் பாடல் பிறந்த கதை ஆகியன எடுத்துக் கொள்ளப்பட்டுள்ளன.

நன்னன் கதை

பெண் கொலை புரிந்த நன்னனைப் பற்றிய செய்திகள் பாட்டும் தொகையும் நூற்களில் வருகின்றன. இதன் தொடர்ச்சியையும் வழிபாட்டுக் கூறுகளையும் இன்றும் தமிழகத்தில் காணமுடியும். பாட்டும் தொகையும் பாடல்களில் நன்னன் என்னும் பெயருள்ள மன்னனைப் பற்றிய பாடல்களை 11 புலவர்கள் பாடியுள்ளனர். இவர்களில் அதிகப் பாடல்களைப் பாடியவர் பரணர். இவருடைய பாடல்களில் நன்னனின் மரபு பற்றிய செய்திகள் குறிப்பாக வருகின்றன.

நன்னன் என்ற பேரில் மூன்று மன்னர்கள் வாழ்ந்தனர் என்று ஊகிக்கின்றனர். இவர்களில் பெண் கொலை புரிந்த நன்னன் கி.பி.100-125இல் வாழ்ந்தவர் என்கிறார் மயிலை சீனி. வேங்கடசாமி. பெண் கொலை செய்த நன்னனின் நாடு இன்றைய ஆனைமலையின் ஒரு பகுதி என்ற கருத்து உள்ளது.[5] நன்னன் சிறந்த போர்வீரன் (அகம். 152). போரில் வென்ற அரசர்களின் மனைவிகளின் கூந்தலை மழித்து கயிறு திரித்தவன் (நற்றி. 270 பரணர்). ஆனால் இரவலர்களுக்கு யானை களைக் கொடுப்பதில் தயங்காதவன்.

பரணர் நன்னனின் கதையை தோழி சொல்லும் உவமையின் வாயிலாகவே பதிவு செய்திருக்கிறார்[6] (குறுந். 292). இளம் பெண் ஒருத்தி ஆற்றில் நீராடிக் கொண்டிருந்தபோது பிஞ்சுகாய் (மாங்காய்) ஒன்று நீரில் மிதந்து வந்தது. அவள் அதை அறியாமல் தின்றுவிட்டாள். அந்தப் பிஞ்சு ஆற்றங்கரையில் நின்ற நன்னனின் காவல் மரத்தில் காய்த்தது. அதை உண்பவர் நீண்ட ஆயுளுடன் வாழ்வர். அந்த மரம் அபூர்வமாகத்தான் காய்க்கும்.

இளம்பெண் மாம்பிஞ்சைத் தின்ற செய்தி நன்னனுக்குத் தெரிந்தது. அவன் அவளுக்கு மரண தண்டனை விதித்தான். அவளது தந்தை நன்னனிடம் சென்று அவளது எடைக்குச் சமமாகத் தங்கமும் 81 யானைகளையும் தருகிறேன் அவளை விட்டுவிடு என்றான். நன்னன் அதைக் கேட்கவில்லை. அந்தப் பெண்ணைக் கொலை செய்து விடுகிறான்.

நன்னனால் கொலை செய்யப்பட்ட பெண் கோசர் மரபைச் சார்ந்தவள். இதனால் கோசர்கள் நன்னனைப் பழிவாங்க எண்ணினர். அவனது காவல் மரத்தை வெட்ட நினைத்தனர். அதற்காக அகுதை[7] என்னும் குறுநிலத் தலைவனைப் பயன்படுத்தினர். அவனிடம் பாடினிகள் சிலரை அனுப்பினர். அவர்கள் அகுதை முன்னே பாடினர். அவன் பரிசுப் பொருட்களும் யானையும் கொடுத்தான். அந்த யானையை நன்னனின் காவல் மரத்தில் கட்டுமாறு செய்தனர் கோசர்கள். அப்போது நன்னன் நாட்டில் இல்லை.

நன்னன் ஊர் திரும்பிய போது காவல் மரத்தை யானைகள் சாய்த்திருப்பதைக் கண்டான். இதன் காரணமாக கோசருடன் போர் புரிந்து இறந்தான். கோசர்கள் பெண் கொலை புரிந்த நன்னனைப் பழிவாங்கித் திருப்தியடைந்தனர். இதைப் பரணர் பாடல் ஒன்று உவமையாகக் கூறும். தோழி தலைவனிடம் "நன்னனின் காவல் மரமாகிய நறிய மாமரத்தை வெட்டி அவனைப் போரில் கொன்று வஞ்சினத்தை உடைய கோசர் செய்த சூழ்ச்சியைப் போல" என்கிறாள் தோழி[8] (குறுந். 73).

பெண்கொலை செய்த நன்னன் தன் சமகாலத்தில் வெறுக்கப் பட்டிருக்கிறான்; பின்னரும் அப்பழி தொடர்ந்தது. இளம் கண்டிரக் கோவும், இளம் விச்சிக்கோவும் ஒன்றாக இருந்தபோது அங்கே வந்த பெருந்தலைச் சாத்தன் என்பவன் இளம் கண்டிரக்கோவை மட்டும் தழுவினான். இளம் விச்சிக்கோ என்னிடம் நட்பு பாராட்டித் தழுவாததன் காரணம் என்ன என்று கேட்ட போது "நீ பெண் கொலை செய்த நன்னன் மரபில் வந்தவன்" என்றான். இந்த நிகழ்ச்சியை வன்பரணர் பாடியுள்ளார் (புறநா. 151).

நன்னனால் கொலை செய்யப்பட்ட பெண் கோசர் வகுப்பினர் என்பது பழைய உரையாசிரியரின் கருத்து. கோசர்கள் பற்றிய செய்திகள் சங்கப் பாடல்களில் நிறையவே வருகின்றன. பண்டைத் தமிழகத்தில் கன்னடர் தொடர்பு குறித்து சங்கப் பாடல்களை மட்டும் ஆதாரமாக வைத்து ஆராய்ந்த ஷெட்டர் "கோசரை அசோகனின் கல்வெட்டு குறிப்பிடும் சத்தியபுத்திரர்" என்கிறார்[9] (2010 ப.188).

கோசரை அன்றைய அரசர்களுக்குக் கூலிக்கு போரிடச் சென்றவர் என்கிறார் துரையரங்கனார் (1960 ப.276). இவர்கள் துளு, தமிழ், கன்னடம், குடகு மொழிகளைப் பேசியவர் என்கிறார் ஷெட்டர் (2010 ப.189). இவர்கள் கொங்கணக் கடற்கரையில் சிறு பகுதியை ஆண்ட துளுநாட்டினர் (மேற்படி ப.192).

நன்னனால் கொலை செய்யப்பட்ட கோசர் இனப் பெண் வழிபடு தெய்வமானாள். அவள் குறித்த தொன்மம் தொடர்ந்திருக்கிறது. கேரளத்து ஆனைமலையே நன்னனின் நாடு என்றும் ஆனைமலைக் காட்டில் உள்ள பிங்கொளாம் பாறை (பெண் கொலை செய்யப்பட்ட பாறை)யை அடுத்த இடத்திலேயே இவள் கொலை செய்யப்பட்டாள் என்ற அவ்வை துரைசாமியின் கருத்தை மேற்கோள் காட்டுகிறார் துளசி ராமசாமி.[10]

நன்னன் கதை தொடர்பான தொன்மம் பல்வேறு கதை வடிவங் களுக்குக் காரணமாயிருந்திருக்கிறது என்பதை பி.எல்.சாமி விரிவாக ஆராய்ந்திருக்கிறார் (ஆராய்ச்சி; மலர் 5 இதழ் 1). காசக்கோடு ராமையன் நாயக் என்பவர் கன்னடம், துளு மொழிப் புலமை உடையவர். இவர் பெண்கொலை நன்னனை வைத்து ஒரு நாடகம் எழுதியிருக்கிறார். இதற்கு மூலம் காசக்கோட்டில் நன்னன் குறித்து வழங்கப்பட்ட வாய்மொழிக் கதைதான் என்கின்றனர்.[11]

கேரள எல்லை, நீலேஸ்வரம் என்ற இடத்தில் ஆடப்படும் தெய்வ ஆட்டத்தின் கதைப் பின்னணியில் நன்னன் கதை சாயல் உள்ளது. இக்கதையில் பெண்ணிற்குப் பதில் ஆடுமேய்க்கும் சிறுவன் வருகிறான். ஒரு பிராமணனின் வீட்டில் சிறுமி ஒருத்தி பலாக்காயைப் பறித்ததால் அவள் கொல்லப்படுகிறாள். பின் தெய்வமானாள். இவள் இப்போது பகவதி என்று அழைக்கப்படுகிறாள்.[12]

நன்னனால் கொலை செய்யப்பட்ட பெண்ணின் கோவில் கொங்கு நாட்டு ஆழியாற்றின் கிளைநதி உப்பாற்றங்கரையில் உள்ளது. இது ஆரம்பத்தில் மயானக் கோவில் எனப்பட்டது. இப்போது மாசானி அம்மன் கோவில். இக்கோவில் தெய்வம் மாசானி அம்மனாக வழிபாடு பெறுகிறார். இக்கோவில் 1953-இல் தான் முறைப்படி கட்டப்பட்டது; இது வெள்ளாளக் கவுண்டர் கட்டுப்பாட்டில் உள்ளது.

அன்னிமிஞிலி கதை

கோசர் இனப்பெண் நன்னனால் அநியாயமாய் கொலை செய்யப்பட்டதால் கோசர் நன்னனைப் பழிவாங்கினர். இதே கோசர் நன்னனைப் போல ஒரு கொலையைச் செய்தனர். இந்த நிகழ்ச்சியே அன்னிமிஞிலி தொடர்பான கதை. பரணர் இதை ஒரு உவமையாகக் கூறுகிறார் (அகநா. 262).

பழைமையான ஒரு ஊரில் பசுமை நிறைந்த காட்டில் எருதுகள் பூட்டிய பல ஏர்கள் ஒன்றோடொன்று பின்னிக் கிடக்கும் கொடிகளை நீக்கி உழுத புஞ்சையில் பயிற்றங்கொல்லையில் ஒரு பசு மேய்ந்தது. அந்த ஊர் தோட்டம் கோசர்களுக்குரியது. அந்தத் தோட்டத்தில் மேய்ந்த பசுவுக்கு உரிமையானவன், அந்தப் பசு தனக்குரியது என்றான். கோசர்கள் ஈவு இரக்கமில்லாமல் அவனது இரண்டு கண்களையும் பிடுங்கி விட்டனர்.

கண் பிடுங்கப்பட்ட விவசாயியின் மகள் துடித்துப் போனாள். ஆவேசத்துடன் சபதம் செய்தாள். "அந்தக் கோசர்களைக் கொல்லுவது வரை கலத்தில் உண்ணமாட்டேன். தூய ஆடை உடுத்த மாட்டேன்" என்றாள். அவள் திதியன் என்னும் குறுநிலத் தலைவனைச் சந்தித்துத் தன் சபதத்தைச் சொன்னாள். அவன் கோசர்களைப் படையெடுத்து அழித்தான். மிஞிலி பெரும் மகிழ்ச்சியடைந்தாள்.

அன்னிமிஞிலியின் தந்தை வரகு அறுவடை செய்யும் காலம் வந்ததும் அதைப் பொருட்படுத்தாமல் இருந்ததால் அவன் கோசரின் முன் நிறுத்தப்பட்டான். கோசர்கள், அவன் கண்ணைப் பிடுங்கினர். அதனால் திதியன் அழுந்தூர் என்ற இடத்தில் கோசர்களைக் கொன்றான் என்பது இக்கதையின் இன்னொரு வடிவம் (அக நா 196)[13].

இங்குக் குறிக்கப்பட்ட இரு கதைகளிலும் நடந்த நிகழ்ச்சிகள் கருணையற்ற நிலையில் செய்யப்பட்டவை. ஒரு அநியாயத்திற்காகப் பழி வாங்கியவர்களே வேறு ஒருவருக்கு அதர்மம் செய்கின்றனர். ஒரு அதர்மத்திலிருந்து பாடம் படிப்பது என்ற அறம் தொன்மங்களுக்கு அப்பாற்பட்டது என்பதற்கு இவ்விரு கதைகளும் சான்று.

ஆட்டனத்தி ஆதிமந்தி கதை

சிலப்பதிகாரத்தில் கற்புடைய பெண்கள் ஏழு பேரைப் பற்றிய செய்தி வருகிறது[14] (சிலப்பதி. 21 வரி 4-23). இக்கதைகளில் ஆதிமந்தி கதை விரிவாகக் கூறப்படுகிறது. புகழ்மிக்க சோழமன்னன் கரிகாலனின் மகள் ஆதிமந்தி வஞ்சிக் கோமான் ஆட்டனத்தியை மணந்தாள். ஒருமுறை காவிரியாற்றில் பெருவெள்ளம் வந்தபோது ஆட்டனத்தியை இழுத்துச் சென்று விட்டது. அப்போது ஆதிமந்தி காவிரியின் போக்கிலேயே கரை வழி நடந்தாள்.

"மலை போன்ற தோளுடையவனே எங்கே போனாய்?" என்று கதறிக் கொண்டே ஓடினாள். கடல் அவளுக்கு இரங்கியது. ஆட்டனத்தியை அவள் முன்னே கொண்டு நிறுத்தியது. அவள் அவனைத் தழுவிக் கொண்டு பொலிவு பெற்ற பூங்கொடிபோல் ஊர் திரும்பினாள் என்பது சிலப்பதிகாரம் கூறும் கதை.

கற்புடைய பெண்கள் ஏழு பேரைப் பற்றிய கதைகளில் ஆட்டனத்தி கதை இளங்கோவடிகள் காலத்திற்கு முன்பும் வழங்கப்பட்டது என்பதற்குப் பாட்டும் தொகையும் நூல்களில் சான்று உண்டு. பிற கதைகளில் வன்னிமரம், மடப்பள்ளி சான்றாக வந்த கதை ஆகிய இரண்டும் திருவிளையாடல் புராணத்தில் வருகிறது. இந்த ஏழு கதைகளில் ஆட்டனத்தி கதை பாட்டும் தொகையும் பாடல்களில் எதார்த்தத்துக்குப் பொருந்துமாறு கூறப்பட்டது.

பரணரின் அகநானூற்றுப் பாடலில் (எண் 222) தோழி தலைவியிடம் ஆதிமந்தி ஆட்டனத்தியைத் தேடியது போல் தலைவனை நாமும் தேடுவோம் என்கிறாள். இப்பாடலில் ஆட்டனத்தி விரிவாக வருணிக்கப் படுகிறான். மிகுந்த அழகினையும் பொலிவினையும் நிமிர்ந்து திரண்ட தோளையும் உடையவன் ஆட்டனத்தி. இடைவிடாது முழவொலி கேட்கும் ஆரவாரம் மிக்க கழாஅர் என்ற ஊரில் பெரிய துறையின் கண் நிகழ்ந்த விழாவில் அவன் நடனம் ஆடினான். தாழ்ந்து தொங்கிய கூந்தலையுடைய காவிரி அவன் அழகைக் கண்டு விரும்பி கவர்ந்து சென்று விட்டாள்.

ஆதிமந்தி கணவனைக் காணாது அலைந்தாள். மதிமயங்கி வாட்டமுற்றாள். அப்போது அங்கே வந்த மருதி என்பவள் கடலில் சென்ற ஆட்டனத்தியை மீட்டு ஆதிமந்தியிடம் ஒப்படைத்து விட்டுத் தன் உயிரை விட்டாள். இதனால் மருதி புகழ் பெற்றாள்.

இதே நிகழ்ச்சியை பரணர் வேறு இடங்களிலும் கூறுகிறார். "ஆட்டனத்தி இடையில் கச்சு கட்டியவன்; கழல் அணிந்தவன்; கழுத்தில் மாலையை உடையவன்; சுருண்ட மயிரை உடையவன் (அகநா. 76). சிங்க ஏறுபோல் நடப்பவன் (அகநா. 236). கரிகால் வளவன் தன் உறவினருடன் புனல்விழாக் கண்டு மகிழ்ந்தான். அப்போது அத்தி சிவந்த காலில் கட்டிய கழலையும் வயிற்றில் மணியினையும் கட்டிக் கொண்டு கஞ்சதாளம் ஒலிக்க புனலில் நின்று ஆடினான். அந்த நேரத்தில் காவிரி அவனை இழுத்துச் சென்றது (அகநா. 2376, 396). அத்தி ஆதிமந்தி கதையை வெள்ளிவீதியாரும் கூறுகிறார். ஆதிமந்தியார் என்ற புலவர் ஆடுமகள் ஒருத்தி ஆடும் கலைஞனைத் தேடிய நிகழ்ச்சிக்கு அத்தி கதையை உவமையாக்குகிறார் (குறுந். 31).

இளங்கோவடிகள் காலத்து ஆதிமந்தி பற்றிய கதைக்கும் பரணர் காலத்து ஆதிமந்தி கதைக்கும் கதை நிகழ்வில் வேறுபாடில்லை என்றாலும் ஒரு நிகழ்வு தொன்மமாகப் புராணத் தன்மை ஏற்றப்படும் வளர்ச்சியை சிலப்பதிகாரத்தில் காண முடியும்.

ஆட்டனத்தியை குறுநிலத் தலைவன் போன்ற பின்னணியிலோ ஆதிமந்தியைக் கரிகாலன் மகளாகவோ அகநானூறு குறுந்தொகைப் பாடல்களில் காட்டப்படவில்லை. அங்கு அழகிய கலைஞனாக வருகிறான். அவனைக் காவிரி கொண்டு சென்ற போது மருதி என்பவள் காப்பாற்றுவதாகக் கூறப்படுகிறது. காப்பாற்றும்போது அவள் உயிர் துறக்கிறாள். பின்னர் மந்தி அத்தியைத் தழுவினாள்.

இளங்கோவின் கதையில் மருதி கடல் தெய்வம் போல் காட்டப் படுகிறாள். ஆதிமந்தி ஏழு கற்புடைய பெண்களில் ஒருத்தியாகக் காட்டப்படுகிறாள். சப்த ரிஷிகளின் மனைவிகளை ஏழு கற்புடைய பெண்களாகக் காட்டிய தொன்மத்தை[15] தமிழ் மரபிற்கேற்ப இளங்கோவடிகள் கையாண்டதாகக் கொள்ளலாம்.

திருமாஉண்ணி தொன்மம்

இளங்கோவடிகள் தன் காப்பியத்திற்கு மூலமாக முந்தைய கால வாய்மொழிக் கதைகளையும் தொன்மங்களையும் லாவகமாகக் கையாண்டுள்ளார் என்னும் கருத்தை முதலில் வையாபுரிப்பிள்ளை முன் வைத்தார். அதற்கு அவர் மதுரை மருதன் இளநாகனார் நற்றிணை மருதப் பாடலை (எண் 210) எடுத்துக் காட்டுவார். அதற்கு அவர் முக்கிய காரணமாக மருதனிள நாகனாரின் நற்றிணை மருதநிலப் பாடலை (எண் 216) எடுத்துக் காட்டுவார். "குருகுகள் ஆரவாரம் செய்யும் வயல்கள் நிறைந்த பகுதியில் வேங்கைமரம் உள்ளது. அது கடவுள் நிலைபெற்ற பூசையை உடையது. அதில் ஒரு பரணும் கட்டியிருந்தது. அங்கே திருமாஉண்ணி என்னும் பெண் நின்றாள். அவளது ஒரு மார்பு அறுக்கப்பட்டிருந்தது. அயலான் ஒருவன் செய்த செயலால் துன்பப்பட்டு பிறர் வருந்தும்படி இங்கே வந்து நின்றாள்" என்பது இப்பாடல் கூறும் செய்தி. இது கண்ணகி கதைக்கு மூலம் என்பது வையாபுரியாரின் வாதம்.

இளங்கோவடிகள் இந்த மூலத்தைக் காவியமாக்கினார் என்ற கருத்து விரிவாக ஆராயப்பட வேண்டிய ஒன்று. நிறைய ஆய்வுகள் வந்தும் விட்டன. இளங்கோ தன் சமகாலத்தில் சமஸ்கிருதம் பிரா கிருதம் மொழிகளின் வழிவந்த புராணத் தொன்மங்களை கதை நிகழ்வில் பெருமளவில் பயன்படுத்தியிருக்கிறார். யதார்த்தத்தின் பின்னணியில் பாடப்பட்ட பாட்டும் தொகையும் பாடல்களிலிருந்து இங்கே விலகி நிற்பதும் இதனாலேயே.

பெண் தெய்வத் தொன்மம்

சங்கப் பாடல்களில் குறிக்கப்படும் நாட்டார் தெய்வம், நெறி முறைப்படுத்தப்பட்ட வழிபாடு சார்ந்த தெய்வம் பற்றிய செய்திகள் விரிவாக ஆராயப்பட்டுள்ளன. இத்தெய்வங்களில் சங்ககாலத்துக்கு முற்பட்ட காலத்தில் வழிபாடு பெற்ற பெண் தெய்வங்கள் குறித்த நம்பிக்கைகள் சங்க காலத்திலும் இருந்தன. இத்தெய்வங்கள் தொடர்பான கதைகள் முழுதுமாய் பதிவு செய்யப்படவில்லை, இருக்கின்ற தகவல்களின் அடிப்படையில் பார்த்தால் சில பெண் தெய்வங்கள் பற்றிய தொன்மங்கள் கிடைத்துள்ளன. இவற்றின் தொடர்ச்சியை இன்றைய நாட்டார் பெண் தெய்வங்களின் கூறுகளில் காண முடியும்.

பாட்டும் தொகையும் பாடல்களில் சூர், கொல்லிப் பாவை, நீரரமகளிர் என்னும் தெய்வங்கள் குறிப்பிடப்படுகின்றன. சூர் மலை தெய்வம் உடம்பில் ஏறினால் ஆவேசம் வரும் (குறுந். 52), சூரரதெய்வம் அச்சத்தைத் தருவது (குறிஞ்சிப் பாட்டு 255). திடீரென்று தாக்குவது (அகநா. 7), மலையில் வாழ்வது, (அகநா. 342; ஐங்குறு. 204, 255) எனப் பலவாறு இவை குறிப்பிடப்படுகின்றன.

இந்த நாட்டார் தெய்வங்கள் மரபுவழியான தொன்மத்தின் அடிப்படையில் நம்பிக்கையுள்ளவை. இவை நீர்நிலைகளின் அருகிலும் காவுகளிலும் இருப்பவை. இத்தெய்வங்கள் பற்றிய தொன்மங்கள் பிற்காலத்தில் சப்த கன்னிகைகளுக்கு ஏற்றப்பட்டன. இந்தத் தெய்வங் களின் வரிசையில் வரும் கொல்லிப்பாவை பற்றிய தொன்மம் இன்றும் தொடருகிறது.

கொல்லி மலையில் உள்ளது கொல்லிப் பாவை, பலா மரங்கள் நிறைந்த சோலையில் இருப்பது, அழிவில்லாதது. பலரும் புகழ்வது, அழகானது, (தலைவனின் அழகிற்கு இது உவமையாகக் கூறப்படுவது) இது கிழக்கே பார்த்து இருப்பது, சூரிய ஒளி இதன் மேல் படும், கண்டோரை மயக்கி வீழ்த்தி உயிர்விடச் செய்யும் ஆற்றல் உடையது (குறுந். 89; அகநா. 209; நற்றி. 201; 192).

இந்தத் தெய்வங்கள் திராவிட மரபுடையவை. இவை பேய்த் தெய்வங்களல்ல. இத்தெய்வங்கள் குறித்த தொன்மங்கள் தமிழரின் தொல்பழம் - வழிபாடு சார்ந்த நம்பிக்கையுடைய தெய்வங்கள் என எடுத்துக்கொள்ளலாம்.

அடிக்குறிப்புகள்

1. பாற்கடல் கடந்த கதை, தசாவதாரக் கதைகள் போன்ற பல கதைகள் உலகத் தோற்றக் கதைகளின் கூறுகள் கொண்டவை.

2. இராவணன் கைலையைத் தூக்கிய கதை புராணங்களில் மட்டுமல்ல இலக்கண உதாரணச் செய்யுளிலும் உள்ளன. தமிழ்நாட்டுக் கோவில்களின் முகப்பு மண்டபங்களிலும் தேர்களிலும் உள்ளன.

3. சங்ககால நடுகல் தொடர்பான கதைகளின் நிகழ்வுகள் பதிவு செய்யப்பட வில்லை. அவை வாய்மொழி வடிவில் இருந்திருக்கலாம்.

4. எலும்பைப் பெண்ணாக்கிய கதை
கோவில் கதவு திறக்கும்படி பாடிய கதை
முதலை உண்ட பாலகனை மீட்ட கதை
போன்றனவும் வாய்மொழியாக இருந்து புராணங்களில் ஏறிய கதைகளாகும்.

5. துளசி ராமசாமி மாசானி அம்மன் கதை
விழிகள் சென்னை 1998 ப.30.

6. மண்ணிய சென்ற ஒள்நுதல் அரிவை
புனல்தரு பசுங்காய் தின்னதன் தப்பதற்கு
ஒன்பதிற்று ஒன்பது களிற்றொரு அவள் நிறை
பொன்செய் பாவை கொடுப்பவும் கொள்ளான், செலீ இயரோ.
பெண்கொலை புரிந்த நன்னன் போல
வரையா நிரையத்து செலீ இயரோ.
குறுந். 292

7. அகுதை என்பவன் சிறுதலைவனாகவோ கூலிப்படைத் தலைவனாகவோ இருந்திருக்க வேண்டும். இவனும் பரிசலுக்கு கொடுப்பவன் (அக நா. 76). அகுதைக்கு ஒருமுறை இன்னல் வந்த போது அவளைக் காப்பாற்றியவர் கோசர் (அக நா. 113).

8. காவல் மரம் ஒரு நாட்டின் சின்னம். அது வீழ்ந்தால் நாடே வீழ்ந்ததாகக் கருதப்படும். காவல் மரத்தை வெட்டுவது வீரமாகக் கருதப்படுவது. (பதிற். 11-12). காவல் மரத்தை வெட்டி வீர முரசு செய்வது வழக்கம் (அக நா. 45, 145, 347).

9. கோசர் பழைய ஆலமரத்தடியில் கூடுவர் (குறுந் 15), கோசரின் நாடு வயல்கள் நிறைந்தது (அக நா. 113), வேலெறிவதில் வல்லவர்; முருக்கம் கம்பால் செய்த பலகையில் வேலெறிந்து - பழகுவர் (புறநா. 169), வாய்மையைக் காப்பவர் (அக நா. 205), ஆயுத வடுக்களை உடையவர் (அக நா. 90), இவர்களின் தலைவன் தப்பாத வாளை உடையவன் (மதுரைக்காஞ்சி 772-73), பொன் அணிகள் அணிந்தவர் (அக நா. 13), தலைமைப் பண்பை உடையவர் (அக நா. 15), ஒரே வஞ்சினத்தைக் கூறுபவர் (அக நா. 196), ஒன்று மொழிக் கோசர் (அக நா. 19), இளம்பல் கோசர் (புற நா. 107), வலம்புரி கோசர் (புற நா. 283), மெய்மலி பெரும் பூண் செம்மல் கோசர் (குறுந். 73).

10. துளசி ராமசாமி மாசானி அம்மன் கதை; 1998 ப.34).

11. இந்த நாடகத்தில் நன்னன் மாங்காய் பொறுக்கிய குழந்தைகளின் கைகளை கத்தியால் வெட்டுகிறான்.

12. ஒரே பழத்தைத் தின்று சாபம் அடைந்த கதை மணிமேகலையில் உண்டு (காய சண்டிகை கதை), பிற்கால புகழேந்திப் புலவர் எழுதிய பஞ்சபாண்டவர் வனவாசம் கதைப் பாடலிலும் திரௌபதை தொடர்பாக இப்படி ஒரு கதை உண்டு.

13. இங்குக் குறிக்கப்படும் திதியன் தேர் அழுந்தூர் என்ற பகுதியின் தலைவன். இவன் கோசரின் காவல் மரமான புன்னை மரத்தைத் துணித்தவன் என வெள்ளி வீதியார் கூறுவார் (அக நா. 45).

14. 1. வன்னிமரமும் மடப்பள்ளியும் சான்றளித்த கதை.

 2. மணல் பாவையைக் கணவனாக எண்ணிய கதை.

 3. ஆதிமந்தி கதை

 4. கணவனுக்காக கல் வடிவமானவள் கதை.

 5. மாற்றாந்தாயின் குழந்தை கிணற்றில் விழத் தன் குழந்தையைப் போட்டு எடுத்தவள் கதை.

 6. தன் முகத்தை குரங்கு முகமாக்கிய பூம்பாவை கதை.

15. சப்த மாதர்கள்: பிராமணி, மகேஸ்வரி, குமார், வைஷ்ணவி, வராகி, இந்திராணி, சாமுண்டி, நரசிம்ஹி.

உதவிய நூற்கள்

இராமாநுச அய்யங்கார் கி (ப.ஆ.) 1929
கூடல் புராணம்
செந்தமிழ் பிரசுரம்.

இராமசாமி துளசி (1998)
மாசானியம்மன்
விழிகள், சென்னை.

சாமி பி.எல். 1983
தமிழ் இலக்கியத்தில் நாட்டார் பண்பாடு
வாதி பதிப்பகம்,
சென்னை.

பரஞ்சோதி முனிவர் (1951)
திருவிளையாடல் புராணம்
திருப்பனந்தாள்
காசி மடம்.

மருதுதுரை 1988
புராண இலக்கிய வரலாறு
ஐந்திணை பதிப்பகம்
சென்னை.

முத்து சண்முகம் (ப.ஆ) 1975
வையை மலர்
மதுரை பல்கலைக்கழகம்
மதுரை.

ராகவையங்கார் மு. (1984)
ஆராய்ச்சித் தொகுதி
தமிழ் பல்கலைக்கழகம்
தஞ்சை.

சங்க இலக்கியங்கள்
ஷெட்டர் எஸ் 2010
சங்ககாலத் தமிழகம் கன்னட நாடும் மொழியும் மொ.பெ.
அபிவை பெங்களூர்
ஆராய்ச்சி மும்மாத இதழ் மலர் 5 இதழ் 1
திருநெல்வேலி.

செம்மொழிக் கருத்தரங்கு
திருவள்ளுவர் கல்லூரி,
பாபநாசம்,
2015

5. நெருப்பில் தள்ளப்பட்டவர்கள்

உடன்கட்டை ஏறுதல் எனப் பொதுவாக அழைக்கப்படும் சதி /சக கமனம் இந்திய சமூகத்தில் எப்போது ஊடுருவியது என்பது விவாதப் பொருளாய் உள்ளது. இது ஏதோ காரணத்தால் உருவாகி நடைமுறையில் வந்தபின்பு இதற்குப் புராணத் தொடர்பு ஏற்பட்டிருக் கலாம்.

தட்சன் யாகம் செய்த போது தாட்சாயிணி தீயில் விழுந்து இறந்தாள். அவள் பின்னர் வழிபாடு பெற்றாள் என்ற நம்பிக்கை புராணங்களிலும் நாட்டார் வழக்காற்றிலும் பரவலாக வருகிறது. நெருப்பில் விழுந்த தாட்சாயிணியின் உடல் பாரதத்தின் பல இடங்களில் சிதறியது. அப்படிச் சிதறிய உறுப்புகள் கிடந்த இடம் வழிபாட்டிற்கு உரியதாகியது. உமாவின் பிறப்பு உறுப்பு கிடந்த இடம் காமாக்கியாவின் கோவில் ஆனது.

இதுபோன்ற புராணக் கதைகள் சதியான பெண்களை தெய்வமாக்கும் முயற்சிக்குப் பின்னணியாக இருந்தன, என்றாலும் இராமாயண மகாபாரதம் எழுதப்பட்ட காலத்திலிருந்தே சதி பற்றிய தகவல்கள் கிடைக்கின்றன. பாண்டவர் குலத்தவனான பாண்டு தன் இரண்டாம் மனைவியாகிய மாத்திரியை ஒருமுறை கட்டுக்கடங்காத ஆசையால் கூடினான். ஒரு ரிஷி கொடுத்த சாபத்தை மீறி அவளை அணைத்ததால் இறந்தான். உடனே அவன் மனைவி மாத்திரியும் அவனுடன் சிதையில் ஏறினாள். இது மகாபாரதக் கதை.

பாண்டுவின் மரணமும் மாத்திரி சிதையில் ஏறியதும் குறித்த வாய்மொழிக் கதைகள் வட இந்திய மரபில் உண்டு. கிருஷ்ணன் இறந்ததும் அவனது ஐந்து மனைவிகளும் சதியாயினர் என்பது பாகவதம். இராமாயணத்தில் உத்திரகாண்டத்தில் வேதவதி என்ற பெண் தீக்குளித்த செய்தி வருகிறது. இது கொடூரத்தைக் கண்டு எதிர்ப்புத் தெரிவிக்க தன்னை மாய்த்துக் கொண்ட நிகழ்வு.

உருவான காரணம்

விதவைகளுக்கு சமூகத்திலும் குடும்பத்திலும் மரியாதையும் நல்லவாழ்வும் கொடுக்கப்படாததால் சதி வழக்கம் உருவானது என்பது பொதுவாகக் கூறப்படும் செய்தி. பழைய சங்கப்பாடல் ஒன்றில் இது பற்றிய செய்தி உண்டு. பூதப்பாண்டியன் என்ற அரசனின் மனைவி

நெருப்பில் சாடுவதற்கு உரிய காரணங்களில் விதவையாக இருக்க விருப்பமில்லை என்பதும் ஒன்று. விதவைக்கு நல்ல அரிசிச்சோறு கிடைக்காது; நீர் விட்ட சோற்றைச் சாப்பிட வேண்டும்; எள்ளும் புளியும் கலந்து கூட்டிய துணைக் கறி மட்டும்தான் பழைய சாதத்திற் குரியது. சரியான படுக்கை கிடையாது. இந்தக் காரணங்களும் உடன்கட்டை ஏறக் காரணம் என்கிறாள் பாண்டிய அரசி.

விதவை

தவா என்னும் சொல்லுக்கு கணவன் என்று பொருள். 'வி' என்ற எழுத்து எதிர்மறையைக் குறிப்பது. அதனால் விதவை என்பது கணவன் இல்லாதவள் என்ற பொருளைக் குறிக்கும். பொதுவாக இந்திய இலக்கியங்களிலும் வழக்காறுகளிலும் விதவைக்குச் சமூகத்திலிருந்த மரியாதையைக் குறைவாக மதிப்பீடு செய்கின்றன.

கணவனை இழந்த மனைவிக்கு அவளது கணவன் வீட்டில் மட்டுமல்ல தாய் வீட்டிலும் மரியாதை கிடையாது. உறவினர்கள் ஒரு இளம் விதவையை ஒடுக்கப்பட்ட இனமாகவே கருதி நடத்தும் நிலை இந்திய சமூகத்தில் இருந்ததற்குச் சான்றாகப் பல வழக்காறுகளைச் சேகரிக்க முடியும்.

சுபகாரியங்களில் விதவைகள் பங்கு கொள்ள முடியாது. வீட்டை விட்டு ஒருவர் வெளியே கிளம்பும் போது விதவை எதிரில் வந்தால் அபசகுனம். விதவைக்குக் கைம்பெண் (பக்க உதவி இல்லாதவர்) என்னும் பெயர் உண்டு. இது அவளைப் பற்றிய சமூக மதிப்பீட்டை உணர்த்தும். இவள் தனக்கு என்று பொதுவான விருப்பத்தை வைத்துக்கொள்ள முடியாது.

விதவை இறந்தால் அவளது சொத்துக்கள் அவளது உடன் பிறந்த சகோதரர்களுக்குச் சேர வேண்டும் என்ற நியதி சில சாதிகளில் உண்டு. குறிப்பாக வங்காளத்தில் இது சாதாரணம். வங்கத்தின் முக்கிய உணவான மீனை விதவைகளுக்குக் கொடுக்கக் கூடாது என்றும் விதவை, மீன் தின்றால் மீன் விளைச்சல் இல்லாமல் போகும் என்ற நம்பிக்கை உண்டு. இளம் விதவை மறுமணம் செய்து கொண்டால் அவளது குடும்பத்தினருக்கு இழிவான பெயர் வந்துவிடும் என்றும் நம்பினர்.[1]

காலங்காலமாக பல சமூகங்களில் பெண்களுக்குச் சொத்துரிமை மறுக்கப்பட்டு வந்தது. மதம், சடங்கு வழிபாடு ரீதியாக உள்ள உரிமைகள் கட்டுப்படுத்தப்பட்டு வருகிறது. விதவைகளின் சமூக மதிப்பீடு நிலை குலைந்ததற்கு இவை காரணமாக இருக்கலாம்.

விதவையாக வாழ்ந்து துன்புறுவதைவிட செத்துமடிவது மேல் என்ற எண்ணத்தை உறவினர்கள் படிப்படியாக உருவாக்கினார்கள். கணவனுடன் மடிபவர்கள் இந்திரலோகப் பதவி அடைவர் என்னும் செய்திகளைத் திரும்பத் திரும்ப கூறப்பட்டதும் சதி உருவாகக் காரணமாயிருக்கலாம். இவை எல்லாமே உடன்கட்டை ஏறுதற்குரிய காரணங்களை உருவாக்கியிருக்கலாம் என ஊகிக்கின்றனர்.

ஆரம்பத்தில் அரச குலத்தினரிடமும் உயர் குலத்தினரிடமும் மட்டுமே இருந்த சதி வழக்கம் பிற்காலத்தில் சாதாரண மக்களிடமும் பரவலாகியது என்று வரலாற்றுப் பேராசிரியர் கே.ஏ. நீலகண்ட சாஸ்திரி, 1824-இல் நடந்த ஒரு நிகழ்ச்சியை மேற்கோள் காட்டி நிறுவுகிறார் (ப. 325). ஒரு பெண் சதியான நிகழ்ச்சி பதிவு செய்யப் படுவதே அவளது சொத்தில் உரிமைகோரும் காரணம் என்பதை மறுக்க முடியாது என்கிறார் அவர்.

சதி

சதி என்பது மனைவியைக் குறிக்கும் தனிச்சொல் (சதிபதி = மனைவியும் கணவனும்) மகாசதி என்பது உயர்ந்த மனைவி; உடன் கட்டை ஏறுபவளே மகாசதி; வடஇந்தியாவில் சதி மாதா என்பது பெண் தெய்வத்திற்குச் சமமான சொல். கணவனுடன் சிதையில் ஏறிச் சாடி உயிரிழப்பது சக மரணம் எனப்படும். கணவன் எரிக்கப்பட்ட சிதையின் அருகில் வேறு சிதை அடுக்கி அதில் மனைவி விழுந்து இறப்பது அனு மரணம் எனப்படும்.

சதியின் முன் நிகழ்வு

உடன்கட்டை ஏறும்முன் செய்ய வேண்டிய கடமை அதன் முறை பற்றிய தகவல்கள் வெளிநாட்டுப் பயணிகளின் குறிப்புகள் வழியும் நாட்டார் வழக்காறுகள் வழியும் சேகரிக்கப்பட்டுள்ளன. உடன் கட்டை ஏறப்புகும் பெண் தன் விருப்பத்துடன் சிதையில் எரியப் போகிறாள் என்னும் செய்தி முதலில் வாய்வழியாகப் பரப்பப்படும். அந்தப் பெண் முதலில் விரும்பினாலும் அவள் அவ்வாறு சொல்லும் படியான சூழ்நிலை உருவாக்கப்பட்டிருக்க வேண்டும். இறுதி நிகழ்ச்சியில் அவள் விருப்பமின்றி இருந்தால் போதை மருந்துகள் (அபின் போன்றன) கொடுக்கப்பட்டு சிதையில் தூக்கி எறியப்படுவாள். இப்படிச் சில நிகழ்ச்சிகள் நடந்திருக்கின்றன.

சதியாகப் போகிற பெண் சிதையில் ஏறுமுன் ஒப்பனையுடன் மஞ்சள் சேலை கட்டி வருவாள். தன் சொத்துக்களை உறவினர் களுக்கும் பிராமணர்களுக்கும் தானம் செய்து விடுவாள். இவள் - சிதையில் குதிக்கும் போது நிறையக் கற்பூரத்தைப் போடுவர்; எண்ணெயும்

விடுவர். அப்போது வாத்தியங்கள் முழங்கும். குரவை சப்தம் கேட்கும். சதிப் பெண்ணின் பெயர் கூறி அழைப்பர். சதி மாதாவாக அவள் மாறி விட்டதாகப் பாராட்டுவர். கர்ப்பிணிகள் சதியாக அனுமதிக்கப் படுவதில்லை. அவள் குழந்தை பெற்று குழந்தை பால்குடி மறந்த நிலையில் சதியாகலாம். மதுரை நாயக்க அரசி ராணி மங்கம்மாளின் மருமகள் அப்படி சதியாயிருக்கிறாள்.

வெளிநாட்டவர் பதிவு

வெளிநாட்டுப் பயணிகளில் அபுதுபாய், நிகோலஸ், அல்பரூனி, பெர்னியர், இபின்பதூதா, சுலைமான், மார்க்கோபோலோ எனப் பலரும் சதி பற்றிய செய்திகளைக் கூறுகின்றனர். சென்னை ஆளுநர் வெல்லஸ்லி காலத்தில் (1789-1803) பிரான்ஸிஸ் புக்காளன் என்னும் அதிகாரி தன் காலத்தில் உடன்கட்டை ஏறிய பெண்களின் பெயர்ப் பட்டியலைச் சேகரித்திருக்கிறார்.

அபுதுபாய் (abbe Dubois) என்ற கத்தோலிக்கப் பாதிரியார் 18ஆம் நூற்றாண்டு இறுதியில் தென்னிந்தியாவில் பல இடங்களுக்குப் பயணம் செய்திருக்கிறார். இவர் தான் பார்த்த கேட்ட செய்திகளைத் தொகுத்திருக்கிறார். அபுதுபாய் தன் காலத்தில் 700 பேர் உடன்கட்டை ஏறினர் என்கிறார்.

சதியாகப் போகிற பெண்ணை எப்படி வசப்படுத்தினார்கள், சதி விஷயங்களில் பிராமணர்களின் தலையீடு எப்படி இருந்தது என்பது குறித்து சில தகவல்களையும் அபுதுபாய் தருகிறார்.

சதியாகப் போகிற பெண் உயர் பதவிக்குப் போகப் போகிறாள், கடவுள் நிலையை அடையப் போகிறாள் எனச் சொல்லிச் சொல்லி அவளை மயக்குவர். அவளை போதைக்கு அடிமையாக்குவர். அபினைக் கொடுத்து அவளை நிலை தடுமாறச் செய்வர். அப்போது அவளுக்கு அழகான அணிகலன்களை அணிவர்; ஒப்பனை செய்வர்; மஞ்சள் குங்குமம் பூசுவர். இதன் பிறகும் அவள் விருப்பப்படவில்லை என்றால் சிதையில் அவளைத் தூக்கி எறிவர் (அபுதுபாய் ப 223).

அபுதுபாய் 1799-இல் தான் பார்த்த சதி நிகழ்ச்சியைக் குறிப்பிடுகிறார். கணவன் சிதையில் மனைவி சாடுவது மட்டுமல்ல; கணவனை மண்ணில் புதைக்கும்போது அவனுடன் மனைவியை உயிரோடு புதைப்பதும் உண்டு. தஞ்சை மாவட்டம் புதுப்பேட்டை கிராமத்தில் கோமுட்டி செட்டி ஒருவன் இறந்தபோது அவனது மனைவி சதியாகப் போகிறேன் என உறவினர்களிடம் கூறினாள். கடைசி நிமிடத்தில் அவள் சதியாக மாட்டேன் என்றாள்; அதனால் அவளுக்கு மயக்க மருந்து கொடுத்து சதியாக்கினர்; இந்த நிகழ்ச்சியை தான் பார்த்ததாகக் குறிப்பிடுகிறார்.

அபுதுபாய் சதி குறித்து வேறு சில விஷயங்களையும் கூறுகிறார். சதியான பெண்ணின் சாம்பலை பிராமணர் ஒரு பானத்தில் கலந்து குடிப்பர். அரச குலத்துப் பெண் சதியான பின்பு சதிச் சடங்குகளைச் செய்த தலைமைக் குருவிற்கும் மற்ற பிராமணர்களுக்கும் யானை, பல்லக்கு, துணி, பணம் எனப் பலவற்றைக் கொடுப்பர். 12 பிராமணர்களுக்கு வீடுகள் கொடுக்கப்பட்டன (அபுதுபாய் ப. 266).

அபுதுபாய் கூறிய செய்திகள் - சிலவற்றை கே.கே.பிள்ளை மறுக்கிறார். "... அபுதுபாய் சிலவற்றைக் கற்பனையாகச் சொல்லுகிறார். பெண்கள் ஆயிரக்கணக்கில் உடன்கட்டை ஏறியதாகச் சொல்லுகிறார். அரசர் குடும்பத்தைத் தவிர தமிழகத்தில் சாதாரண மக்கள் பெரும் அளவில் சதியானதற்குச் சான்றுகள் இல்லை" (கே.கே.பிள்ளை 2015 ப.430).

இந்தியாவில் பொதுவாக

இந்திய வரலாற்றில் அசோகன் காலத்திலிருந்தே சதி பற்றிய செய்திகள் கிடைக்கின்றன என்கின்றனர். மகாராட்டிரத்தில் உள்ள கி.பி.3ஆம் நூற்றாண்டு கல்வெட்டில் சதி பற்றிய செய்தி வருகிறது. பேரரசன் ஹர்ஷனின் சகோதரி ராஜஸ்ரீ என்பவள் தன் கணவன் இறந்த சமயத்தில் சதியாக முயன்றாள். ஹர்ஷன் அவளைக் காப்பாற்றி யிருக்கிறான். ஆனால் ஹர்ஷனின் அம்மா சதியானாள் என்பது வரலாறு.

மத்திய காலத்தில் ராஜஸ்தானில் நடந்த சதிக்கு இதன் தொடர்ச்சி உண்டு என்கின்றனர்.² சித்திய இனத்தின் செல்வாக்கால் ராஜஸ்தான் வழி சதிப் பழக்கம் இந்தியப் பண்பாட்டில் நுழைந்தது என்பது ஒரு கருத்து. 1628-இல் மதுரா அரசன் ஒருவன் இறந்த போது அவனது மனைவியர் 700 பேர் சதியாயினர் என்கிறான் முகமதியப் பயணி ஒருவன். இக்காலத்தில் தாந்திரீக தத்துவவியலாளர்கள் சதியை எதிர்த்திருக்கின்றனர்.

தொல்காப்பியத்தில்

தமிழக வரலாற்றில் சதி குறித்த செய்திகள் பழைய இலக்கண நூலான தொல்காப்பியத்திலிருந்தே கிடைக்கின்றன. சோழர், பாண்டியர், மராட்டியர் கல்வெட்டுகளில் இதற்குச் சான்று உண்டு. நாட்டார் வழக்காற்றியலிலும் இதற்கு நிறையச் சான்றுகள் உள்ளன.

தொல்காப்பியத்தில் இதற்கு நேரடியான சான்றுகள் இல்லை. சதி குறித்த செய்திகள் வெளிப்படையாகவும் வரவில்லை. ஆனால் தொல்காப்பியர் காலத்தில் சதி இருந்தது என்பதை ஊகிப்பதற்குச் சான்றுகள் அந்த நூலில் உள்ளன.

கணவன் போர்க்களத்தில் இறக்க நேரிட்டால் செய்ய வேண்டிய வற்றை ஏழு நிலைகளில் குறிப்பிட்டு விளக்குகிறார் தொல்காப்பியர். இதில் போரில் இறந்த வீரனுக்குக் காவலாக இருப்பது தொடக்க காஞ்சி; தலைவன் கொல்லப்பட்டதும் ஆயுதத்தைத் தன்மேல் பாய்ச்சி உயிர் விடுவது ஆந்தி காஞ்சி; இந்தச் சமயம் மனைவி தன் முலையுடன் கணவன் முகத்தையும் - சேர்த்து அணைத்து உயிரை விடுவாள்.

கணவனின் உடலின் அருகே நின்று ஒப்பாரி வைத்துப் புலம்புவது மூதானந்தக் காஞ்சி முதுநிலை - எனப்படும். கணவனின் அருகே இருந்து அவன் உடலைப் பார்த்துப் புலம்புதல் தாபதநிலை. இப்படியாகக் கூறப்படுவனவற்றில் பாலைநிலையைச் சதி தொடர் பானதாகக் கூறுகின்றனர். கணவன் இறந்தபின் அவனது சிதையில் விழத் தயாரான மனைவியைத் தடுப்பவர்களிடம் அவள் பேசுவது போல் அமைந்தது இந்த நிலை. பெருங்கோப்பெண்டின் பாடல் இதற்குச் சான்று.

தொல்காப்பியர், இதை, ‘நல்லோர் கணவனொடு நனியழல் புரீஇச் சொல்லிசை இட்ட பாவை நிலையும்’ என்கிறார் (தொல்.பொருள் 70). இங்கு சிதையில் விழப்போகும் மனைவியைத் தடுப்பவர் செய்யும் விவாதம் பேசப்படுகிறது. ‘பல்சான்றீரே’ என்று தொடங்கும் புறநானூற்றுப் பாடலின் கருத்துப்படி பெண் தன் விருப்பப்படி உடன்கட்டை ஏறியதாகக் கொள்ளலாம்.

தொல்காப்பியம் பொருளதிகாரச் சூத்திரம் ஒன்றில் (சூத் 77) கூறும் கருத்து சதிக்குப் பெரிதும் ஒத்து வருகிறது. இங்கு இது சமூகச் செய்தியாகக் கூறப்படுகிறது. இதில் சடங்கு ரீதியான செயல்பாடுகள் கூறப்படவில்லை; அக்காலத்தில் சடங்குகள் நடத்தப்பட்டதாகவும் குறிப்புகள் இல்லை. உரையாசிரியர்களும் இதற்கு முழுதும் மதச் சாயம் பூசவில்லை. இதனால் ஆரம்பத்தில் சதி என்பது வழக்காக இருந்து பின் மதரீதியான[1] சடங்கு சார்பான இணைப்பு ஏற்பட்டிருக்கலாம். இது எந்தக் காலத்தில் ஏற்பட்டது என்பது கேள்விக்குரியது.

சங்கப் பாடல்களில்

குறுந்தொகையில் ஒரு பாடல் (69) ஆண் குரங்கு ஒன்று மரத்துக்கு மரம் தாவும் போது தற்செயலாக விழுந்து இறந்து விடுகிறது. இதைப் பார்த்த ஆண்குரங்கின் மனைவி உயர்ந்த மலையிலிருந்து சாடி உயிரை விட்டதாம். இப்படியான ஒரு நிகழ்வை வர்ணனையாகவோ உருவகமாகவோ மட்டும் எடுத்துக் கொள்ள முடியாது.

பூதப்பாண்டியன் என்ற அரசனின் மனைவி பெருங்கோப்பெண்டு கணவனின் சிதையில் சாகும்போது சிலர் தடுக்கின்றனர். அப்போது

அந்த அரசி சதியை நியாயப்படுத்திப் பேசுகிறாள். நெருப்பு எனக்கு பொய்கையில் உள்ள நீர் போன்றது என்றும் கூறுகிறாள்.[3]

இந்தப் பாடலின் துறை ஆனந்தப் பையுள் எனப் புறநானூறு பழைய உரை கூறுகிறது. இங்கு விதவையின் கொடுமைமையவிட சாவு மேலானது என்று வற்புறுத்தப்படுகிறது. இந்தச் சமூகப் பின்னணி தொல்காப்பியத்தில் காட்டப்படவில்லை. கணவனை இழந்தோர்க்கு காட்டுவதுகில் என்னும் சிலப்பதிகார வழக்குரைகாதை செய்தி (வரி 79-80) இங்கு ஒப்புநோக்கத்தக்கது.[4]

மணிமேகலை காவியத்தில் ஊரலர் உரைத்த காதையில் ஒரு நிகழ்ச்சி. மாதவி இந்திரவிழாவிற்கு வராமல் இருப்பது ஊரில் வதந்தியாகப் பேசப்படுகிறது. மாதவி "தம் காதலர் இறந்துவிட்டால் மனைவி உலைக்களத்தில் எரியும் நெருப்பைப் போல ஊதுகின்ற துரித்தி முனையில் தோன்றும் அனலைப் போல பெருமூச்சு விட்டவராக இருப்பாள். அத்துன்பம் தன் உள்ளத்தே அடங்காது மேலெழுவதால் தன் இனிய உயிரைக் கொடுப்பார். இப்படியாக ஈமத்தீயில் உயிர் விடும் பெண்களுக்கு நெருப்பில் சாவது பொய்கையில் நீராடுவது போன்றது" என்கிறார்.[5]

சோழர் காலம்

பிற்காலச் சோழர் காலத்தில் சதி வழக்கம் இருந்தது; இதற்குச் செப்பேடுகளிலும் கல்வெட்டுகளிலும் சான்றுகள் உண்டு. சோழர் காலத்தில் பெரும்பாலும் அரச மரபினர்களே சதியாயினர். விதி விலக்குகள் குறைவு. அரச மரபினர் அல்லாத பெண்கள் - சதியானதற்கு விதவையாக இருப்பதில் உள்ள நடைமுறைத் துன்பம், கணவனின் பிற மனைவிகளும் அவர்களின் மக்களும் கொடுமைப்படுத்தும் செயலும் காரணமாகக் கூறப்பட்டன (K.A.N.Sastry P 727).

முதல் பராந்தகன் என்ற சோழ அரசனின் (907-955) காலத்தில் கொடும்பாளூர் அரசனின் மனைவி வீரசோழ இளங்கோ வேளாரின் மனைவி கங்காதேவி என்பவள் சதியானாள். இவள் பேரில் கோவிலில் விளக்கெரிக்க நிபந்தம் கொடுத்துள்ளனர். இக்கல்வெட்டு திருச்சி அருகே உறையூர் கூற்றம் ஆளூர் கோவிலில் உள்ளது. கங்காதேவி கணவனுடன் நெருப்பில் சாடிய செய்தி கல்வெட்டில் உள்ளது.

முதல் ராஜராஜசோழனின் அம்மாவும் சுந்தர சோழன் எனப் பெயர் பெற்ற இரண்டாம் பராந்தகனின் மனைவியுமான வானவன் மாதேவி என்பவள் கணவன் இறந்ததும் சதியான செய்தியைத் திருவாலங்காட்டுச் செப்பேடும் திருக்கோவலூர் கல்வெட்டும் கூறும் (கே.என்.சாஸ்திரி சோழர்கள் II ப.727). இது கி.பி. 973 ஆம் ஆண்டு நிகழ்வு.

இராஜராஜனின் மகன் இராஜேந்திரனின் (1014-1044) மனைவி வீரமாதேவி செய்யாறு அருகே ஒரு கிராமத்தில் சதியானாள் (1044). மூன்றாம் குலோத்துங்கன் காலத்தில் (1179-1218) குறுநில மன்னனாக இருந்த ராசராச மலையகுலராயன் என்பவனின் மனைவி உடன் கட்டை ஏறினாள். இவள் விதவை வாழ்க்கையின் வெறுப்பால் தீயில் சாடியிருக்கிறாள்.

பிற்காலச் சோழர் காலத்தில் அரச குடும்பத்தினர் மட்டுமல்ல சாதாரண மக்களில் சிலரும் சதியாயினர் என்பதற்குச் சான்று உண்டு. இரண்டாம் இராஜேந்திரன் காலத்தில் (1052-1064) உள்ள சதிக் கற்கள் தருமபுரி, சிதம்பரம் பகுதிகளில் கிடைத்துள்ளன. இவை சாதாரண குடும்பத்துப் பெண்களுக்கு உரியதாக இருக்கலாம்.

மூன்றாம் குலோத்துங்கன் காலத்து இசைக் கலைஞனான பிரதுவிதுங்கன் என்பவன் இறந்த போது அவனது மனைவியும் தேவதாசியுமான நாகமாணிக்கத்தாள் என்பவள் சதியான செய்தியை மேலப்பனையூர் செப்பேடு கூறுகிறது.

கி.பி.12ஆம் நூற்றாண்டின் நடுப்பகுதியில் பாண்டி நாட்டை ஆண்ட மாறவர்மன் ஸ்ரீவல்லபனின் நிபந்தக் கல்வெட்டு ஒன்று சென்னூர் திருப்பனீஸ்வரம் மகாதேவர் கோவிலில் உள்ளது. இதில் தென்னவன் முரப்ப நாடு கிழவனின் மகன் புரிகாஞ்சி என்பவனின் மனைவி கணவனின் சிதையில் விழுந்து இறந்த செய்தி வருகிறது.

நாயக்கர் காலம்

நிக்கலா கோண்டி என்னும் பயணி விஜயநகர அரசன் ஒருவனின் மனைவிகள் 3000 பேர் சதியானதாக ஒரு செய்தியைச் சொல்லு கிறான். இது கற்பனையானது அல்லது மிகையானது என்கின்றனர் வரலாற்றாசிரியர்கள். ஆனால் விஜயநகர அரசு காலத்திலும் தமிழகத்தில் நாயக்க அரசர் காலத்திலும் அரச குடும்பத்தினர் ஒன்றாகச் சேர்ந்து சதியாகி உள்ளனர்.

நாயக்க அரச குடும்பத்தைச் சார்ந்த பலர் சதியாகி உள்ளனர். திருமலை நாயக்கர் (1623-1659) இறந்த போது அவரது 200 மனைவிகளும் சதியாயினர் என்ற செய்தி உண்டு. முத்து வீரப்ப நாயக்கர் (1682-1689) இறந்தபோது அவரது மனைவி கர்ப்பிணியாக இருந்தாள். அதனால் அவள் குழந்தை பெற்ற பின்னர் சதியானாள். விஜயரகுநாத தொண்டைமானின் (1789-1807) இரண்டு மனைவிகள், கிழவன் - சேதுபதியின் (1671-1710) 47 மனைவிகள், விஜய ரகுநாத சேதுபதி (1710-1725)யின் மருமகனின் மனைவிகள் ஆகியோர்கள் சதியாயினர். இச்செய்திகளை இயேசு சபைப் பணியாளர்களின் கடிதம் வழிக் கூறுகின்றனர்.

மராட்டியர்

தஞ்சை மராட்டிய அரசர்களின் மனைவிகள் சதியானதும் அப்போது நடந்த நிகழ்ச்சி பற்றியும் மோடி ஆவணங்களில் சிறு தகவல்கள் உள்ளன. தஞ்சை அரசர் பிரதாப சிம்ம ராஜா சாகேயின் இரண்டு மனைவிகள் (1763), அமர்சிங்கின் இரண்டு மனைவிகள் (1800), முதல் சரபோஜிக்கு மூன்று மனைவிகள் (1728), துர்ஜாஜியின் மனைவி (1787), இரண்டாம் சிவாஜியின் (1855) 15 மனைவிகள், துளசி ராஜாவின் மனைவி (1735) ஆகியோர் சதியாயினர் (N.Subramoniyam P.288).

தஞ்சை மராட்டிய வரலாற்றைக் கூறும் போன்சோ சரித்திரத்திலும் மோடி ஆவணங்களிலும் சதி பற்றிய குறிப்புகள் உள்ளன. மோடி ஆவணங்களில் சதி சடங்குக்குரிய செலவுகள் செய்யப்பட்டது பற்றிய தகவல்கள் உள்ளன.

'சதி' நிகழ்வில் சடங்குகள் செய்ததன் மூலம் பெரும் லாபம் அடைந்தவர்கள் பிராமணர்களே. சதியான பெண்ணின் ஆபரணங் களை இவர்களே எடுத்துக் கொண்டனர். சில இடங்களில் சதியான பெண்ணின் அணிகலன்களை உறவினர்களே எடுத்துக் கொண்டனர். சதியான பெண்களில் பலர் விருப்பமில்லாமலே - சிதையில் தள்ளப் பட்டிருக்கின்றனர். அணிகலன்களுக்கு ஆசைப்பட்ட உறவினர்களின் கட்டாயத்தால் இச்செயல் நடந்திருக்கிறது. 1830-இல் கூட இப்படி ஒரு நிகழ்ச்சி நடந்தது.

செஞ்சி ராஜ வம்சத்தினரில் சிலர் சதியாயினர். இதற்கு ராஜா தேசிங்கு கதைப் பாடலில் சான்று உண்டு. தமிழகத்தில் மட்டுமல்ல; சோழர்கள் ஆட்சிக் காலத்தில் கர்நாடகத்திலும் சதி நிகழ்ச்சிகள் நடந்ததற்குக் கல்வெட்டுச் சான்று உண்டு. குறுநில மன்னன் மரபில் பிறந்த மல்லன் ஒருவன் சண்டையில் இறந்தபோது அவனது மனைவி சதியானாள் (1068). பலர் தடுத்தும் அவள் அதைக் கேட்கவில்லை. இது குறித்த மைசூர் கல்வெட்டு உடன்கட்டை ஏறியவர்களின் தந்தை நிபந்தம் கொடுத்த செய்தியைக் கூறுகிறது (நீலகண்ட சாஸ்திரி சோழர்கள் பகுதி II ப.727).

நாட்டார் வழக்காறுகள்

கல்வெட்டுகளோ செப்பேடுகளோ பாதிரியார்களின் கடிதங் களோ வெளிநாட்டார் பயணக் குறிப்புகளோ சதி பற்றிக் கூறாத தகவல்களை நாட்டார் வழக்காற்றில் தேட முடியும். தமிழகத்தில் சதி வழக்கம் குறித்த செய்திகளைத் திரட்டியவர்களில் மிகச் சிலரே நாட்டார் வழக்காறுகளிலிருந்து சான்றுகளைக் கூறியுள்ளனர்.

சாதாரண மக்களும் சதியாயினர் - இதில் சாதி வேறுபாடின்றி நடந்திருக்கிறது - வைதீகச் சடங்குகள் நடக்காமலே பிராமணரின் தொடர்பு இல்லாமலே சதி நிகழ்ச்சிகள் நடந்தன என்னும் வழக்காற்றுச் செய்திகளைக் கணக்கில் எடுக்காமலே ‘சதி’ நிகழ்வுடன் பிராமணர்களைத் தொடர்புபடுத்தும் கருத்தாக்கங்களைச் சிலர் கூறியுள்ளனர்.

கி.பி.17 ஆம் நூற்றாண்டு முதல் 19 ஆம் நூற்றாண்டு வரையுள்ள - நாட்டார் வழக்காறுகளின் தொகுப்பில் சதி குறித்த செய்திகள் நேரடியாகவும் மறைமுகமாகவும் வருகின்றன. வழக்காறுகளில் இருப்பதால் அன்றைய சமூகத்தில் சதி பரவலாக இருந்தது எனச் சொல்ல முடியாது. அதே சமயத்தில் ஒடுக்கப்பட்ட மக்களிடம் இவ்வழக்கம் இருந்தது என்பதும், இது மேல் வர்க்கசார்பால் உருவானது அல்ல என்பதும் சான்றுகள் வழி தெரியவரும் உண்மை.

நாட்டார் வழக்காற்றுச் சான்றுகள் சதியை மதச்சார்பாய் மட்டும் குறிக்கவில்லை. அது மரபு சார்ந்தது, ஒழுக்கம் தொடர்பானது என்றும் கூறுகின்றன. வழக்காற்றுச் சான்றுகளை வழிபாடு தொடர்பானவை, கதைப் பாடல்கள் தொடர்பானவை என்று பகுத்துக் கொள்ளலாம்.

வழிபாடு

தமிழ்ப் பெண் தெய்வ வழிபாட்டில் தீப்பாய்ந்த அம்மனுக்கு முக்கிய இடம் உண்டு. தமிழகத்தில் பரவலாக வழிபாடு பெறும் இத்தெய்வம் சதியாக்கப்பட்ட பெண்ணின் வழிபாட்டுடன் தொடர்புடையது என்பது குறிப்பிடத்தகுந்தது. இத்தெய்வம் எல்லம்மா, மாலையம்மன், சீதையம்மன், நாச்சியாரம்மன், வீரமாத்தி, சீலைக்காரி, பச்சையம்மன், திரௌபதி, ரேணுகாதேவி என்னும் தெய்வங்களுடன் இணைக்கப்பட்டு வழிபாடு பெறுகின்றன.

சதியில் இறந்த பெண்ணின் எலும்பை மண் குடத்தில் சேகரித்துப் புதைக்கும் வழக்கம் இருந்தது. பின் அந்த இடம் கோவிலாக மாறியது. இந்தச் செய்தியை வெளிநாட்டுப் பயணிகள் பலரும் கூறுகின்றனர். சதியான பெண்களுக்காக நடப்பட்ட கல் மகா சதிக்கல், மாசதிக்கல், மாஸ்திக்கல், சதிக்கல், மாலைக்கல் எனப் பல பெயர்களில் அழைக்கப் பட்டது.

சதிக் கல்லில் பெண்ணின் வளைக்கரங்கள் காட்டப்பட்டிருக்கும். கைகள் விரிந்து உயர்ந்த நிலையில் இருக்கும். சில இடங்களில் கணவன் மனைவி உருவம் பொறிக்கப்பட்டிருக்கும். வடஇந்திய சதிக்கல் உருண்டையாக இருக்கும். தஞ்சை மன்னர்கள் குடும்பத்தில் சதியான பெண்களுக்கு எடுக்கப்பட்ட சிலைகள் கிடைத்துள்ளன. அரசர்

இறந்தால் சிவலிங்கம் நடப்படும். கொங்கு நாட்டில் சதி மாதாவுக்குக் கல் எடுப்பதைப் படைக்கலம் அமைத்தல் என்பர். கொங்கு நாட்டு அருந்ததியரிடம் வீர மாத்திக்கல் என்ற வழக்கு இருக்கிறது. திண்டுக் கல்லில் இதை அக்கினியம்மன் என்கின்றனர்.

தீப்பாய்ந்த அம்மன்

அகால மரணமடைந்த பெண்கள் தனிப்பட்ட முறையில் வழிபாடு பெற்று தனித்தெய்வமாகக் கோவில் பெறுவது சாதாரணமாய் நிகழ்கிறது. பின் இதே தெய்வம் பிரபலமான நாட்டார் தெய்வங்களுடன் இணைக்கப்பட்டு அவற்றின் பின்புல முத்திரையில் வழிபாடு பெறும். இவ்வாறு வழிபாடு பெறுவதை நாட்டார் தெய்வ வழிபாட்டின் கருத்தாக்கங்களில் ஒன்றாகவும் கருதலாம். அதன்படி தீப்பாய்ந்த அம்மன் என்னும் தெய்வத்தைச் சதிமாதாவின் வழிபாடு எனக் கருதலாம்.

இந்த வழிபாடு பழமையானது. இதற்கு ஒன்றிரண்டு கல்வெட்டுச் சான்றுகளைக் கூற முடியும். மாறன் ஸ்ரீவல்லப பாண்டியனின் செய்துங்க நல்லூர் சிவன் கோவில் கல்வெட்டில் "தீப் பாய்ந்த போது" என்ற தொடர் வருகிறது. கோமாண்டார் குடி கல்வெட்டு ஒன்று (1682) ஒரு நில எல்லையைச் சொல்லும் போது தீப்பாய்ந்தாய்ந்தால் வாய்க்காலுக்கு கிழக்கு என்றும் தொடர் வருகிறது.

பத்தொன்பதாம் நூற்றாண்டில் தென்காசிப் பகுதியில் களஆய்வு செய்த பேட் என்னும் ஆங்கிலேயே ஆட்சியர் இப்பகுதியில் தீப்பாய்ந்த அம்மன் என்னும் பெயரில் சதிக்கற்கள் இருந்ததாகவும் அவை வழிபாட்டிற்கு உரியதாக இருந்ததாகவும் குறிப்பிடுகிறார் (Tinnelvely - Gazetteer 1903). 2016-இல் நான் தென்காசி வட்டத்தில் சில கிராமங்களில் செல்வதரனுடன் களஆய்வு மேற்கொண்ட போது நிறைய சதிக்கற்களைக் கண்டோம். அவற்றில் சில தீப்பாய்ந்த அம்மன் என்னும் பெயரில் இருந்தன. திருவண்ணாமலை, சிதம்பரம், கடலூர் பகுதிகளில் உள்ள பச்சையம்மன் வழிபாடு தீப்பாய்ந்த அம்மன் தொடர்பானதே ஆகும். தர்மபுரி, சேலம் பகுதிகளில் தீப்பாய்ந்த அம்மன் பேரில் தனிக்கோவில்கள் உள்ளன.

சதியான பெண்ணின் குடும்பத்திற்குத் தானமாகக் கொடுக்கப் பட்ட நிலம் உதிரப்பட்டி எனப்பட்டது. இதுபோன்ற இடங்களில் ரத்தகாளி, தீப்பாஞ்சகாளி கோவில்கள் உள்ளன. இவற்றில் அரசு கோவில்களும் உண்டு. கம்பளத்து நாயக்கர்களின் ஒரு பிரிவினராகிய தோட்டிய நாயக்கர்களிடம் வழிபாடு பெறுவனவாக ஜக்கம்மா, பொம்மியக்கா, வடுக நாச்சியார் என 80க்கும் மேற்பட்ட தெய்வங்கள் உள்ளன. இவற்றில் - தீப்பாய்ந்த அம்மனும் உண்டு.

திருநெல்வேலி மாவட்டம் குருவிகுளம் ஊரில் அருந்ததியரிடம் வழிபாடு பெறும் எர்ரம்மா கூட தீப்பாஞ்ச அம்மனே. இது குறித்த ஒரு கதைப்பாடலும் உண்டு. செங்கோட்டை அருந்ததி மக்களிடம் வழிபடப்படும் சீலைக்காரி அம்மன் சதியான பெண்தான். சிவகாசி, ஜம்பட்டி ஊர் அருந்ததி மக்களிடம் வழிபாடு பெறும் வீரம்மா, தீப்பாஞ்ச அம்மனே. இதுவும் சதியானவளின் வழிபாடு. இது குறித்து விரிவான களஆய்வை மேற்கொண்டிருக்கிறார் செல்வதரன்.

தஞ்சாவூர் வல்லம் பகுதியில் உள்ள சிங்க நாச்சியார் குறித்த வாய்மொழிச் செய்திகள் அந்தத் தெய்வத்தைச் சரியான பெண்ணாக இனம் காட்டுகின்றன. பிற்காலச் சோழர்கள் காலத்தில் ஒரு சோழ அரசன் சிங்கள நாட்டுடன் போர் செய்து சிங்கள அரசனையும் அரசியையும் சிறைப்பிடித்து வந்தான். அரசனைத் தந்திரமாகக் கொன்று விட்டான். அரசியை வேளமேற்றினான்.

சிங்கள அரசி உயிர் வாழ விருப்பமின்றி அரசனின் அந்தப்புரத்தில் இருந்தாள். ஒரு நாள் அரண்மனைக்கு வெளியே இருந்த குளத்தில் சாடினாள். அரசனின் வீரர்கள் அவளது உடலைத் தேடினர். கிடைக்கவில்லை. சில நாட்கள் கழிந்தன. குளத்தில் ஒரு செம்பு படிமத்தைக் கண்ட விசுவகர்ம சிற்பி, அதை தன் வீட்டிற்குக் கொண்டு சென்றார். அன்று அவரது வீடு தீப்பற்றியது.

வீடு தீப்பிடித்ததற்குச் சிங்களப் பெண்ணே காரணம் எனவும் அவளுடைய படிமமே குளத்தில் கிடைத்தது என்றும் நம்பினர். அவளுக்குக் கோவில் எடுத்தனர். 15ஆம் நூற்றாண்டில் இந்த அம்மன் செங்கம மாயி அம்மன் எனப்பட்டாள். இப்போது சிங்கள நாச்சியார் எனப்படுகிறாள். வழிபாடும் பெறுகிறாள். இவள் இப்போது காளியின் அம்சமாக மாறிவிட்டாள். இவளது வடிவம் மேல்நிலையாக்கப்பட்டு விட்டது. இந்தப் படிமம் இப்போது சுகாசன நிலையில் அமர்ந்த கோலமாய் ஜீவாலா மகுடம், நான்கு கைகள், இவற்றில் பாசம், திரிசூலம், தமருகம், மண்டை ஓடு என அமைந்தும் காட்சியளிக்கிறது.

சதி நம்பிக்கை

ஒரு பெண் கணவனுடன் சிதையில் எரிந்தாலும், அவளது கற்பின் அடையாளமாகச் சிதையில் சில அறிகுறிகள் தோன்ற வேண்டும் என்னும் நம்பிக்கை நாட்டார் வழக்காற்றில் உண்டு. சிதையில் சாடி உயிர் நீத்த பெண்ணின் முந்தானை நெருப்பில் எரியக் கூடாது. எரியாமல் இருந்தால் அவள் தெய்வமாக வழிபடத் தகுதியாகி விடுவாள்.

சிதை நிகழ்வு முடிந்த அடுத்த நாள் சிதைக் குழியிலிருந்து எலும்புகளைச் சேகரிக்கும் போது சதியான பெண்ணின் முந்தானையை

முதலில் தேடுவர். அது மடிப்புக் கலையாமல் எரியாமல் இருந்தால் அந்த முந்தானையை மண்குடத்தில் சேகரித்துக் கொள்ளுவர். இந்தத் துணியைத் தாழம் பூவுடன் சேர்த்துப் பணப் பெட்டியில் வைப்பர். இதனால் வீட்டில் உள்ளவர்களின் உடல்நலம் நன்றாக இருக்கும் என்பது நம்பிக்கை, தீய சக்திகள் ஒரு போதும் அணுகாதாம்.

சிதம்பரம் கடலூர்ப் பகுதியில் வன்னியர்களிடம் வழங்கும் தீப்பாய்ந்த அம்மன் தொடர்பான கதைகளில் சதியான பெண்ணின் மங்கலப் பொருட்கள் வாடாமல் இருக்கும் நிகழ்ச்சி நம்பிக்கை சார்புடன் கூறப்படுகிறது.[6] தமிழகம் வடமாவட்டங்களில் தீப்பாய்ந்த அம்மனை இராமாயண சீதையுடன் இணைத்துக் கதை கூறுகின்றனர். சீதாலட்சுமியம்மன் சீதையம்மன் என இந்த அம்மன் அழைக்கப் படுகிறாள். இராமாயண சீதையும் அக்கினிப் பிரவேசம் செய்து தெய்வ மானாள் என்னும் வட்டாரக் கதை இதனுடன் இணைக்கப்படுகிறது.

கதைப்பாடல்கள்

உயர்சாதியைச் சார்ந்தவர்கள் அல்லாதவர்கள், குறிப்பாக ஒடுக்கப் பட்டவர்கள் போன்றோரிடம் சதி வழக்கம் இருந்தது என்பதற்குக் கதைப் பாடல்களில் சான்றுகள் உண்டு. தென்மாவட்டங்களில் நாட்டார் தெய்வக் கோவில்களில் நிகழும் வில்லிசைக் கலை, கணியான் ஆட்டம் ஆகிய கலைகளுக்குரிய பாடுபொருளாய் உள்ள கதைப் பாடல்களில் சாதி குறித்த செய்திகள் பெருமளவில் வருகின்றன. அதோடு சதி வழக்கம் குறித்த தகவல்கள் நேரடியாகச் சொல்லப் படுகின்றன.

உடையார் கதை

உடையார் கதை என்னும் கதைப்பாடல் நிகழ்வுகள் திருநெல்வேலி மாவட்டம் திருக்களூரில் நடந்தது. இந்த ஊரில் செல்வாக்குடன் இருந்த சங்கரமூர்த்தியின் மகன் உடையார். இவர் மாபெரும் வீரன்; பேரழகன்; இவரது பேரும் சிறப்பும் வீரமும் கேட்டு தென்காசி மன்னன் தன்னிடம் அழைத்துக் கொண்டான். உடையார் அரசனுக்கு நெருங்கியவராக இருக்கிறார். இது அரண்மனை அதிகாரிகள் சிலருக்குப் பிடிக்கவில்லை. சூழ்ச்சி செய்து அவரைக் கழுவில் ஏற்றி விடுகின்றனர். அவர் கழுவில் இருக்கும் போதே தன் மனைவி நீலகன்னியை அழைத்து என்னுடன் நீயும் சிதையில் ஏறிவிடு என்கிறார். அவளும் அதற்கும் இசைகிறாள். சிதை ஏறுவதற்குரிய தயாரிப்புடன் மஞ்சள் பட்டு உடுத்து அழகு செய்து கொண்ட பின்பே சிதையில் ஏறுகிறாள்.[7]

சிதம்பர நாடார் கதை

நாஞ்சில் நாட்டுப் புத்தளம் என்ற ஊரில் செல்லையா நாடார் என்பவர் இருந்தார். அவரது மகன் சிதம்பர நாடார். அவர் புத்தளம் பகுதியில் வரிப்பிரிக்கும் பொறுப்பை ஏற்றிருந்தார். ஒரு நாள் அவர் பறக்கை என்ற ஊரின் எல்லையில் இருந்த பிராமணச் சுடுகாடு வழி போனார். அங்கே ஒரு பிணத்தை எரிக்க பிராமணர்கள் நின்றார்கள். சிதம்பரம் ஒதுங்கி நின்று அவர்கள் செய்கையைக் கவனித்தார். அவர்கள் சிதையில் நெருப்பை மூட்டியபின் சிதையின் அருகே போனார். ஒரு இளம் பெண்ணின் பிணத்தைக் கண்டார்.

மந்திரவாதியான சிதம்பர நாடார் அந்தச் சிதையில் இருந்த பெண் பாம்பு கடித்து இறந்தவள் என அறிந்து கொண்டார். அவர் நாகதோஷ மந்திரமும் அறிந்தவர். அவளைக் கடித்த பாம்பை வரவழைத்தார். அவள் உடலில் பரவிய விஷத்தை உறிஞ்சச் செய்தார். அவள் உறங்கி விழித்தவள் போல் எழுந்தாள். தனக்கு உயிர் கொடுத்தவரைப் பார்த்தாள். அவரை அவளுக்குப் பிடித்தது. அவருடனேயே சென்று விட்டாள். அவர்கள் கணவன் மனைவியாக வாழ்ந்தனர்.

அவள் கர்ப்பமுற்றாள். இந்த விஷயத்தைப் பறக்கை பிராமணர்கள் அறிந்தனர். பிராமணப் பெண்ணை அவர் மனைவியாக்கியது அவர்களுக்குப் பிடிக்கவில்லை. வெகுண்டு எழுந்தனர். சிதம்பர நாடாரைக் கொல்ல அரசரிடம் அனுமதி பெற்றனர். அவர் கொல்லப்பட்டார். இதை அறிந்த அந்தப் பிராமணப் பெண் தற்கொலை செய்து கொண்டாள். பின்னர் கணவன் எரிந்த சிதையில் அவளது உடலைப் போட்டனர்.[8]

தடிவீரய்யன் கதை

திருச்செந்தூரில் செம்பரத்திக் குடும்பன் என்ற பெரும் செல்வன் வாழ்ந்து வந்தான். அவனுக்குச் சோணை முத்து என்னும் அழகான மகளும் ஏழு ஆண் மக்களும் உண்டு. செம்பரக் குடும்பனின் வீட்டில் துணி வெளுக்கும் பணியை நீலவண்ணான் என்பவன் செய்து வந்தான். அவனுக்கு மந்திரமூர்த்தி என்ற மகன் இருந்தான். அவன் முறையாக மந்திரம் கற்றவன்; கூடு விட்டு கூடு பாயும் வித்தை அறிந்தவன்.

மந்திரமூர்த்தி ஒரு நாள் தற்செயலாக சோணைமுத்துவைச் சந்தித்தான். அவளது சேலையில் மந்திர மையைத் தடவினான். அவள் அவனை விரும்பினாள். இருவரும் ரகசியமாய்ச் சந்தித்தனர். இதை நேரில் கண்ட மந்திரமூர்த்தியின் சீடன் இதை சோணைமுத்துவின் சகோதரர்களிடம் சொன்னான். அவர்கள் அவனைப் பிடிக்கப் போனார்கள். ஆனால் முடியவில்லை. ஒரு நாள் ஊர்க்காவலர்

அவர்கள் இருவரையும் பிடித்து விட்டனர். நாட்டின் தலைவனான வடமலையப்ப பிள்ளையிடம் அவனை இழுத்துச் சென்றனர். அவர் அவனைக் கொலை செய்ய ஆணை இட்டார். அவன் கொல்லப் பட்டான். இதை அறிந்த சோணைமுத்து "படுகளம் வந்து நாவிலே சீலை சுத்தி நல்லுயிரை மாய்த்து விட்டாள்" (நிர்மலா தேவி 1996 ப.193). இங்கு இவள் சிதையில் ஏறவில்லை. சிதை ஏறச் சாதி தடையாக இருந்தது. என்றாலும் அவனை எரித்த இடத்தின் அருகே குழிதோண்டி விறகு அடுக்கி அவளைக் கிடத்தி எரித்தனர் என்ற வாய்மொழிக் கதை உண்டு.

தோட்டுக்காரி கதை

தோட்டுக்காரி அம்மன் கதைப் பாடல் சற்று வித்தியாசமானது. தோட்டுக்காரியை குமரப்பராசன் விரும்புகிறான். அவனது தந்தையோ குமரப்பனுக்குத் தன் மகளைக் கொடுக்க மறுக்கிறான். அதனால் குமரப்பன் அவளைக் கட்டாயமாகச் சிறைப் பிடிக்கிறான். அவளோ அவனிடமிருந்து தப்பி நெருப்பை வளர்த்து அதில் குதித்துச் சாகிறாள். இதைப் பார்த்த குமரப்பன் மனைவியின் சிதையிலே விழுந்து இறக்கிறான். இங்கு கணவன் மனைவியுடன் சிதையில் ஏறுவதாக வருகிறது' (ஆறுமுகப் பெருமாள் நாடார் 1991 ப.55).

கதைப் பாடல்களில் சதி குறித்த செய்திகளை நேரடியாகவும் விரிவாகவும் சொல்லுபவை மதுரை வீரன் கதை, முத்துப்பட்டன் கதை, ஐவர் ராசாக்கள் கதை, ராமப்பையன் கதை ஆகியன. இவை 18, 19 ஆம் நூற்றாண்டுகளில் நிகழ்ந்தவை.

மதுரை வீரன் கதை

தென் மாவட்டங்களில் பரவலாக அறிந்த கதை மதுரை வீரன் கதை. மதுரை வீரனுக்குத் தென் தமிழகத்தில் வழிபாடு உண்டு. காசி அரச குடும்பத்தில் ஒருவனுக்கு ஆண் குழந்தை பிறந்தது. பிறக்கும் போது கொடி சுற்றிப் பிறந்ததால் வீட்டிற்கு ஆகாது என்று சோதிடன் சொன்னதைக் கேட்ட அரசன் குழந்தையைக் காட்டில் விடச் செய்தான்.

காட்டில் அந்தக் குழந்தையைக் கண்ட சக்கிலிய குலத்துச் சின்னான் அதை எடுத்து வளர்த்தான். அவனுக்கு வீரன் எனப் பெயரிட்டான். வீரன் சிறுவயதிலேயே போர்க்கலை பயின்று பெருவீரன் எனப் பெயர் எடுத்தான். சின்னான் குறுநில மன்னனான பொம்மன் என்பவனிடம் வேலை பார்த்தார். ஒரு சமயம் பொம்மனின் மகள் பொம்மி பருவமடைந்தபோது - அவளுக்குக் காவல் வீரனாக இருந்தான். ஒரு நாள் சின்னான் காவலாகப் போக முடியாததால் மகன் வீரனை அனுப்பினான். வீரன் பொம்மியை விரும்பினான். அவளும்

விரும்பினாள். இருவரும் திருச்சிக்கு சென்று விட்டனர். வீரன் விஜயரங்க சொக்கநாதரிடம் பணிபுரிந்தான். அங்குப் பெருவீரன் எனப் பெயர் எடுத்தான்.

ஒருமுறை மதுரை நாயக்க அரசன் மதுரையில் திருடர்களை அடக்க வீரனை அனுப்பி வைக்க வேண்டும் என்று திருச்சி அரசனிடம் கேட்டுக் கொண்டான். அதனால் வீரன் தன் மனைவி பொம்மியுடன் மதுரை போனான். அங்கே தன் வீரத்தைக் காட்டி கள்ளர்களை விரட்டினான். மதுரை மக்கள் அவனை மதுரை வீரன் எனக் கூறிப் பாராட்டினர். அவனுக்கு ஆலத்தி எடுக்க வெள்ளையம்மா என்ற பெண் வந்தாள். அவளது அழகு அவனைக் கவர்ந்தது. அவளை ரகசியமாய் சந்தித்தான். அவள் விருப்பப்படி அவளைக் கவர்ந்து சென்றான். அப்போது ஊர்க் காவலரிடம் அகப்பட்டுக் கொண்டான்.

மதுரைவீரன் காவலரிடம் தன்னை யாரென்று சொல்லவில்லை; மதுரை அரசனுக்கும் திருடன் ஒருவன் அகப்பட்ட செய்திதான் கிடைத்தது. திருடனின் இரண்டு கால்களையும் வெட்டிவிட ஆணையிட்டான் அரசன். காவலரும் அப்படியே செய்தனர். உண்மை தெரிந்தபின் அரசன் மதுரை மீனாட்சியிடம் மன்றாடி வேண்டி மதுரை வீரனுக்கு உயிர் கொடுத்தான். வீரனோ "நான் உயிருடன் இருப்பதில் அர்த்தமில்லை;" எனச் சொல்லிவிட்டு தானே கழுவில் ஏறிக்கொண்டான். இறக்கின்ற நேரத்தில் தன் மனைவி பொம்மியிடம் என்னை எரிக்கும் சிதையில் நீயும் வெள்ளையம்மாளும் சாடி உயிர் விட வேண்டும் என்று கேட்டுக் கொண்டான். அவர்கள் அப்படியே செய்தனர். மதுரைவீரன் கதைப் பாடல் இந்த நிகழ்வை விரிவாக வர்ணிக்கிறது.[10]

ஒடுக்கப்பட்ட அல்லது உயர்சாதியினர் அல்லாதவரிடமும் சதி வழக்கம் இருந்தது என்பதற்குச் சரியான சான்று மதுரை வீரன் கதை. இச்சான்றுச் செய்திகள் ஓரளவுக்கு வெளிநாட்டுப் பயணிகள் கூறுவதற்கு ஒத்துப் போகின்றன.

உடன்கட்டை ஏறுவதற்கு அரசன் அல்லது அதிகாரிகள் அனுமதி வழங்க வேண்டும் என்ற நடைமுறை இருந்தது. இந்த அனுமதியைச் சதியாகப் போகும் பெண்ணின் உறவினர் பிராமணர் வழி பெற்றனர். பெரும்பாலும் அனுமதி மறுக்கப்படுவதில்லை. இறந்து போன கணவனின் மூத்த மனைவி மட்டுமல்ல பிற மனைவிகளும் சிதையில் ஏறினர். உடன்கட்டை ஏறப் புகும் பெண் சிதையில் சாகுமுன் சந்தனம், குங்குமம், மஞ்சள் போன்றவற்றை உடம்பில் பூசுவாள். மஞ்சள் பட்டு உடுத்து தன்னை அலங்கரித்துக் கொள்ளுவாள்.

சிதைகுழியை ஆழமாக வெட்டினர். சமசதுரக் குழியாக இருக்க வேண்டும் என்பது மரபு. வசதியுள்ள ஆண் சிதையில் எரியப் போகும் போது தயாரிப்பு வித்தியாசமாக இருந்தது. சந்தனக் கட்டைகளைக் குழியில் அடுக்கினர். மற்றவர்கள் வேறு மரங்களை அடுக்கினர். சிதை குழி வெட்டு முன்பு அந்த இடத்தைச் சோதித்து முடிவு செய்தனர். சிதைக் குழியை ஆறு, குளம், பெரிய ஏரிக்கரையிலோ மரங்கள் நிறைந்த தோட்டத்திலோ மக்கள் குழியைச் சுற்றி நிற்பதற்கு ஏதுவான இடத்திலோ வெட்டினர்.

உடன்கட்டை ஏறப்போகும் பெண் சிதைகுழியைச் சுற்றி வந்து வணங்கி விட்டு நெருப்பில் சாடினாள். அப்போது சுற்றி நிற்பவர்கள் உனக்கு ஜெபமங்களம் உண்டாகட்டும் என்று வாழ்த்துவர், பாடுவர். சதி நிகழ்வு நடக்கும் முன்பு அன்னதானம், சோதானம், பூதானம், சொர்ணதானம் கொடுப்பர். சதியாகும் பெண்ணைப் பார்த்து நீ கைலாயம் போய்விடுவாய் என்று புரோகிதர்கள் உரக்கக் கூறினர். தேவர்கள் ஆகாயத்திலிருந்து ஆசிர்வாதம் செய்வதாகவும் அவர்கள் சொன்னார்கள். சதியாகப் போகின்ற பெண்ணின் அணிகலன்களை முதலில் கழற்றிவிடுவர்.

இப்படியான பல செய்திகளை மதுரைவீரன் கதைப் பாடல் கூறும். சதி தொடர்பான செய்திகள் சாதாரண கதைப் பாடகனுக்கும் தெரிந்திருக்கிறது. இதுபோன்ற செய்திகள் வரலாற்றாசிரியர்களால் பெரிய அளவில் எடுத்துக்கொள்ளப்படவில்லை.

மதுரை வீரன் கதைப் பாடல் திருமலை நாயக்கர் காலத்தது (1623-1659) என்கிறார் அ.பரமசிவானந்தம். விஜயரங்க சொக்கநாதன் காலத்தது (1702-1732) என்கிறார் தொ.பரமசிவம். எப்படியாயினும் 17, 18 ஆம் நூற்றாண்டு சதிச் செய்திகளை அறிய இந்த நூல் பெரிதும் உதவுகிறது.

முத்துப்பட்டன் கதை

முத்துப்பட்டன் கதைப் பாடலும் உடன்கட்டை ஏறுவது குறித்த ஒரு வரைபடத்தைச் சுருக்கமாகக் கூறுகிறது. இக்கதை திருநெல்வேலி மாவட்டம் செங்கோட்டை மலைப் பகுதியில் நடந்த கதை. இந்தக் கதை நிகழ்வுகளில் உடன்கட்டை ஏறும் நிகழ்வு நாடகத் தன்மையுடன் சடங்கு ரீதியாக நடப்பதை 1986-இல் பார்த்திருக்கிறேன்.[11]

முத்துப்பட்டன் பிராமண குலத்தவன், ஆரிய நாட்டினன்; பெரும் வீரன்; இவனுக்கு ஏழு அண்ணன்மார்கள் உண்டு. ஒருமுறை இவன் சகோதரர்களிடம் மாறுபாடு கொண்டு பாண்டி நாட்டுக்கு வந்தான். அங்கே பாண்டியனிடம் பணியில் அமர்ந்தான். கொஞ்ச நாட்கள்

கழிந்தன. அவனது சகோதரர்கள் அவனைத் தேடி வந்தனர். அவனைச் சமாதானப்படுத்தி வீட்டிற்கு அழைத்தனர். அவனும் அவர்களுடன் புறப்பட்டான்.

சகோதரர்கள் எல்லோரும் காட்டுவழி போகும்போது முத்துப் பட்டன் நீங்கள் முன்னே செல்லுங்கள்; நான் சற்று இளைப்பாறி வருகிறேன் என்றான். சகோதரர்கள் முன்னே நடந்தார்கள். இந்த வேளையில்தான் பட்டன் சக்கிலியச் சாதிப் பெண்களான பொம்மக்கா திம்மக்கா என்னும் இரு சகோதரிகளைச் சந்தித்தான். அவர்களின் பாட்டும், வாளிப்பான உடலும் அவனை மயக்கியது.

பட்டன் அவர்களை விரும்பினான்; அவர்களின் தந்தை வாலைப் பகடையிடம் முறையாகப் பெண் கேட்டான். பகடை சில நிபந்தனை களைச் சொன்னான். பட்டன் அதை ஏற்றுக் கொண்டான். பின் அந்தப் பெண்களை மணந்து கொண்டான்.

பட்டன் தன் பிராமண சாதிக்குரிய வழக்கங்களை விட்டான். சக்கிலிய சாதி குலவழக்கங்களை ஏற்றுக் கொண்டான். ஒரு நாள் ஊற்று மலை உக்கிரன் கோட்டை பகுதிகளைச் சேர்ந்த வன்னியர்கள் பகடையின் மாடுகளைத் திருட வந்தனர். இச்செய்தியைக் கேட்ட பட்டன் தனியாகச் சென்று திருடர்களை எதிர்த்தான். மாடுகளை மீட்டான். பின்னர் தன் உடம்பில் பட்ட ரத்தக் கறையைக் கழுவ ஒரு சுனையில் நின்றான். அப்போது ஒருவன் மறைந்திருந்து பட்டனைக் கத்தியால் குத்தினான். பட்டன் இறந்தான்.

இந்தச் செய்தியைப் பூச்சி என்ற நாயின் வழி அறிந்த இரு மனைவிகளும் கணவன் உடல் கிடந்த இடத்திற்குப் போனார்கள். பட்டனின் உடலை எடுத்து வந்தனர். இலை தழைகளால் மூடி வைத்தனர். அவனை எரிக்கப் போகும் சிதையில் விழுந்து சிதையாக விரும்பினர். இதற்காகச் சிங்கம்பட்டி ஜமீனிடம் அனுமதி பெற வேண்டும் என்பது நடைமுறை.

பொம்மக்காவும் திம்மக்காவும் சிங்கம்பட்டி ஜமீனிடம் சென்றனர். பட்டனுடன் சிதையில் ஏற அனுமதி கேட்டனர். உதவியும் வேண்டும் என்றனர். ஜமீனோ "நீங்கள் ஏன் சாக வேண்டும்; என் அந்தப்புரத்தில் இருக்கலாமே; எல்லா வசதிகளும் செய்து தருவேன்" என்றார். சகோதரிகள் அதற்கு இணங்கவில்லை. "அப்படி நாங்கள் வந்தால் மாங்கல்யப் பெண்கள் எம்மை நகைப்பாரே; வாலப்பகடை எங்களை இதற்கா வருந்திப் பெற்றான்; இப்படி ஒரு பேச்சைக் கேட்கும் சண்டாளிகள் ஆகிவிட்டோம்" என்றனர்.

ஜமீனின் மனம் மாறியது. சகோதரிகள் சிதையில் ஏற அனுமதி கொடுத்தார். அவனது உடலைச் சிதையிலேற்ற உதவி செய்தார். சந்தனக் கட்டை கொடுத்தார்; பூம்பந்தல் அமைத்துக் கொடுத்தார். பட்டனின் உடலை ஆடம்பரத்துடன் சிதையிலேற்ற ஏற்பாடு செய்தார். பட்டனின் உடலில் நெருப்பு பரவியபோது இரண்டு மனைவிகளும் அதில் விழுந்து உயிரை விட்டனர்.[12]

ஐவர் ராசாக்கள் கதை

ஐவர் ராசாக்கள் கதை என்னும் கதைப் பாடல் கி.பி.16ஆம் நூற்றாண்டில் நடந்தது என்கிறார் நா.வானமாமலை. பாண்டியனுக்கும் கன்னட குறுநில மன்னன் - ஒருவனுக்கும் நடந்த போர் பற்றியது இக்கதைப் பாடல்.

திருநெல்வேலி மாவட்டத்தில் உள்ள வள்ளியூரைத் தலைநகராகக் கொண்டு குலசேகரபாண்டியன் என்ற அரசன் ஆண்டு வந்தான். வள்ளியூரில் வலிமையான கோட்டை இருந்தது. அரசனுக்கு நான்கு சகோதரர்களும் இருந்தனர். குலசேகரபாண்டியனின் ஓவியத்தை நாடோடிகளான பரதேசிகள் வழி பார்த்த கன்னட இளவரசி பாண்டியனை மணக்க விரும்பினாள். தந்தையிடம் சொன்னாள். தந்தை பாண்டியனிடம் கேட்டான். பாண்டியனோ ஆணவமாக மறுத்துவிட்டான்.

கன்னடியன் பாண்டியன் மேல் படை எடுத்தான். பாண்டியனின் கோட்டை வலுவாக இருந்ததால் கன்னடியனால் பாண்டியனைப் பிடிக்க முடியவில்லை. பின் சூழ்ச்சியால் கைப்பற்றினான். பாண்டியனின் 4 சகோதரர்களும் மாண்டனர். கன்னடியன் குலசேகரப் பாண்டியனை பல்லக்கில் அழைத்துச் சென்றான். பாண்டியனுக்குப் பகைவனிடம் அகப்பட்டுக் கொண்டோமே என்ற அவமானத்தைத் தாங்க முடியவில்லை. குறுவாளால் தன்னை மாய்த்துக் கொண்டான்.

கன்னடியனின் பாடி வீடு இருந்த இடத்தில் பல்லக்கு இறக்கப் பட்டது; அங்கே இருந்த கன்னட இளவரசி பாண்டியனின் இறந்த உடலைப் பார்த்தாள். அவனைக் கணவனாகவே நினைத்து வாழ்ந்த இளவரசிக்குத் தாங்க முடியவில்லை. அவனைத் தன் கணவனாகவே வரித்த அவள் அவனுடன் சிதையில் ஏற விரும்பினாள். தந்தையிடம் தன் விருப்பத்தைத் தெரிவித்தாள்.

தந்தையால் இளவரசியைத் தடுக்க முடியவில்லை. தன்னை மணப்பெண்ணைப் போல் ஒப்பனை செய்து கொண்டாள். மங்கல கோலத்துடன் அலங்கரித்துக் கொண்டாள். குலசேகர பாண்டியனை - மணமகனாக அலங்கரிக்கச் சொன்னாள். பாண்டியனின் சடலத்தை

அலங்கரித்தனர். அவள் அவன் கழுத்தில் மாலையைப் போட்டாள். இதன்பின் பாண்டியனைச் சிதையில் ஏற்றினர். அதே சிதையில் கன்னட அரசி வாடி உயிர் விட்டாள். இப்பகுதி ஐவர் ராசாக்கள் கதையில் விரிவாக வருகிறது.[13]

இப்படியாக உயிரைவிட்ட பாண்டியனும், இளவரசியும் கைலாயம் சென்றனர். சிவனைப் பணிந்தனர். சிவன் இருவருக்கும் நிறைய வரங்கள் கொடுத்தார். இருவரும் பூவுலகில் கோவில் கொள்ள அனுமதி கொடுத்தார். பாண்டியன் பெரிய தம்புரான் என்றும், இளவரசி கன்னட அரசி என்றும் பெயர் பெற்றார்கள். வழிபாடும் பெறுகின்றனர்.[14]

ராமப்பையன் கதை

திருமலை நாயக்கர் என்ற மதுரை நாயக்க அரசனின் படைத் தளபதியாக இருந்த இராமப்பையன் என்பவனைப் பற்றி ஒரு கதைப் பாடல் உள்ளது. இராமப்பையன் அம்மானை என்னும் இந்தக் கதைப் பாடலை இராமச்சந்திர ரெட்டியார், வையாபுரிப்பிள்ளை, பெயரில்லாத ஒருவர் ஆகிய மூன்று பேர் பதிப்பித்துள்ளனர். இந்தக் கதைப் பாடல் இராமநாதபுரம் அரசன் சடையச்சனுக்கும் ராமப்பையனுக்கும் நடந்த போரைப் பற்றிக் கூறுகிறது.

ராமப்பையன் மதுரையிலிருந்து ராமநாதபுரம் போனபோது - போகலூர் என்னும் இடத்தில் ஒரு குறுநில மன்னனின் கோட்டையை முற்றுகை இட்டான். அதனுள் இருந்த அரசனைப் பிடித்தான். அவனைச் சித்திரவதை செய்து கொன்றான். அவனைச் சிதையில் வைக்க இராமப் பையனே ஏற்பாடு செய்தான். அந்தச் சிதையில் அவன் மனைவி விழுந்து இறக்கிறாள். இது ‘சதி’ என்றே கூறப்படுகிறது.

சடையத் தேவனின் மருமகன் இராமப் பையனை எதிர்த்து போரிட்டு இறக்கிறான். அவனது உடல் சிதையில் ஏற்றப்பட்ட போது, அவனது மனைவி சதியாகிறாள்.[15]

சதிக்குத் தடை

சதி என்னும் உடன்கட்டை ஏறும் வழக்கத்தை வில்லியம் பெண்டிங் பிரபு என்பவர் தடை செய்தார். அதற்கான சட்ட வரைவைக் கொண்டு வந்தார். இராஜாராம் முயற்சியால் இது தடைசெய்யப் பட்டது என வழக்கமாய் சொல்லப்பட்டாலும் இதற்கு முன்பே சதிக்கு எதிரான செயல்பாடுகள் நடந்திருக்கின்றன என்கின்றனர். முகலாயப் பேரரசு காலத்திலேயே சதிக்கு எதிர்ப்பு வந்திருக்கிறது. சீக்கிய குரு ஒருவர் இந்த வழக்கத்தைக் கண்டித்திருக்கிறார். போர்ச்சுக்கீசிய அதிகாரி (Abbu Queraue) என்பவர் இந்த வழக்கத்தைத் தடைசெய்ய உத்திரவு இட்டார்.

போர்ச்சுக்கீசிய வைசிராய் அல்போன்சோ டி அல்புகர் என்பவர் சதிக்கான தடை உத்தரவைப் பிறப்பித்தார். பிரஞ்ச், டச்சு அரசு கூட இதைத் தீவிரமாக எதிர்த்திருக்கிறது. காரன் வாலிஸ் என்ற கிழக்கிந்தியக் கம்பெனி வைசிராய் 1802இல் சதிக்கு எதிரான ஆணை பிறப்பித்திருக்கிறார். இதே கால கட்டத்தில் சென்னையில் கூட சதிக்கு எதிரான கோஷம் கிளம்பியது.

மிண்டோ பிரபு என்பவர் உடன்கட்டை ஏற விரும்புபவர்கள் அரசாங்கத்திடம் அனுமதி பெற வேண்டும் என்றும் சதியாகப் போகும் பெண்ணை அதிகாரிகள் தனியாக விசாரிக்க வேண்டும் என்றும் ஆணை பிறப்பித்தார். இதற்கு மக்களிடம் எதிர்ப்பும் இருந்தது. வங்காள உச்சநீதி மன்றத் தலைமை நீதிபதி உடன்கட்டை ஏறும் வழக்கம் முழுதுமாக தடைசெய்யப்பட்டுள்ளது என்று ஒரு உத்தரவை 1817-இல் வெளியிட்டார்.

இதே நேரத்தில் படித்தவர்களும் சதிக்கு ஆதரவாக இருந்தனர். வங்காளத்தில் சமஸ்கிருதக் கல்லூரிப் பண்டிதர் ஒருவர் சாஸ்திரங்கள் சதியை ஆதரிக்கின்றன என்று பேசினார். 19ஆம் நூற்றாண்டில் 639 சதி நிகழ்ச்சிகள் நடந்தன என்பது ஒரு தகவல்.

வில்லியம் பெண்டிங் பிரபு - ராஜாராம் மோகன்ராயுடன் ஆலோசனை செய்தார். மோகன்ராய் 300 இந்துக்களிடம் சதிக்கு எதிரான அறிக்கையில் கையெழுத்து வாங்கினார். இது குறித்து ஒரு சிறு பிரசுரமும் வந்தது. பெண்களின் உரிமை பற்றிய சிறு நூல் ஒன்று 1922-இல் வெளிவந்தது.

வில்லியம் பெண்டிங் 1829 நவம்பர் 2 ஆம் தேதி உடன்கட்டை ஏறுதலுக்கு ஒரு சட்ட வரைவை வெளியிட்டார். இது அறிக்கையாக 1829 டிசம்பர் 76-இல் வந்தது. ஆங்கிலத்திலும், வங்காளத்திலும் இது பிரசுரமானது.

இந்தச் சட்டம் உடனடியாகப் பலனளித்தது என்று சொல்ல முடியாது. 1855-இல் கூட வங்காளத்தில் ஒரு சதி நிகழ்ச்சி நடந்தது. அப்போது சட்டம் இதைப் பார்த்துக் கொண்டுதான் இருந்தது. பஞ்சாபில் ரஞ்சித் சிங் என்ற குறுநில மன்னன் இறந்த போது அவனது 4 மனைவிகளும் சிதையில் குதித்து உயிர்விட்டனர். இறந்தவரின் மகனே சிதைக்கு தீ மூட்டினான். இந்த நிகழ்ச்சி நடந்த காலத்தில் பெண்டிங் பிரபுவின் சட்டம் நடைமுறையில் இருந்தது. ஆனால் பஞ்சாப் அரச குடும்பத்தில் நடந்த சதியைத் தடை செய்ய முடிய வில்லை (என்.சுப்பிரமணியம் ப.37).

பெண்டிங் பிரபுவின் சட்டம் 1829ஆம் ஆண்டு இறுதியில் நடைமுறைக்கு வந்தாலும் 2008 வரை இந்தியாவின் பல்வேறு இடங்களில் சதி நடந்ததற்கான சான்றுகளைச் சேகரிக்க முடியும்.[16]

அடிக்குறிப்புகள்

1. கொல்லங்கருதும் (கதிர்) கொரங்காட்டும் பஞ்சும் (கரிசல் காட்டுப் பஞ்சு) வைத்து பிழைக்கலாம். கொங்கு வேளாளரிடம் உள்ள இந்த வழக்காறு விதவைகள் தொடர்பானது. இது போல் வழக்காறுகள் நிறைய உண்டு.

2. ராஜபுத்திர அரசர்களின் மேல் இசுலாமியர் படையெடுத்த போது ராஜபுத்திரப் பெண்கள் பலர் தங்களை மாய்த்துக் கொண்டார்கள். இது தங்கள் மானத் தைக் காப்பாற்றுவதற்காக செய்த காரியம். இது சதி அல்ல. இசுலாமியர் படையெடுப்பின் போது இந்துக்கள் இப்படியாகக் கூட்டம் கூட்டமாக அழிந்திருக்கின்றனர்.

3. பெருந்தோட் கணவன் மாய்ந்தென அரும்பற
வள்ளிதழ் அவிழ்ந்த தாமரை
நள்ளிரும் பொய்கையும் தீயுமோ ரற்றே (புறநானூறு 246)

4. தொல்காப்பியம் பொருளதிகாரம் காஞ்சித்திணையில் ஒரு சூத்திரம் (19) நீத்த கணவன் தீர்த்த வேலின் எனக் கூறும். கணவனின் உயிரைப் போக்கிய வேலால் தன்னை மாய்த்துக் கொள்ளுதல் என இதை விளக்குவர். இது சடங்கு சார்பாகக் கூறப்படவில்லை.

5. காதலர் இறப்பின் கனைஎரி பொத்தி
ஊதுலைக் குருகின் உயிர்த்தகத்து அடங்காது
இன்னுயிர் ஈவர் ஈயாராயின்
நன்னீர் பொய்கையின் நளி எரி புகுவர்
நளிஎரி புகார் ஆயின் அன்பரொடு
உடனுறை வாழ்க்கைக்கு நோற்று டம்படுவர்
பத்தினிப் பெண்டிர் பரப்புநீர் ஞாலத்து
அத்திறத்து ஆளும் அல்லள் எம் ஆயிழை

மணிமேகலை
ஊரலர் உரைத்த காதை 42-49

6. புகழேந்திப் புலவரின் பெயரில் உள்ள கோவிலன் கதை என்னும் அம்மானைப் பாடலில் இப்படி ஒரு நிகழ்ச்சி வருகிறது. கோவிலன் இறந்ததும் கண்ணகி அவனுடன் சிதையில் ஏறத் தயாராகிறாள். மாதவியோ நானே சிதையில் ஏறுவேன் என்கிறாள். கண்ணகியும் அதற்கு இணங்குகிறாள். மாதவி சிதையில் எரிகிறாள். அடுத்த நாள் கோவலனின் எலும்புகளைச் சேகரிக்கும்போது மாதவியின் எரியாத முந்தானைப் பகுதியை கண்ணகி காண்கிறாள்.

"மாதரசியாள் மடிதனிலே வைத்திருந்த புஷ்பமுதல்
வைத்தபடி இருக்கக் கண்டாளே கண்ணகியும்
பத்தினியாள் என்று சொல்லி பாவை மனதிலெண்ணி
அவளுடை அஸ்திகளை செந்திழையாள் தாளெடுத்து"
கோவலன் கதை பி.ஆ.என். சன்ஸ் ப.102 (1960)

7. உடையார் குற்றவாளி எனக் கழுவேற்றப்பட்ட போது, அவர் மனைவி நீலகன்னியை அழைக்கிறார்.

“வாளை ஒத்த விழியாளே மங்கையரே நீலகன்னி
நாளை மத்தியானமதில் நல்லுயிர்தாம் போகும்பேணு
வேளையிலே உன்னை வந்து விளிப்பேன் மூன்று சத்தம்
கோளை மனம் வையாமல் கூடி வர வேணுமென்றார்.”
அவளும் அப்படியே நீராடி நீலப்பட்டுடுத்தி அவனுடன் சிதையில் ஏறினாள். நடராஜன் உடையார்கள் 1980 ப. 158).

8. *சிதம்பர நாடார் வெட்டப்பட்ட செய்தியைக் களவில் கண்டாள் பாப்பாத்தி*
“கண்டவுடனே அந்த பாப்பாத்தியவளுமே கர்மவிதி எனவே
இதமுடன் நாக்கையிடுங்கி எடுத்தாள்
பதமுடன் எரிந்து நின்ற நாடார் சிதைதனிலே
வாங்கியே சாடி நின்றாள் சிவனை வேண்டி”
சிதம்பர நாடார் கதை ஏடு.

9. *“அலைவாய் கரை ஆளதிலே அழகு தோட்டுக்காரியம்மை*
சிலை போல் வடிவழகி தீப்பாய வேணுமென்ன
எட்டுமுக்கு வேள்வியது இவளிருந்த பாறையிலே
வட்டமாக குழியுடனே பாய்ந்தாளே
மாலையிடலாம் எனவே வடிலன் குமரப்பராசன்
இனிமே வாழ்வதில்லை இறப்பேனே உறுதி என
அவள் சிதையில் தான் குதித்தான்”
தோட்டுக்காரிஅம்மன் கதை ஏடு.

10. *பெண்கள் இருவருமே பிரியமாய் தீக்குளிக்க*
நால் சவுக்கமாய் நளினமாய் தீக்குழியை
உண்டு பண்ணி வைக்க நீர் உத்தாரம் சொல்லுமய்யா
திருமலை நாயக்கரும் சேதி அறிந்து வந்து
வைகைக்குத் தான் போய் மாந்தோப்புக்குள் புகுந்து
தீக்குழி தோண்டவே செம்மையுள்ள சாவதனை
கண்டு குறித்து கடுகவே வெட்டி வைத்து
சந்தனக் கட்டை கொண்டு சதுராகத்தான் பரப்பி
தீக்குழியைச் சுற்றி ஜெயமங்களம் சொல்லி
வேதியரைத் தாளழைத்து விதியாய் செய் என்றார்.
ஆலத்தி சுத்தும் பெண்ணான தொரு வெள்ளையரும்
பொன்னான திருமேனி பொம்மியரும் கூடவே தான்
ஏற்றமுள்ள வீரனுமே இருவரையும் தாளழைத்து
அன்னதானம் சொன்னதானம் அன்பாகச் செய்வித்து
காரிகை நீங்கள் இருவர் கைலாயம் சேருகின்றீர்
காதினால் கேட்டு கன்னிகள் தானுமப்போ
பூரித்துமேனி பொங்கி இருவரும் தான்
பூண்டிருந்த ஆபரணம் பொரிபொரியாய் தோன்றெடுக்க
சந்தோஷமாய் சாமுமுத்து பாதத்தில்
அடைவுடனே தெண்டனிட்டு அன்பாய் இரு பேரும்
இருவரும் தெய்வத்தை இதமாகவே தொழுது
சுத்திவந்து தீக்குழியை சுத்தமனத்துடனே
சந்தோஷமாகவேதான் சலியாமல் குதித்தார்
தேவாதி தேவரெல்லாம் திட்டமுடனே பார்த்து

ஆகாயம் வந்து அனைவரும் பூச்சொரிய
தேபதுந்துபிதானும் சீக்கிரமாய் முழங்க
தீக்குழியை வீரனுமே சீக்கிரமாய் தான்மூடி
சடங்குகள் எல்லாம் சதிராகத்தான் முடித்து
ஸ்னானமது செய்து பின்பு தயவாய் பிராமணர்க்கு
வஸ்திரம் காசுபணம் வன்மையாய் தான் கொடுத்து
மதுரை வீரன் கதை ஆர் ஜி பதி கம்பெனி ப.64-65.

11. திருநெல்வேலி மாவட்டம் பாபநாசம் சொரிமுத்தையன் கோவில் கொடை நிகழ்வில் இந்த நிகழ்வு நடக்கிறது. இக்கோவிலில் பட்டவராயன் கோவில் இருக்கிறது. இக்கோவில் விழாவில் சாமியாடிகள் நெருப்பில் நடப்பர். அப்போது சிங்கம்பட்டி ஜமீந்தாரிடம் பாசிக் கொத்தை வாங்கி அணிந்து கொள்ளுவர். இந்தச் சாமியாடிகள் பொம்மக்கா திம்மக்காவாகக் கொள்ளப் படுகின்றனர். சாமியாடிகள் தீயிலிறங்குவது சதி நிகழ்வாகக் கொள்ளப்படுகிறது.

12. உற்றதோர் பூம்பந்தல் நேர்த்தியாய் கட்டி மந்தாரை பிச்சியும் சண்பகப் பூவும் மாலையும் கொடிவிதானங்கள் செய்து செந்நிற பரிமள வாசகம் எங்கும் பரவ கெம்பீரமாய் பட்டனை பூம்பந்தலில் எடுத்து அக்காளும் தங்கையும் பத்தினி களாய் வாறான் ஓங்கார ஒலியுடன் மங்களக் குரவை ஒலிக்க சந்தனக்கட்டை குங்குமக்கட்டை அடிக்கினரே சாந்து சந்தனம் மஞ்சள் குங்குமம் பூசினரே மஞ்சள் பட்டுடுத்தி மேலெல்லாம் மஞ்சள் பூசி பட்டனின் சடலத்தை சுற்றி வந்தார். கருமாதி தன்னையும் உடனே முடித்தார். கழுத்து மாலையை நிலத்திலே எறிந்தார். சந்திர சூரியனை சாட்சிகள் வைத்து சுற்றியுள்ளோரெல்லாம் மங்களம் பாட உறுமிகள் முழங்கள் வாதுகுழறும் சதை சிதையில் சாடினாள் தீர்க்கமாய் நன்று.

முத்துப்பட்டன் கதை ஏடு

(வில்லிசை கலைஞர் T. தங்கமணியிடம் உள்ளது)

13. கூட்டிடும் அந்த மஞ்சள் எல்லாம் கொண்டு வந்து அவர்மேல்
போட்டிடுவார் பொடி சந்தனம் புனுகு பன்னீர் சவ்வாதெனவே
சாவாளாய் துணிந்து கொண்டு தந்தை முகம் பாராமல்
வாகாகத் தீக்குவளைந்து தெற்கே வந்து நீட்டி
யோகாந்தம் ஆக அங்கே பெற்ற நல்ல நீராடி
நீராடிப் புரவியின் மேல் நேரிழையாள் வரும் பவனி
சாராரும் பூவுலகில் பார்க்கவந்தேன் மனம் உருக
செந்திறத்த ராசனுக்கு தீக்கடன் நீர்கடன் செலுத்த
எள்ளும் தண்ணீரும் இறைத்து எல்லாச் சடங்கும் முடித்து
அவர் தனக்கு தென்திசையில் ஆயிழையாள் தீக்குழியில்
பரமசிவன் பார்வதியை பரவினையாய் மனதிலுன்னி
தீக்குழியில் சாடினாளே கேயிழையாள் வடிவம்மா
வானமாமலை ஐவர் ராசாக்கள் கதை 1974 ப.317, 318.

14. கன்னட அரசிக்கு தென் மாவட்டங்களில் குறிப்பாக திருநெல்வேலி, தூத்துக்குடி கன்னியாகுமரி மாவட்டங்களில் சில இடங்களில் கோவில்கள் உள்ளன. வடிவச்சி அம்மன் எனப் பெயர் பெறும் இத்தெய்வம் சக்தியுடையது என்ற நம்பிக்கை உள்ளது.

15. *நீராடிக் குழல் முடித்து நீலவர்ணப் பட்டுடுத்தி
கொட்டு முழங்க குதித்தாளே அக்கினியில் துக்கம் தெளிந்தார்கள்.
அந்த நாள் சென்று காலை கதிரோன்...
(இராமச்சந்திர செட்டியார் 1978.ப.84).*

16. *1979 மகாராஷ்டிரா ஜாரி என்ற கிராமத்தில் ராமசந்த திவாரி என்பவர் இறந்ததும் சிதையில் ஏறினார். அப்போது அவரது மனைவி ஜாவித்ரி என்பவளும் உடன்கட்டை ஏறினாள்.*

1983 பண்டேல்கண்ட் பகுதியில் காயத்திரி என்ற பெண் சதியானாள். இதே ஆண்டில் குருருமா என்ற கிராமத்தில் தாதியா என்ற பெண் சதியானாள்.

1986 மத்தியப் பிரதேசம் உமரியா கிராமத்தில் ஒரு பெண் சதியானாள்.

1987 ஜெய்ப்பூர் சிகார் மாவட்டம் டெரலா கிராமத்தில் மால்சிங் என்ற பொறியாளர் இறந்தார். அவரது இளம் மனைவி ரூப்கன்வார் கணவனின் சிதையில் தள்ளப்பட்டாள். இது பற்றிய செய்தி அப்போது பத்திரிகைகளில் பரவலாகப் பேசப்பட்டது. உண்மையில் அவள் சிதையில் தள்ளப்பட்டாள் என்ற செய்தி பரவலானது. அவளைத் தள்ளிய உறவினர்கள் சிலர் கைது செய்யப்பட்டனர்; பின் விடுதலை ஆயினர். அவள் சதி மாதாவாக ஆக்கப்பட்டாள். 2006 மத்தியப் பிரதேசம் பானியானி என்ற கிராமத்தில் ஒரு பெண் சதியானாள். 2008 ஹமீர்பூர் மாவட்டம் ஜாரகா கிராமத்தில் வித்தியா தேவி பலியானாள்.

சண்டீஸ்கர் ரால்பூரில் சேக்கார் கிராமத்தில் 72 வயதான லால் மதி என்ற பெண் சதியானாள் என்ற செய்தி வலைத்தளத்தில் உள்ளது.

6. நாட்டார் தெய்வ வடிவங்கள்

நாட்டார் தெய்வம் பற்றிய விளக்கம் இருபதாம் நூற்றாண்டின் ஆரம்பத்தில் சொல்லப்பட்டு விட்டாலும் நாட்டார் வழக்காற்றியல் செய்திகளின் சேகரிப்பு பரவலாகிய பின்புதான் கருத்தாக்கங்கள் உருவாயின.

நிறுவன சமயத்தில் இடம் பெறாதது; ஜனங்களின் உள்ளுணர்வு தொடர்பானது; உயிர்ப்பலி நலன் நோக்குவது; ஜனங்களின் சொந்த வழிப்பட்ட வழக்காறு உடையது; வழிபடுபவருடன் நேரடித் தொடர்புடையது; வட்டாரத் தன்மையுடனும் சாதிக்குழுமத்துடனும் இனங்காணப்படுவது; உருவகத்துக்கான குறியீடு உடையது என்னும் விளக்கங்கள் அண்மைக்காலத்தில் உருவாகியுள்ளன.

பெருநெறிச் சமயம் எனச் சமூகவியலாரால் சொல்லப்படும் நிறுவன சமயம் சார்ந்த செய்திகளுடன் நாட்டார் சமயத்தை ஒப்பிடுவதன் மூலம் புதிய விளக்கத்தைத் தர முடியும் என்னும் கருதுகோளும் அண்மைக் காலத்தில் உருவானது. நிறுவன சமயத் தெய்வங்களுக்கும் நாட்டார் சமயத் தெய்வங்களுக்கும் உள்ள வேறுபாடுகளில் வடிவ வேறுபாடு முக்கியமானது.

நாட்டார் தெய்வங்களின் வடிவங்கள் விதிமுறைக்கு உட்பட்டதல்ல. திரிபுடையது நாட்டார் வழக்காறு என்பதற்கேற்ப இவற்றின் வடிவங்கள் அமைந்திருக்கும்.

நிறுவன சமயத் தெய்வங்களின் படிமங்கள் பற்றிய பொதுவான விதிகளைத் தெரிவதன் மூலம் நாட்டார் தெய்வங்களின் நெகிழ்வான தன்மைகளை அறிந்துகொள்ள முடியும்.

நிறுவனச் சமயத் தெய்வப் படிமங்களைப் பொதுவாக சித்திரம், சித்திரார்த்தம், சித்திரபாகம் என்று பகுக்கின்றனர். கல் அல்லது உலோகத்தால் செய்யப்பட்ட முழு உருவப் படிமங்களைச் சித்திரம் என்பர். இத்தகு படிமங்களை வழிபடுவதால் உத்தம பலன் கிடைக்கும்.

சித்திரார்த்தம் என்பது படிமங்களின் முன்பகுதி வடிவம் உருவாக்கப்பட்டு பின்புற உறுப்புகள் புலப்படாமல் இருப்பது. இதைப் படைப்புச் சிற்பங்கள் என்பர். இத்தகு படிமங்களை வழிபடுவதால் மத்திம பலன் மட்டுமே கிடைக்கும்.

சுவர், திரைச்சீலை, பலகை, காகிதம் போன்றவற்றில் வரையப்படும் ஓவியங்களைச் சித்திரபாகம் என்பர். இந்த வடிவங்களைத் தெய்வமாக நினைத்து வழிபடுவதால் குறைந்த பலன் மட்டுமே கிடைக்கும்.

நிறுவன சமயத் தெய்வப் படிமங்கள் அமைக்கப்படும் நிலையின் அடிப்படையில் அகலம், கலம், கலாகலம் என மூன்று வகைப்படுத்துவர்.

குறிப்பிட்ட இடத்தில் அசைக்க முடியாதபடி படிமம் அமைக்கப் பட்டால் அதை அகலம் என்பர். இத்தகு படிமங்கள் அஷ்டபந்தனம் செய்யப்பட்டவை; பிரதிஷ்டையானவை; இவை இருக்கும் இடம் கர்ப்பக்கிரகம் எனப்படும்.

இடம்விட்டு இடம் பெயர்ப்பதற்காகவே செய்யப்படும் படிமங்கள் கலம் எனப்படும். இவற்றை உத்சவ விக்கிரங்கள் (விழாப் படிமங்கள்) எனலாம்.

இடம்விட்டு இடம் மாற்றக்கூடியதும் ஆனால் மாற்றக் கூடாது என்னும் நோக்கத்தில் நிறுவப்படும் படிமங்கள் கலாகலம் எனப்படும். இவற்றை அர்ச்சனா விக்கிரகங்கள் (வழிபாட்டுப் படிமங்கள்) எனலாம்.

பொதுவாக நிறுவன சமயத் தெய்வங்களை அவற்றின் தன்மையை வைத்து சாத்வீகப் படிமம், இராஜசப் படிமம், தாமசப் படிமம் எனவும் பாகுபடுத்துவர்.

யோக முத்திரையும் இயல்பான சாந்த குணமும் அன்பர்களுக்கு அச்சம் அற்றும் கைகளையும் கொண்டு விளங்குவது சாத்வீகப் படிமம் எனப்படும் (எ.கா.தட்சிணாமூர்த்திப் படிமம்).

நின்ற கோலத்திலோ ஊர்தியிலோ பலவகை அணிகலன் களுடனோ ஆயுதங்களுடனோ இருந்து அபயமுத்திரை தாங்கி நிற்பது இராஜசப் படிமம் (ஆறுமுகப் பெருமாள் படிமம்).

அம்பு, வாள் முதலிய ஆயுதங்களுடன் பகைவர்களைக் கொல்லத் துடிக்கும் அச்சத்தைக் காட்டியபடி இருப்பது தாமசப் படிமம் (மகிஷாசுர வர்த்தினி படிமம்).

தமிழக படிமங்களைப் பற்றிய இந்த விளக்கங்களின் அடிப் படையில் நாட்டார் தெய்வங்களைப் பார்க்கலாம்.

நாட்டார் தெய்வங்கள் முழு உருவமானதாகவோ புடைப்புச் சிற்பங்களாகவோ ஓவியங்களாகவோ இருக்கும். இவை கல், மண், மரம், உலோகம் ஆகியவற்றில் ஒன்றினால் செய்யப்பட்டதாய் இருக்கும், இவை பிரதிஷ்டை செய்யப்பட்டிருக்கலாம்; இல்லாமலும்

இருக்கலாம். விழாக்களில் ஊர்வலம் வருவதற்காகவோ (விழாக்காலப் படிமம்) தினப்பூசை செய்வதற்காகவோ (வழிபாட்டுப் படிமம்) தனியாக என்று படிமம் அமைப்பதில்லை.¹

முக்கிய தெய்வத்தின் படிமத்திலிருந்து சக்தியை வழிபாட்டுப் படிமத்திற்கு ஆவோகனம் செய்வது என்னும் ஆகமமுறை நாட்டார் தெய்வ வழிபாட்டில் இல்லை.

கன்னியாகுமரி மாவட்டத்தில் நாட்டார் தெய்வங்களின் வடிவங்கள் பற்றி செய்திகளைத் தமிழக நாட்டார் தெய்வங்களின் படிமச் செய்திகளுடன் ஒப்பிடும்போது பொதுவான குணங்களில் இணைந்தும் குறிப்பிட்ட சில நிலைகளில் வேறுபட்டும் உள்ளன. இந்த மாவட்டத்தின் நாட்டார் தெய்வங்களின் வடிவங்களைப் பொதுவான நிலையில் கீழ்க்கண்டவாறு வரையறை செய்யலாம்.

ஆல், அரசு, வேம்பு போன்ற மரங்களின் அடிப்பகுதியில் மஞ்சணை தேய்த்து அதன் மேல் கருஞ்சிவப்பு துணியைக் கட்டியோ மாலை சாத்தியோ அல்லாமலோ தெய்வமாக ஆக்குதல்.²

வடிவமற்ற குத்துக்கல் அல்லது வடிவமுடைய பட்டையான கல்சுவர் மீது மஞ்சணை தேய்த்து தெய்வவடிவமாக மாற்றுதல்.³

பெரிய கல் தூணில் நடப்பட்ட இரும்புக்கழியில் மஞ்சணை தேய்த்து தெய்வவடிவமாக்குதல்.⁴

செவ்வக வடிவத்தின் மேல் அரைக்கோள வடிவத் தலை அமைத்து தெய்வமாக்குதல், இது சுதை, மண், கல் போன்றவற்றில் ஒன்றினால் அமைக்கப்படுவது. இதற்கென்று முறைப்படியான உயரம், அகலம் கிடையாது.⁵

செவ்வகவடிவம் அல்லது சமசதுரம் பீடம் பிரமிட் போன்ற வடிவம் மேல் குழிந்த நிலையில் உள்ள செவ்வக வடிவம்.⁶

மண்ணால் செய்து சூளையில் சுடப்பட்டு நிறம் கொடுக்கப்பட்ட வடிவம். இது நேர்ச்சைக்காகவும் கொடுக்கப்படும். இது பெரும்பாலும் இயக்கியம்மன் என்னும் தெய்வத்திற்குரிய வடிவம். சாஸ்தாவிற்கும் மிகக் குறைந்த அளவில் உள்ளது.

கல், மண், சுதை ஆகியவற்றில் ஒன்றினால் ஆன படிமம். இது முழு உருவ அமைப்புடன் நின்ற அல்லது அமர்ந்த கோலத்தில் இருப்பது.

உலோகத்தில் ஆன முழுச் சிற்பம் அல்லது உலோகப் புடைப்புச் சிற்பம், பீடத்தின் மேல் வைக்கப்படும் அங்கி (கவசம்) என்பது இதில் அடங்கும்.⁷

இந்த வடிவங்களில் அரைக்கோளத்தலை தாங்கிய செவ்வக வடிவம் பொதுவானது. அரைக்கோளத்தில் கண், மீசை, வாய் போன்றனவும் உடல் பகுதியில் சூலம் அல்லது வெட்டருவாள் படமும் வரையப்பட்டிருக்கும். இதே வடிவத்தில் அரைக்கோளத் தலையிலோ உடல்பகுதியிலோ புடைப்புச் சிற்பம் உண்டு; இவை மிக அருகியே காணப்படுகின்றன.

மண் அல்லது சுதையால் ஆன முழு உருவப் படிமங்களின் மேல் நிறம் பூசப்பட்டிருக்கும். மொத்த படிமத்தின் மேல் மஞ்சள் பூசப்படுவதும் உண்டு. பொதுவாக இந்த மாவட்டத்தில் மண் அல்லது சுதையால் அமைந்த அமைத்த முழுஉருவ நாட்டார் தெய்வங்கள் வேலைப்பாடு அற்றவையாக உள்ளன.

நாட்டார் தெய்வ மண் உருவங்கள் செய்வதற்கு வழிமுறை உண்டு. ஏழு குளங்களில் மண் எடுத்து ஏழு நீர் நிலைகளில் நீர் எடுத்து பதநீர் கருப்புக்கட்டி பாம்புப் புற்றுமண் சேர்த்து சுண்ணாம்பு அரைக்கும் ஆலையில் இட்டு மைபோல் அரைத்துச் செய்யப்படும் என்பது மரபுவழிச் செய்தி.[8] இதைக் குயவர் சாதிக் கலைஞர் 41 நாட்கள் விரதம் இருந்து செய்ய வேண்டும் என்பது விதி. இந்த மாவட்டத்தில் உள்ள முழுஉருவப் படிமங்களில் பெரும்பாலானவை 1960க்கு முற்பட்டவை. கடந்த 50 ஆண்டுகளாக மண் அல்லது சுதையில் படிமம் செய்யப்படும் வழக்கம் இல்லாமல் ஆகிவிட்டது.

ஓர் ஊரிலிருந்து ஏதோ காரணத்தால் வேறு ஊருக்குக் குடிபெயர் கின்றவர்கள், தங்களின் சொந்த ஊரில் வணங்கிய தெய்வத்தையும் கொண்டு செல்வர். இதற்கு அடையாளமாக, கோவிலின் முன்பகுதியில் உள்ள வெளியிடத்திலிருந்து ஒருபிடி மண்ணை எடுத்து வெள்ளைத் துணியில் முடிந்து கொள்வர். இந்த மண்ணைக் குடியேறிய ஊரில் ஓரிடத்தில் வைத்து கோவில் எடுப்பர். இப்படியாகக் கோவில் உருவாக்கும் போது பெரும்பாலும் தாங்கள் முன்பு வழிபட்ட பழைய தெய்வ வடிவத்தைப் போன்றே அமைத்துக் கொள்வர்.[9]

நிறுவன சமயத் தெய்வங்களின் படிமம் அது தொடர்பான புராணம் அல்லது காவியம் சார்ந்து அமைக்கப்படுவது போன்ற பண்பு நாட்டார் தெய்வப் படிமங்களை அமைப்பதில் இல்லை. இதற்குச் சில விதிவிலக்குகள் உண்டு.

நாட்டார் தெய்வங்களின் புராணச்சார்புத் தெய்வங்களின் வரிசையில் உள்ள தெய்வங்களுக்கும் அகாலமரணத் தெய்வங்களுக்கும் உள்ள வடிவங்களில் நுட்பமான வேறுபாடு உண்டு. புராணச் சார்பு தெய்வங்களின் முழு உருவ வடிவங்களில் குறிப்பிட்ட சிலவற்றிற்கு மட்டுமே நான்கு கைகள் உள்ளன.

அகால மரணமடைந்த ஆண் மாடனுடனும் பெண் இசக்கியுடனும் இணைந்து தெய்வமாகும் என்பது ஒரு கருதுகோள்.[10] இதன்படி இணையும் தெய்வங்களில் பெரும்பாலும் மாடனுடன் இணைபவை மாடனின் பொதுவான வடிவத்தையும் இயக்கியுடன் இணைகின்ற பெண் தெய்வங்கள் சுமைதாங்கி வடிவையோ[11] குத்துக்கல் வடிவையோ அடையும். இப்படி இணைபவையின் சிறப்பு அம்சம் காரணமாக இயக்கியின் பொதுவான ஒட்டுருவத்தையும் பெறலாம்.

சில எடுத்துக்காட்டுகள் பார்ப்போம். தென்மாவட்ட நாட்டார் தெய்வங்களில் பிராமணர் அல்லாது பிற எல்லாச் சாதியினரையும் ஒரே நேர்கோட்டில் நிறுத்தும் வழிபாட்டுமுறை முத்தாரம்மனுக்கு உண்டு. இது புராணச்சார்புடைய தெய்வம். இதன் பிறப்பு கயிலை மலையில் பார்வதியுடன் தொடர்புடையது.

முத்தாரம்மன் பார்வதியின் அம்சமாகவே கொள்ளப்படுகிறாள். இவளது வரலாறு சிவ புராணத்தை முழுதும் சார்ந்து இருப்பது தாருக வதைக்காகப் படைக்கப்படுபவளாகவே முத்தாரம்மன் காட்டப் படுகிறாள். சிவனின் கோபத்தீயில் முப்புராதியர் பிறக்கின்றனர். அவர்கள் தங்களைப் படைத்த சிவனை எதிர்க்கின்றனர். பின்னர் முத்தாரம்மனின் வேண்டுகோள்படி முப்புராதியர் வரம்பெற்று தெய்வமாகின்றனர்.

சக்தி முனிவர் வேள்வி செய்கிறார். வேள்வித்தீ பார்வதியின் உடலில் படுகிறது. அதனால் வியர்வை பெருகுகிறது. பார்வதி அந்த வியர்வையை வழித்து எறிகிறாள். அதிலிருந்து முத்தாரம்மன் பிறக்கிறாள். இவள் சிங்கக்கொடியை உடையவள் எனக் கதைப்பாடல் கூறும்.

முத்தாரம்மன் கதைப்பாடலில் இவளை காளி, கொற்றவை, மூன்று முகம் உடையவள், வாலை எனக் கூறும். இவள் பிரம்பை வைத்திருப்பாள். கப்பறையும் சூலமும் இவளிடம் இருக்கும் என்று இக்கதை இவளது வடிவத்தை விவரிக்கும். இந்த வடிவமே முத்தாரம்மன் கோவில்களில் உள்ளது. இந்த இடத்தில் நிறுவன சமயத் தெய்வப் படிம வகைப்பாட்டுடன் முத்தாரம்மன் சிறிது ஒத்துப் போகிறது.

நாஞ்சில் நாட்டில் சுமார் 60 ஆண்டுகளுக்கு முன்புவரை பெரும் பாலான கோவில்களில் முத்தாரம்மன் படிமம் சுதை அல்லது மண் வடிவில்தான் இருந்தது. முத்தாரம்மன் - எல்லாக் கோவில்களிலும் அமர்ந்த கோல வடிவத்துடன் உள்ளது. 2 அல்லது 4 கைகள், கிரீடா மகுடம், கழுத்தில் முத்துமாலை, காதில் முத்து அல்லது பத்ர குண்டலம், பாதங்களில் பாடகம் என்னும் அணிகள் சகிதம் அமைந்தது. இப்படிமம் 120 முதல் 140 செ.மீ. உயரமுடையது.

இதன் கைகளில் சூலம், கப்பறை,[12] உடுக்கு, சட்டி, எலுமிச்சம்பழம் போன்றவற்றில் ஒன்றோ இரண்டோ நான்கோ இருக்கும். மூலக்கதைப் பாடலில் முத்தாரம்மன் மூன்று தலைகளும் ஆறு கைகளும் உடையவள் என்று கூறப்பட்டாலும் ஒரு தலையுடைய முத்தாரம்மன் படிமங்களே பெருமளவில் காணப்படுகின்றன. மூன்று தலைகளும் ஆறு கைகளும் கொண்ட படிமங்கள் அபூர்வமாக உள்ளன. இவை பழமையானவை.[13]

அமர்ந்தகோல அம்மனின் வலது காலின் கீழ் சிங்கம், நாகம், வேதாளம் போன்றவற்றில் ஒன்று காட்டப்பட்டிருக்கும். நாக வடிவ உருவே பெருமளவில் உள்ளது.

அறுபதுகளில் முத்தாரம்மன் கோவில் படிமங்கள் கல் சிற்பங் களாக மாற்றப்பட்டிருக்கின்றன. இவை மூலப்படிமத்தைப் போன்ற அமைப்புடையவை என்று சொல்கின்றனர். சுதை அல்லது மண்ணால் செய்யப்பட்ட படிமங்களில் நிறம்கொடுக்கப்பட்டுள்ளது. இவ்வகையின பழமையானவை.

சுடலைமாடன் அல்லது பிற நாட்டார் தெய்வங்கள் முக்கிய தெய்வமாக இருக்கும் கோவில்களில் முத்தாரம்மன் துணைத் தெய்வமாக இருந்தால் முத்தாரம்மனுக்குச் செவ்வக வடிவத்தில் அரைக்கோளத் தலையுடன் கூடிய பொதுவடிவமே அமைக்கப் பட்டுள்ளது.[14]

முத்தாரம்மன் கதையின்படி, முத்தாரம்மன் பார்வதியின் அம்சம் ஆனதால் பெரும்பாலான கோவில்களில் முத்தாரம்மனின் அருகே ஆண்தெய்வமான இவரும் நிறுவப்பட்டிருக்கிறார். இவர் முத்துசாமி, முத்தீஸ்வரர் என அழைக்கப்படுகிறார்.

முத்தீஸ்வரர் படிமம் அமர்ந்த கோலம் உடையது. இதற்கு இரண்டு கைகளே உள்ளன. கைகளில் எலுமிச்சை, கப்பறை, கதாயுதம் போன்றவற்றில் இரண்டு இருக்கும், இது கிரீடா மகுடம் அல்லது கறண்ட மகுடம் உடையது, தலையில் பிறையும் உண்டு. இவ்வகையின அபூர்வமானது (ஆசாரிப்பள்ளம்). கரியமாணிக்கபுரம் முத்தாரம்மன் கோயிலில் செவ்வக்கல்லில் பிறை, சூலம், பசு ஆகியவற்றின் வரை படங்கள் உள்ளன. இதை முத்தீஸ்வரராகவே வணங்குகின்றனர்.

முத்தாரம்மனுடன் வேறு துணைத்தெய்வங்களும் பிறந்தன என்று கதைப்பாடல் கூறும். வயிரவன், வண்டிமலையன், வண்டி மலைச்சி, முப்பிடாரி போன்ற இத்தெய்வம் முத்தாரம்மன் கோவிலில் துணைத் தெய்வமாக உள்ளன.

முத்தாரம்மன் கதையில் வரும் தெய்வக் கன்னி நாகக் கன்னி ஆகியோர்களும், சப்த கன்னிகளும் கூட வழிபடு தெய்வங்களாக

உள்ளன. இவற்றின் வடிவங்கள் ஓரளவு பெருநெறி வடிவ மரபு சார்ந்து உள்ளது. இவை மிக அபூர்வமாகவே காணப்படுகின்றன. கன்னியா குமரி மாவட்டத்தில் சப்த கன்னிகளுக்கு குளம், நீர்நிலை, சுனை அருவி கரைகளில் சிற்பங்கள் உள்ளன. இவை அமர்ந்த கோலமுடையவை. ஒரு தலை இரண்டு கைகள் என அமைந்தவை.

முத்தாரம்மன் கதை கூறும் வண்டி மலைச்சியும் வண்டி மலையானும் தனித் தெய்வமாகவும் துணைத் தெய்வமாகவும் வழிபாடு பெறுகின்றனர்.

முத்தாரம்மன் தாருகனைக் கொன்றாள். அப்போது அசுரனின் உடலிலிருந்து வெளிப்பட்ட ரத்தத்தில் வண்டிமலையனும் வண்டி மலைச்சியும் பிறந்தனர். அவனுக்கு அம்மன் வரங்கொடுக்கிறாள்.[15]

வண்டிமலையனும், வண்டிமலைச்சியும் வண்டியில் சாய்வான நிலையில் (Slanting) பிறந்ததால் இவ்விரு தெய்வங்களும் இப்படியே அமைக்கப்பட வேண்டும் என்பது நியதி. தாருகனின் ரத்தம் கடலளவு பெருகியதால் அதில் பிறந்த இவர்களின் வடிவமும் பெரிதாய் இருக்க வேண்டும் என்பது நம்பிக்கை.[16]

பறக்கை சந்தனமாரியம்மன் கோவிலில் துணைத் தெய்வங்களாக உள்ள வண்டிமலையனும் வண்டிமலைச்சியும் 3.5 மீட்டர் 2.5 மீட்டர் என அளவுள்ள அறையில் முழு அளவில் பரந்து கிடக்கின்றனர். சாய்ந்த நிலையில் கிடக்கும் இவர்கள் ஒரு தலை இரண்டு கைகள் என உள்ளனர். கரண்ட மகுடம், கைகளில் கதை ஆயுதம் என அமைந் துள்ளன. இந்த வடிவம் சுதையால் செய்யப்பட்டது.

வண்டி மலைச்சி தனித்தெய்வமாக உள்ள இடங்களில் வேறு வடிவம் பெற்றிருக்கிறாள். சிவனின் நெற்றிக் கண்ணிலிருந்து தெளித்த எட்டு தீப்பொறிகளின் வழி பார்வதியின் அம்சமாக எட்டு சக்திகள் பிறக்கின்றனர். அவர்களில் ஒருத்தி வண்டிமலைச்சி. இவள் மகிஷ அரக்கனை அழித்தவள். இப்படி ஒரு கதை வாய்மொழி மரபில் உண்டு.

இந்தக் கதை வழங்கும் கோவில்களில் குடிகொண்ட வண்டி மலைச்சி அமர்ந்த கோலத்தில் உள்ளாள். வலது கையில் சூலம், இடது கையில் கப்பறை, சிங்கவாகனம் என்னும் நிலையில் இருக்கிறாள். இவ்வடிவம் கல் அல்லது சுதையால் ஆனது.

முத்தாரம்மனுடன் உடன்பிறந்தவனாகவும், தாருகனைக் கொல்ல அவளுக்கு உதவுபவனாகவும் கூறப்படும் பைரவன் (வைரவன்) என்ற தெய்வம் பெருநெறி மரபிலும் சிறுநெறி மரபிலும் வழிபடப்படுவது. முத்தாரம்மன் கோவில்களில் இது துணைத் தெய்வமாகவே உள்ளது. பெரும்பாலும் எல்லாக் கோவில்களிலும் இது கல் சிற்பமாக இருக்கிறது.

பைரவனை அவைதிகத் தெய்வமாகவே பெருநெறிச் சார்பாளர் கருதுகின்றனர். பொதுவாகப் பெருநெறி மரபில் வைரவனின் படிமம் கழுத்தில் கபாலமாலையுடனும் கரங்களில் கபாலம், கத்துவாங்கம், நெருப்பு, ஈட்டி, உடுக்கு, நாகம், சூலம் போன்றவற்றில் ஏதாவது சில இருக்கும். 2 அல்லது 4 கைகள் கொண்ட இப்படிமத்தின் அடையாளமாக நாய் காட்டப்பட்டிருக்கும்.

நாஞ்சில்நாட்டு நாட்டார் கோவில்களில் பைரவர் நின்ற கோலமாகவே உள்ளார். அமர்ந்த கோல உருவங்கள் குறைவு (குளத்தூர் சம்பவர் சாதிக்கோவில்) பைரவனுக்கு 2 அல்லது 4 கைகள் காட்டப் பட்டிருக்கும். கைகளில் உடுக்கு, சூலம், கப்பறை, பொந்தந்தடி ஆகியன இருக்கும். கரியமாணிக்கபுரம் வேளாளர் முத்தாரம்மன் கோவிலில் உள்ள ஈழுவர் சிற்பம் 4 கைகள் கொண்டது. இதன் வலது கையில் உடுக்கும் சூலமும் இடது கைகளில் பாம்பும் கப்பறையும் உள்ளன.

பொதுவாக நாட்டார் தெய்வம் படிமங்களில் முத்திரைகள் காட்டப்படுவதில்லை. இது முத்தாரம்மன் வைரவன் போன்ற எல்லா தெய்வங்களுக்கும் பொருந்தும். ஆயுதங்கள் வட்டாரச் சார்பு உடையதாய் இருக்கும். பெருநெறிச் சிவனிடம் உள்ள கபாலம் நாட்டார் தெய்வ முத்தீஸ்வரர் முத்தாரம்மனிடம் கப்பறையாக மாறியிருக்கிறது. பெருநெறித் தெய்வ வடிவங்களின் கைகளில் உள்ள சூலம் கத்தி இரண்டும் நாட்டார் தெய்வங்களின் கைகளில் காட்டப் பட்டுள்ளன. அண்மைக் காலமாக மேல்நிலையாக்கம் பெறும் நாட்டார் தெய்வ வடிவங்களின் நிலை மாறி வருகிறது.[17]

முத்தாரம்மனுடன் பிறந்தவனான முப்பிடாதி (முப்புடாரி) என்பவனை நாராயணனே சூழ்ச்சியால் அழிக்கிறான். இந்த முப்பிடாரி முத்தாரம்மனின் துணைத் தெய்வமாக உள்ளது. இது ஆண் தெய்வம் ஆயினும் முப்பிடாரி அம்மன் என்னும் பெண் தெய்வமாகவும் அழைக்கப்படுகிறது.[18] இது மூன்று தெய்வங்களாகவும் கருதப்படும். இதற்கென்று தனிச்சிற்பங்கள் இல்லை. ஒரே பீடத்தில் மூன்று அரைவட்டத் தலைகள் அமைப்பது இத்தெய்வ வடிவத்தின் நடைமுறை. இது 40 முதல் 50 செ.மீ. உயரமுடன் இருக்கும்.

இதற்கு அபூர்வமாகவே முழு உருவச் சிற்பங்கள் உள்ளன; கரிய மாணிக்கபுரம் ஊர் முத்தாரம்மன் (வேளாளர், விசுவகர்ம சாதிக் குரியது) கோவிலில் உள்ள முப்பிடாரி அமர்ந்த கோலம் உடையது. 4 கைகள் கொண்டது. இவற்றில் சூலம் பாம்பு கப்பறை உடுக்கு - போன்றன உள்ளன. இந்த ஒரே உருவம் சிவனின் அம்சமாகக் கொள்ளப்படுகிறது.

முத்தாரம்மனைப் போன்று பரவலாக வழிபடப்படும் தெய்வம் சுடலைமாடன். சிவனின் அம்சமாகவே சுடலையைக் கொள்ளும் வழக்கம் நாட்டார் வழக்காற்றில் பரவலாக இருக்கிறது. சுடலை மாடனைக் கபாலம் ஏந்தியவன், ஆலமரத்தடியில் இருப்பவன் சுடுகாட்டில் வாழ்பவன் என்னும் பழைய செய்திகள் வாய்மொழி வழக்காற்றுடன் ஒத்துப் போகின்றன.

சுடலைமாடன் வில்லிசை ஏடு அவன் வேள்வியிலிருந்து பிறந்த செய்தியை விவரிக்கும்போது வட்டமான மூன்று தலைகளுடன் முகம் ஒளிவீச தலைமுடி அலங்காரத்துடன் பலவகை ஆயுதங்களுடனும் தலைப்பாகையுடனும் சமுதாடு எடுத்து வந்தான் எனக் கூறும்.[19] இந்தக் கதைப் பாடலில் மாடன் மிக உயரமானவன் பலவகை ஆயுதங்களைத் தாங்கியவன் என்பதை வேறு இடங்களிலும் கூறும்.

சுடலைமாடனுடன் 21 மாடன்களும் பிறந்தனர்.[20] இவர்களும் மாடனைப் போன்ற வடிவமுடையவர்கள்.

கன்னியாகுமரி மாவட்டத்தில் சுடலை மாடனுக்கு இரண்டு வகையான வடிவங்கள் உள்ளன.

செவ்வகப் பீடத்தில் அரைக்கோள வடிவில் தலை அமைந்த வடிவம், முழு உருவில் அமைந்த வடிவம்.

இவ்விரு வடிவங்களில் அரைக்கோள வடிவத்தலை வடிவம் பெருமளவில் உள்ளது.

அரைக்கோளத் தலைவடிவம் கல், சுதை, சிமெண்ட், மண் போன்றவற்றில் ஒன்றினால் செய்யப்பட்டிருக்கும். வெட்ட வெளியில் அல்லது ஆலமரத்தின் கீழ் அமைந்த சுடலைமாடன் வடிவம் பெரும்பாலும் கல்லால் ஆனதாக இருக்கும். விழா அல்லது சிறப்பு நிகழ்ச்சியில் உருவாக்கப்படும் மாடனை மண்ணால் அமைப்பதுண்டு.

அரைக்கோள வடிவத் தலையில் கண் மீசை வரையப்பட்டோ வெள்ளியிலான கண் மீசை பொருத்தப்பட்டோ இருக்கும். உடல் பகுதியில் வெட்டுக்கத்தி அல்லது குண்டாந்தடியின் பெரிய உருவம் வரையப்பட்டிருக்கும்.

முழு உருவச் சுடலைமாடன் வடிவம் கல்லால் ஆனது. சுதை வடிவங்கள் மிக அபூர்வமாக உள்ளன. ஒரு தலை, 2 கைகள், கிரீடம் அல்லது கரண்ட மகுடம் என அமைந்தது. கைகளில் கத்தி, பொந்தந்தடி, ஈட்டி, வல்லயம், சமுதாடு போன்ற ஆயுதங்களில் இரண்டு இருக்கும். வலது கையில் உள்ள ஆயுதத்தை மேலே தூக்கிப் பிடித்தும் இடதுகை ஆயுதத்தைத் தரையில் ஊன்றியும் அமைக்கப்படும்.

திருநெல்வேலி தூத்துக்குடி மாவட்டங்களில் திருவிழாக் காலங்களில் மண், சணல், வாழைத்தடைகளால் தற்காலிக மாடன் உருவம் அமைப்பதுண்டு. குமரி மாவட்டத்தில் பெரும்பாலும் நிரந்தர வடிவமே உள்ளது.

சுடலை மாடனின் உடன்பிறந்தவர்களாகக் கொள்ளப்படும் 21 மாடன்களுக்கும் தனித்தனி வடிவங்கள் கிடையா. விழாக்காலங்களில் மண்ணால் வெறும் பீடம் அமைத்துப் படையல் செய்வது வழக்கம். இவற்றில் கழுமாடன் விடுமாடன் போன்றவை தனி வழிபாடு பெற்றுள்ளன. இத்தகைய இடங்களில் இவற்றின் வடிவம் சுடலை மாடனின் பொது வடிவத்தையே பெற்றுள்ளது.

மாடன் என்னும் பின் ஒட்டையோ (தளவாய் மாடன்) முன் ஒட்டையோ (மாடன் தம்புரான்) பெறும் தெய்வங்களும் சுடலை மாடனுக்குரிய வடிவத்தையே பெறும். என்றாலும் கரடிமாடனின் வடிவம் இதனின்று வேறுபட்டது. நின்றகோலமுடையது. இரண்டு கைகள் கொண்டது. ஒரு கையில் பொந்தந்தடி; இன்னொரு கை தொங்கிக் கொண்டிருக்கிறது. தலை கரடியின் தலை. உடல் மனித உடல்; 135 செ.மீ. உயரமுடையது.[21]

மாடன் என்னும் பின் ஒட்டையோ முன் ஒட்டையோ உடைய குறிப்பிட்ட வகை மாடன்கள் (வேம்ப மாடன், மாடன் தம்புரான்) அரைக்கோளத் தலை வடிவம் இல்லாமல் பிரமிட் வடிவில் உள்ளன. இந்த வடிவம் 30 முதல் 35 செ.மீ. உயரமுடையது. இது அபூர்வமாக உள்ளது.

இரவிபுதூர் ஊரில் உள்ள இடைகரைபுலை மாடன் வடிவமற்ற கல் என்றாலும் இக்கல் தலைகீழாக இருப்பதான நம்பிக்கை உள்ளது. இதற்கு இத்தெய்வம் தொடர்பான கதை காரணமாகக் கூறப்படுகிறது.[22]

அகால மரணமடைந்து தெய்வமாகி மாடனுடன் இணைபவர் இறக்கும்போது இருக்கும் நிலையைப் பொறுத்து வடிவம் பெறுவர் என்னும் நம்பிக்கை உண்டு. இயக்கி வடிவங்களுக்கு இது பொருந்தும்.

குமரி மாவட்ட நாட்டார் தெய்வங்களில் புராணச் சார்பற்று அகாலமரணத்துடன் தொடர்புடையதான தெய்வங்களில் குறிப்பிடத் தகுந்தது இயக்கியம்மன். தென் மாவட்டங்களில் முக்கிய தெய்வமாகவும் துணைத் தெய்வமாகவும் வழிபாடு பெறும் இத்தெய்வம் பிராமணர் தவிர்த்த பிற எல்லாச் சாதியினருக்கும் பொதுவானதாக உள்ளது.

அகால மரணமடைந்த பெண் தனிவழிபாட்டிற்குப் பின்னர் இயக்கியுடன் இணைவது என்பது ஒரு கருதுகோள். இவ்வாறு

இணைவதற்கு முன் இது வெறும் கல் அல்லது சுமைதாங்கி வடிவில் இருக்கும். இத்தெய்வம் இயக்கியுடன் இணைந்தபின்பு இயக்கியின் பொது வடிவத்தைப் பெற்றுவிடும்.

இயக்கியம்மன் வடிவம் கீழ்க்கண்ட வகைகளில் காணப்படுகிறது.

முக்கோண வடிவில் அமைந்த கல்: பெரும்பாலும் இது துணைத் தெய்வமாக அமைந்த இடங்களில் உள்ளது.

சுடலைமாடனுக்குரிய பொது வடிவம்: இதுவும் துணைத் தெய்வமாக அமைந்த இடங்களில் இருப்பது.

சிறு மண்பீடம்: இது 50 செமீ. முதல் 100 செமீ. உயரமுடையதாய் இருக்கும். இதன் மீது செம்பு அல்லது பித்தளை கவசத்தை வைத்து வழிபடுதல் உண்டு, இது விழாக்காலங்களில் மட்டுமே அமைக்கப்படும்.

சுமைதாங்கிக்கல்: இது இயக்கியம்மனுடன் பெரிதும் தொடர்புடைய வடிவம். இவ்வடிவம் இறந்த கர்ப்பிணியின் நினைவில் நடப்படுவது. இது எப்போதும் தனித்தெய்வமாகவே இருக்கும்.

இலுப்பை, வேம்பு, ஆல், பனை போன்ற மரங்களில் மஞ்சணை தேய்த்து தெய்வமாகக் கொள்ளுதல். இது பெரும்பாலும் ஊரின் எல்லையில் அமைந்திருக்கும் வடிவமாகும். சுடுகாட்டு மரங்களும் இதில் அடங்கும்.

கல் வடிவ இயக்கி: இது 100 செமீ. முதல் 120 செமீ. உயரமுடையது. இதன் ஒரு கை இடுப்பைப் பிடித்தபடியும் மறுகை ஒரு குழந்தையை இடுப்பில் இடுக்கியபடியும் இருக்கும். இது முக்கியத் தெய்வமாகவே பெரும்பாலும் இருக்கும். இது பிற்கால வடிவம்.

ஓட்டுருவம் அல்லது சுடுமண் உருவம்: இயக்கியம்மனுக்கு என்று உரிமை உடைய வடிவம். 200 உயரமுடைய இந்த வடிவம் மண்ணால் செய்யப்பட்டு சூளையில் சுடப்பட்டு வண்ணம் கொடுக்கப் பட்டிருக்கும். இதன் ஒரு கை இடுப்பைப் பிடித்தபடியும் மறுகையில் குழந்தையும் வைத்திருக்கும். வாய் அகலத் திறந்திருக்கும் கழுத்தில் அழகிய ஆபரணங்கள் காட்டப்பட்டிருக்கும்.

இந்த உருவம் முக்கியத் தெய்வமாகவும் துணைத் தெய்வமாகவும் உள்ள இயக்கி கோவில்களில் உள்ளது. இயக்கியம்மன் கதையில் இயக்கி கள்ளியை குழந்தையாக்கி இடுப்பில் வைத்துக் கொண்டு திரிந்தாள் என்னும் நிகழ்ச்சியைக் காட்டவே இவ்வடிவம் வடிவமைக்கப் பட்டுள்ளது.

குழந்தையின் கருவை வாயில் கடித்தபடியும் உள்ள சுடுமண் இயக்கி வடிவம் உண்டு. கோவில் நேர்ச்சைக்காகக் கொடுக்கப்பட்ட இவ்வுருவம் பின்னர் வழிபாட்டிற்கு உரியதாகிவிடும்.[23]

இயக்கியின் அண்ணன் எனக் கதைப்பாடல் குறிப்பிடும் நீலசாமிக்கும் தனி வழிபாடு உண்டு. நீலனுக்குப் பொட்டல் ஊரில் தனிக்கோவில் உள்ளது என்றாலும் இங்கு உருவம் இல்லை. பிற இடங்களில் துணைத் தெய்வமாக உள்ள நீலனின் வடிவம் சுடலை மாடனை ஒத்து இருக்கிறது. இதைத் தனியாகக் காட்டுவதற்கு அடையாளம் இல்லை.

காளி, பேச்சி அம்மன், உச்சிமாகாளி, மாரியம்மன், முந்நூற்று நங்கை, துர்க்கை என நூற்றுக்கு மேற்பட்ட நாட்டார் பெண் தெய்வங்கள் இங்கே வழிபாடு பெறுகின்றன. இவை பார்வதியின் அம்சமாகக் கருதப்படுவதால் இவற்றின் வடிவங்களும் அப்படியே உள்ளன.

நிறுவன சமயக் காளியின் வடிவம் இடத்துக்கு இடம் வேறுபட்டு இருக்கிறது. இவள் மூன்று கண்களும் எட்டு கைகளும் உடையவள்; கைகளில் சூலம், சக்கரம், பாசம், கேடயம் சங்கு போன்றன இருக்கும். சடாமகுடம் உடையவள்; சிங்கம் அல்லது வேதாள வாகனம் கொண்டவள். துர்க்கை என்னும் தெய்வம் வைணவ சமயச் சார்புடையது. இவள் கைகளில் சங்கு, சக்கரம் காட்டப்பட்டிருக்கும்.

நாஞ்சில் நாட்டு நாட்டார் பெண் தெய்வங்களின் வடிவமைப்பு நிறுவன சமயப் பெண் தெய்வங்களை ஒத்தும் இருக்கிறது. முக்கியமாக காளி, துர்க்கை இரண்டும் இத்தகையன. ஆனால் இப்படிமங்களில் அபய, வரத முத்திரைகள் கிடையா. சங்கு, சக்கரம், சின்னங்களும் நாட்டார் துர்க்கையிடம் இல்லை. நிறுவன சமய துர்க்கை போன்றே நாட்டார் துர்க்கைக்கு சிங்கம் அல்லது வேதாளம் இருக்கும்.

சில காளி கோவில்களில் முக்கியத் தெய்வம் இருக்கும் அறைக்கு எதிரே பலி பீடத்தை ஒட்டி வேதாளம் இடம் பெற்றிருக்கும். இவளின் எதிரே நந்தி இருக்கும். பெருநெறி மரபை ஒட்டியதுதான் இது. வேதாளம் பெண் தெய்வமாகவே காட்டப்பட்டிருக்கும். இது நின்ற கோலமாய் கைகளில் ஆயுதங்களுடன் கோரமான வடிவத்துடன் தொங்கிய மார்புகளுடன் இருக்கும்.

நாட்டார் பெண் தெய்வங்களில் புராணச் சார்புடையவற்றிற்கு வாள் கேடயம் காட்டப்பட்டிருக்கிறது. பேச்சி அம்மன் கைகளிலும் கால்களின் கீழும் பாம்பு வடிவம் இருக்கும்.

நிறுவன சமயத் தெய்வமான விஷ்ணு, நாட்டார் தெய்வமாகவும் வழிபாடு பெறுகிறார்.

இங்கு இவர் பெருமாள்சாமி எனப் பெயர் பெறுகிறார். சங்கு சக்கரம் தாங்கி நான்கு கைகளுடன் கூடிய இந்த ஐம்பொன் விக்கிரகம் அமர்ந்த கோலத்தில் உள்ளது (இலந்தவிளை ஊர்). இதற்கு ஆடு பலி கொடுக்கப்படுகிறது.

கன்னியாகுமரி மாவட்ட நாட்டார் தெய்வங்களின் வடிவங்களில் காணும் பொதுத்தன்மை, இவற்றின் மேல்நிலையாக்கம் தான். வழிபாடு, பூஜை, பூசகர் கோவில் கட்டிட அமைப்பு என்னும் முறைகளில் வேகமாக அடையும் மேல் நிலையாக்க மாற்றம் தெய்வ வடிவங்களில் ஏற்படவில்லை.

அடிக்குறிப்புகள்

1. அண்மைக் காலங்களில் மேல்நிலையாக்கம் காரணமாகச் சில மாற்றங்கள் ஏற்பட்டுள்ளன. இந்த மாற்றங்களில் விழாக்காலப் படிமத்தை முக்கிய தெய்வத்தின் அருகே வைப்பது என்னும் நடைமுறை சில நாட்டார் தெய்வக் கோவில்களில் உள்ளது.

2. பனை போன்ற பல்வேறு மரங்களிலும் மஞ்சணை தேய்த்து நாட்டார் தெய்வமாக ஆக்குதல் உண்டு. மஞ்சணை: நாட்டார் தெய்வக் கோவில்களின் வடிவத்தில் மேல் பூசப்படும் சிவப்பு நிறக்கலவை. சுண்ணாம்பு மஞ்சள் எண்ணெய் கலந்த மணமான சாந்து.

3. 'கன்னி வழிபாடு' நாட்டார் தெய்வம் தொடர்பானது. திருமணமாகாத பெண் அகால மரணமடைந்தால் அவளுக்கு வீட்டின் உள்பகுதி அறையில் சுவரில் மஞ்சணை தேய்த்து வழிபாடு செய்வது உண்டு, இதற்குத் தனிஉருவம் இல்லை. இந்தக் கன்னி கொடூரத்தன்மையுடையவளாகக் கருதப்பட்டால் ஊருக்கு வெளியே இவளை நிலைநிறுத்துவர். அப்போது இவள் இயக்கியின் வடிவத் தைப் பெறுவர்.

4. கழுமாடன் என்னும் தெய்வத்தின் வடிவம் இத்தகையது. இது பெரும்பாலும் சுடலை மாடன் வடிவத்தின் எதிரில் அமைக்கப்பட்டிருக்கும் கழுமாடனின் ஈட்டிமுனை வடிவத்தில் கோழியைக் குத்தி பலி கொடுப்பதுண்டு.

5.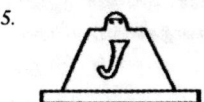

6.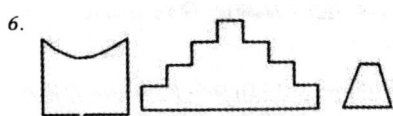

7. அங்கி என்பது செம்பு அல்லது வெள்ளியால் செய்யப்பட்ட புடைப்புச் சிற்ப வடிவம். இது உள்ளீடு உடையதாய் இருக்கும். 30 முதல் 200 செமீ. வரை உயரம் உடையதாய் இருக்கும். இந்த அங்கி வடிவத்தை கல் அல்லது கதை வடிவ சுடலைமாடன் மீது வைத்து ஒப்பனை செய்கின்றன. இந்த அங்கியை வாடகைக்கு விடுவதற்கென்று கடைகள் உள்ளன.

8. நிறுவன சமயத் தெய்வப் படிமங்களில் கரு சர்க்கரைப் படிமம் தயாரிப்பது பற்றிய செய்திகளுடன் இதையும் இணைத்துப் பார்க்கலாம். கடினமான சுக்கான் கற்களைப் பொடித்துக் கிடைக்கும் சிறு மண்ணையும் பலவகையான மூலிகைகளின் சாற்றையும் கலந்து தயாரிக்கப்படும் சாந்து கடுசர்க்கரை எனப்படும்.

9. கன்னியாகுமரி மாவட்டத்தில் இப்படியாகப் பிடிமண் வைத்து உருவாக்கப் பட்ட கோவில்கள் உள்ளன. கன்னியாகுமரி அருகே உள்ள மகாதானபுரம் அருகே உள்ள தீப்பாய்ந்த அம்மன் கோயில் தென்பாண்டிப் பகுதியுடன் தொடர்புடையது. இது பிடிமண் எடுத்துக் கொண்டு வந்து உருவாக்கப்பட்டது. இவ்வாறு கோவிலை உருவாக்கும் போது, சொந்த ஊருக்கு படிமத்தை அமைப்பவரை அழைத்துச் சென்று, மூலபடிமத்தைப் பார்வை இடச் செய்வதுண்டு.

10. அ.கா.பெருமாள், நாஞ்சில் நாட்டு வில்லுப் பாடல்கள் ஓர் ஆய்வு, பி.எச்.டி. ஆய்வேடு, ம.கா.பல்கலைக்கழகம், மதுரை, 1986.

11. கர்ப்பிணிகள் இறந்தால் அவர்களின் ஆன்ம சாந்திக்காக நடப்படும் கல். இது மாஸ்திக்கல் எனப்படும். பொதுவாக இக்கல் வழிநடைப் பாதையில் அமைக்கப் பட்டிருக்கும். பொருட்களைத் தலையில் சுமந்து வருவோர் இளைப்பாறு வதற்காக நடப்படும் கல் சுமைதாங்கி எனப்படும்.

12. கப்பறை சிவனின் கையில் உள்ள கபாலத்தின் மறுவடிவமாகக் கருதப்படும் நாட்டார் தெய்வக் கோவில்களில் திருநீறு வைப்பதற்குப் பயன்படும் பாத்திரமும் கப்பறை எனப்படும்.

13. கன்னியாகுமரி ஊர், வேளாளர் நிர்வாகத்தில் உள்ள முத்தாரம்மன் கோவிலில் இத்தகு வடிவம் உள்ளது.

14. ஐம்பதுகளின் இறுதியில் காங்கிரஸ் அரசு ஒடுக்கப்பட்ட மக்களின் குடியிருப்பைக் கட்டிக் கொடுத்த போது முத்தாரம்மன் கோவிலையும் பழுதுபார்த்துக் கொடுத்திருக்கிறது. (நல்லூர்) இத்தகு கோவில்களில் அரசு கட்டிக் கொடுத்த முத்தாரம்மன் செவ்வகத்தில் அரைக்கோளத்தலையுடனேயே இருக்கிறாள் (கூத்தாடிக்காலனி).

15. வண்டிமலையனும் வண்டிமலைச்சியும் மாட்டு வண்டிகளை மறிப்பவர்கள் என்னும் நம்பிக்கை உண்டு. இதனால் புதிய வண்டி செய்யப்பட்டதும் இத்தெய்வங்களுக்கு வழிபாடு செய்யப்படும்.

16. காஞ்சி மடம் ஜெயேந்திரர், கிராமப்பூசாரிகள் மாநாட்டில் நாட்டார் தெய்வ வடிவங்களை மாற்றியமைக்க வேண்டும் என்று அறிவுறுத்தினார். பின்னர் அவரிடம் வண்டிமலைச்சியின் வடிவத்தை நிமிர்த்தி வைக்கலாமா என்று யோசனை கேட்ட போது அப்படியே செய்யலாம் என்றார்.

17. மேல்நிலையாக்கம் பெறும் தெய்வங்களின் கைகள் அபயவரத முத்திரை காட்டும்படி அமைக்கப்படும் வழக்கம் இப்போது பரவி வருகிறது.

18. சிவபுராணம் கூறும் தாருகாட்சன் கமலாட்சன் வித்யுன்மாலி என்னும் மூன்று அரக்கர்களை இவன் எரித்தே அழித்தான் என்னும் கதை பலவித மாற்றங்களுடன் முத்தாரம்மன் கதைப் பாடலில் வருகிறது. இங்கு முப்பிடாரி அரக்கனாகவே காட்டப்படுகிறான். ஆனால் வாய்மொழி மரபு முப்பிடாரி யைப் பெண் தெய்வமாகவும் கூறுகிறது. இதனால் இவ்வடிவத்தை அமைப்பதில் சிக்கல் உள்ளது என மூத்த சாமியாடிகள் கூறுகின்றனர்.

19. சுடலைமாடன் வில்லிசைப் பாடலில், அவன் தோன்றிய வடிவம் பின்வருமாறு கூறப்படுகிறது.

   தோன்றி நின்றான் சுடலையில் மாடனும்
   துய்ய கண்களும் வட்டிலும் போலவே
   மூன்று கண்ணும் முகமும் பஞ்சாச்சாரமும்
   மூடிக் கொண்ட தலையலங்காரமும்
   அழகுவர்ணக் கருமலை போலவே
   ஆயுதங்களும் வேள்வியில் தேணுமாம்
   பழைய சந்திரக் காலிச் சரிதமும்
   பாரவர்ணத் தலைப்பாகைத் தொப்பியும்.

20. சுடலை மாடனுடன் பிறந்த பிற மாடன்கள் கடலைமுண்டன், கல்லெறிமாடன், கவுதலை மாடன், வண்ணாராமாடன், புலமாடன், இருளகற்று மாடன் திருக்குழி மாடன், பன்றி மாடன், குழி தோண்டி மாடன், இடுகாட்டு மாடன், சுடுகாட்டு மாடன், ஆத்திமாடன், உதிர மாடன், கழுமாடன், கலுங்கடி மாடன், ஆலடிமாடன், ஆற்றடி மாடன், அருதகுல மாடன், உச்சிப்பலி மாடன், அறகுலமாடன், மாடிப்பிள்ளை.

21. கரடிமாடன் கோவில் ஆரல்வாய்மொழி ஊரில் உள்ளது. இது செட்டியார் சமூகத்துக்குரிய கோவில். பாண்டி நாட்டிலிருந்து செட்டியார்கள் குடிபெயர்ந்த போது வந்த தெய்வம் இது.

22. நம்பூதிரி ஒருவர் தலைகீழாக கிணற்றில் விழுந்தார்; அவரின் ஆவி தனக்கு தலைகீழாகவே உருவம் அமைக்க வேண்டும் என்று வேண்டிக் கொண்டாராம்.

23. கொடூரமான இயக்கிக்கு நேர்மாறான வடிவம் உண்டு. இதை அக்கா இயக்கி என்கின்றனர். இவள் சாந்தமானவள். இவளுக்கு இரண்டு கைகள் இதன் முகத்தில் கொடூரம் காட்டப்படுவதில்லை.

'தன்னனானே' டிசம்பர் 2001

7. கேரள நாட்டார் மரபில் கண்ணகியின் கதை

பண்டைய தமிழகத்தின் ஒரு பகுதிதான் கேரளம் என்பதைத் தொல்லியல், வரலாறு, இலக்கியச் சான்றுகள் வழி நிறுவுவதில் ஆரம்பகால வரலாற்றாசிரியர்கள் தயக்கம் காட்டவில்லை. ஆரம்ப கால மலையாள அறிஞர்களான இளங்குளம் குஞ்சம்பிள்ளை, அய்யப்பப் பணிக்கர் போன்றோர்களுக்குத் தமிழ் மீதான வெறுப்பு இல்லை. கண்ணகி பற்றி ஆராய்ந்த கேரள அறிஞர்களில் வீ.ஆர்.சந்திரன் (கொடுங்கோளூர் கோவில்) எஸ்.என்.சந்தோரா (கண்ணகி சீர்மக்காவு) அச்சுதமேனன் (கேரளத்தில் காளி வழிபாடு) போன்றோர் கண்ணகியைத் தமிழ்த் தெய்வமாக, சிலப்பதிகாரத்தைத் தங்கள் நாட்டுக் கவிஞர் எழுதியதாகச் சொல்வதில் வெறுப்புக் கொள்ளவில்லை.

பழந்தமிழகத்து கானகத்துத் தெய்வங்களே இப்போதுள்ள கொடுங்கோளூர், சோட்டாணிக்கரா, சேர்த்தலா, செங்கனூர், சபரிமலை, ஆரியங்காவு போன்ற இடங்களில் வழிபாடு பெறுபவை என்ற கருத்து உண்டு. பழந்தமிழ் பண்பாட்டுக் கூறுகளை அறிவதற்கு உரிய சான்றுகள் இன்றும் கேரளத்தில் உள்ளன. கேரளத்தின் ஓணம், விஷு என்னும் பண்டிகைகளும் துடி, முழவு (மிழாவு)' கிணை (இடக்கா) என்னும் இசைக் கருவிகளும் தமிழர்களுக்கு உரியவை.

கேரளத்தின் வரலாற்றில் அழிக்க முடியாத தொன்மமாக இருப்பது பரசுராமர் கதை. இது குறித்த செய்தியை மருதனிள நாகனார் அகநானூற்றில் குறிப்பிடுகிறார் (எண் 220). பரசுராமன் வேள்வி செய்ததாக இப்பாடல் குறிப்பிடும் செல்லூர் இப்போது வடகேரளத்தில் உள்ளது. கேரளத்தில் கிடைக்கின்ற நடுகற்களில் உள்ள செய்திகள், அமைப்பு போன்றன தமிழகத்தில் கிடைத்த நடுகற்களுடன் ஒத்துப் போகின்றன (கிருஷ்ணமூர்த்தி 2004 ப.393).

கி.பி.8ஆம் நூற்றாண்டு அளவில் நம்பூதிரிகள் துளு நாட்டு வழி கேரளம் வந்த பிறகு பண்டைத் தமிழரின் பண்பாட்டுக் கூறுகள் வைதீக மாற்றத்தை அடைந்திருக்கின்றன. பழைய கொற்றவை, துர்க்கை, கண்ணகி ஆகியன பகவதி வழிபாட்டிற்கு நகர்ந்தது நம்பூதிரிகளால் தான். ஆதிசங்கரர், குலசேகர ஆழ்வார், சேரமான் பெருமாள் நாயனார் போன்றோர்களுக்கும் இதில் பங்குண்டு. கொற்றவை துர்க்கையாக பகவதியாக ஆவதற்கும், கண்ணகி பகவதியாவதற்கும். சாத்தன் அரிகரபுத்திரனானதற்கும் இந்த வைதீகமாதல் ஒரு காரணம். கொற்றவை,

கண்ணகி, சாத்தன் போன்றோர்கள் பழந்தமிழ் அடையாளங்கள் (Sreedhava Menon 1970.59).

அண்மைக்காலமாக மலையாள அறிஞர்களிடம் தமிழ் மரபிற்கு எதிராகக் குரல் கொடுக்கும் சூழ்நிலை உருவாகி உள்ளது. கேரள மக்கள் கணக்கெடுப்பாளர்கள் தமிழ்ப் பண்பாட்டைப் பின்பற்றுகின்ற - மலையாளம் பேசுபவரை மலையாளிகளாகவே பதிவு செய்துள்ளனர் (O.Subramoniam 1987.P.2). தமிழ் மலையாள அடையாளச் செய்திகளை மறைப்பதில் கேரள அறிஞர்கள் தீவிரம் காட்டுகின்றனர் (கேரளத் தமிழ் ஆண்டு மலர் எண் 3 திருவனந்தபுரம் 1981 பக்.8-12).

இப்படி எல்லாம் இருந்தாலும் கேரளக் கண்ணகி வழிபாட்டுக் கூறுகளில் உள்ள தமிழ் அடையாளங்களை இன்றும் தேட முடியும். இந்த அடையாளங்கள் மதம், வழிபாடு சார்பானதால் மலையாள ஆய்வாளர்களால் இவற்றை அழிக்க முடியவில்லை.

கேரளத்தின் தாய்த்தெய்வ வழிபாட்டு முறைகளிலும், கலை, சடங்குகளிலும் மிகவும் ஆழமாக ஊடுருவி இருப்பது தாருகன் கதை. மார்க்கண்டேய புராணத்தில் வரும் இக்கதை கேரளத்தில் வேறுவேறு வடிவங்களில் வழங்கப்படுகிறது. கேரளக் கண்ணகி தொடர்பான கதைகளில் தாருகன் கதை இணைக்கப்பட்டோ வேறுவடிவில் மாற்றப் பட்டோ வழங்குகிறது.

தாருகனின் மேல் உள்ள வெறுப்பு, தாருகனைப் பாண்டியனாகக் கூறப்படும் மரபு, சிலப்பதிகாரக் கதையைத் தாருகன் கதைக்குச் சமமாகக் கொண்டு செல்லும் உத்தி கேரள வாய்மொழி மரபில் உள்ளது. இதைப் பின்வருமாறு கூறலாம்.

கேரள களமெழுத்தும் பாட்டும், முடியூட்டு, தெய்யம், தோற்றப் பட்டு, பதாயினி போன்ற கலை, சடங்குகளில் தாருகன் கதை வருகிறது.[1]

கேரளத்தில் வழக்கில் இருந்த தாருகன் கதையே மூலப்படிவம்; இதே கதை வைதீக மரபில் இணைக்கப்பட்ட வடிவம்; சிலப்பதிகார மூல நிகழ்விலிருந்து எடுக்கப்பட்ட கண்ணகி கதை இணைப்பு வடிவம் என வரையறை செய்து கொள்ளலாம்.

இளங்கோவடிகள் காலத்தில் சேர நாட்டில் தாருகன் கதை வழக்கில் இருந்தது. பாண்டிய மன்னனிடம் காவலன் கண்ணகியை அறிமுகப்படுத்தும்போது "தாருகன் பேருருவம் கிழித்த பெண்ணும்" அல்லள் என்கிறான்.[2] கண்ணகி அல்லது காளி தாருகனை வதைத்த தொன்மம் கண்ணகி தெய்வமான காலகட்டத்தில் உருவாகியிருக்கலாம். கண்ணகி தாருகன் பற்றிய கதை வடிவங்கள் வடகேரளத்திலிருந்து

தென்கேரளத்தில் சற்று மாறுபட்டு இருந்தாலும் பொதுவான ஒற்றுமை உண்டு. தென் கேரளக் கண்ணகி - தாருகன் கதைத் தொடர்பை,

> காளி (கண்ணகி) பாண்டியன் மகள்
> தாட்சாயணி தட்சன் மகள்
> கண்ணகி (காளி) கோவலனை மணத்தல்
> தாட்சாயணி சிவனை மணத்தல்
> தட்சன் அழிவிற்குத் தாட்சாயணி காரணம்
> பாண்டியன் அழிவிற்கு அவன் மகள் கண்ணகி காரணம்

எனக் குறிப்பிடலாம்.

வடகேரளக் கண்ணகி கதை தொடர்பான தோற்றப்பாட்டில் கண்ணகி காளியாக ஒப்பிடப்படுகிறாள். இதை,

காளி (கண்ணகி) தாருகனை வதை செய்து அவன் தலையை சிவன் முன்வைத்தல்; கண்ணகி (காளி) பாண்டியனின் தலையைக் கொய்து கைலாயம் செல்லுதல்; சிவனின் முன் வைத்தல் எனக் குறிக்கலாம். குறும்பா பாடல்கள் பாண்டியனின் உறவினனாக தாருகனைக் கூறும்.[3] கேரள நல்லம்மை தோற்றப்பாட்டை கண்ணகி கதை பின்னணியுடன் கூறுவதும், பாண்டியனைப் பழிவாங்க வேண்டும் என்ற கண்ணகியின் கொலைவெறி கேரளத்து வெளிச்சப்பாடுகளின் வழி வெளிப்படுகிறது என்றும் கூறுகின்றனர்.[4] வடகேரளத்தில் கோசர் காலத்திலேயே கண்ணகி வழிபாடு வந்துவிட்டதால் அங்கு வாய்மொழி மரபில் பல திரிபுகள் உள்ளன.[5]

கேரள நாட்டார் மரபில் வழக்கில் உள்ள கண்ணகி தொடர்பான கதைகளிலும் பாடல்களிலும் புகழேந்திப் புலவனின் பேரில் உள்ள கோவலன் கதை என்னும் அம்மானையின் பாதிப்பு அதிகம். கோவலன் கதை 3184 வரிகளைக் கொண்டது. இதன் முதல் பதிப்பு 1894-இல் வந்தது. இதன் ஓலைப்பிரதி 1700 அளவில் எழுதப்பட்டது. அதனால் அதற்கு முற்பட்டது கோவலன் கதை என்கிறார் வையாபுரிப்பிள்ளை (1965.ப.168). கன்னியப்ப நாயக்கர் என்பவரின் பதிப்பின் (1908) பின்இணைப்பில் வட்டபுரியம்மன் என்னும் காளிப்பாட்டு என்ற பாடல் உள்ளது. இதில் காளி கண்ணகியாகப் பிறந்து பாண்டியனைப் பழிவாங்கினாள்; பின் மாரியம்மன், பகவதி என்றும் பெயர் பெற்றாள் என்ற செய்தி வருகிறது. இக்கதையின் அடிப்படையில் எழுதப்பட்ட ஒரு கூத்து நாடகம் கண்ணகியை மலையாள பகவதி எனக் கூறும்.[6]

புகழேந்திப் புலவரின் பேரிலுள்ள அம்மானையின் கதை சிலப்பதிகாரக் கதை என்றாலும் பெருமளவில் வாய்மொழி மரபிலிருந்து பெறப்பட்டு உருவாக்கப்பட்டது. இந்த வாய்மொழி மரபு கேரளத்திலும்

வழக்கில் இருந்தது. அதனால்தான் கேரள வாய்மொழி மரபில் உள்ள கண்ணகி கதை புகழேந்திப் புலவரின் அம்மானையுடன் இணைந்து நடக்கிறது.

கேரளத்தில் வழக்கில் உள்ள கண்ணகி தொடர்பான கதைகளில் தமிழில் அமைந்த (கோவலன் கண்ணகி கதை நடராஜன் ப.ஆ.1979), (மன்னான் கோவலன் சரித்திரம் டாக்டர் நசீம் தீன் (ப.ஆ.) (1992), (கோவலன் கதை நிர்மலா தேவி பதிப்பு 2003), (கண்ணகி வில்லுப்பாட்டு வாய்மொழி மரபு (குலசேகரம் ஊர் - குமரி மாவட்டம்).

ஆக, ஐந்து கதைகள் கிடைத்துள்ளன. இவை எல்லாமே புகழேந்திப் புலவர் பெயரில் உள்ள அம்மானையின் தாக்கம் உடையவை. இவை தவிர மலையாள மொழியில் அமைந்த கண்ணகி தோற்றம் பாட்டு, சிலம்பு கதை, கோயிலாண்டி கதை, ஸ்ரீகுறும்பா கதை ஆகியவற்றிலும் புகழேந்திப் புலவரின் தாக்கம் உண்டு.

கண்ணகி வழிபாடு கேரளத்தில் ஆரம்ப காலத்திலேயே இருந்தது என்றாலும் சில வாய்மொழிக் கதைகள் கி.பி. 14, 15 ஆம் நூற்றாண்டில் பரவியிருக்கின்றன. இந்தக் கதைகள் தமிழகத்து நாட்டுக்கோட்டை செட்டியார்களின் ஒரு பிரிவினர் வழி பரவியிருக்கலாம். நகரத்தார் என்ற செட்டியார்கள் சோழநாட்டிலிருந்து சில காரணங்களால் குடிபெயர்ந்தனர். அவர்களில் ஒரு பிரிவினர் கேரளத்திற்குச் சென்றனர். இவர்கள் கேரளத்தில் கண்ணகி, காரைக்காலம்மையாரின் உறவினர்களாக தங்களை அடையாளம் காட்டிக் கொண்டனர். இவர்களே தமிழக கண்ணகி வாய்மொழி மரபைக் கேரளத்திற்குக் கொண்டு சென்றனர். இந்தச் செட்டியார்களுக்கும் தமிழகச் செட்டியார்களுக்கும் தொடர்பே இல்லாமல் ஆகிவிட்டது (ராமநாதன் செட்டியார் 2013 ப.9).

புகழேந்தி பெயரில் உள்ள அம்மானையில் பாண்டியனின் மகளாக கண்ணகி வருவது போலவே மலையாள வாய்மொழிக் கதைகளிலும் வருகிறாள்; கண்ணகி வலது காலில் செஞ்சிலம்புடன் கன்னத்தில் பிறக்கிறாள் என்னும் தமிழ் வாய்மொழி மரபு[7] கேரளத்திலும் உண்டு.

கண்ணகி துர்க்கையின் அவதாரம்; அதனால் கோவலனுடன் அவள் உடலுறவு கொள்ளவில்லை. ஒரு வகையில் பாசண்ட சாத்தன் தேவந்தி உறவு போன்றது. இந்த வாய்மொழிச் செய்தி தென்கேரளத்தில் பரவலாகக் காணப்படுகிறது.[8]

பாண்டிநாட்டுக் காளி கோவில் ஒன்றில் விளக்கேற்றிய காரணத்தால் வணிகன் ஒருவன் பாண்டியனால் தண்டிக்கப்படுவதாகவும் கண்ணகி அதற்குப் பழிவாங்குவதுமான நிகழ்ச்சி புகழேந்திப் புலவர்

அம்மானையில் உண்டு. இதே நிகழ்வு கேரளப் பழங்குடியான மன்னன் சாதி வாய்மொழி கண்ணகி கதையில் வருகிறது (டாக்டர் நசீம்தீன் 1992)[9].

கண்ணகி துர்க்கையின் அம்சம், கோவலன் சேத்திரபாலனின் அம்சம் என்னும் வாய்மொழிச் செய்தி தென்கேரளப் பாடலில் உண்டு (நடராஜன் 1979 ப.1). இதே செய்தி வடகேரள வாய்மொழி மரபிலும் உண்டு. கொடுங்கோளூர் பகவதி கோவிலில் சேத்திரபாலன் பரிவார - தெய்வமாக உள்ளான். இந்தச் சிற்பம் தமிழ் மரபின்படி அமைந்தது என ஒரு மலையாள நூல் கூறும் (வி.ஆர்.சந்திரன் 2005 ப.20). பேராசிரியர் கிருஷ்ணசாமி அய்யங்கார் இந்தத் தெய்வத்தை தமிழ் நாட்டு சதுக்கபூதம் என்கிறார் (வி.ஆர்.சந்திரன் 2003, ப.30). இவன் கோவலனே என்கிறார் பூவண்ணன் (மேற்கோள் 1940, ப.26).

கோவலன் குற்றவாளி அல்லன் என்று பாண்டிமாதேவி கூறுவதான காட்சி புகழேந்தியின் அம்மானையில் வரும் (ப.74-76). இதுபோன்ற நிகழ்ச்சி மலையாள ஸ்ரீகுரும்பா கதையில் வருகிறது. பாண்டியனின் மனைவியான பெருந்தோழி "கோவலன் வைத்திருக்கும் சிலம்பு என்னுடையதல்ல; என் சிலம்பு சிறியது" என்கிறாள். தட்டான் அரசனிடம் "அரசே இவனது அழகில் மயங்கி இவள் பேசுகிறாள்" என்று அரசியின் மேல் பழி சொல்லுகிறான். அரசன் அதை நம்பி, அரசியைக் கிணற்றில் தள்ளுகிறான் என வருகிறது. இதே கதை மன்னான் பழங்குடிக் கதையிலும் உண்டு (டாக்டர் நசீம்தீன், ப.60-67).

கேரளத்தில் கண்ணகி வழிபாடு பரவலாக இருந்தாலும் இன்றைய நிலையில் பல கோவில்கள் பகவதி கோவில்களாகி விட்டன என்றாலும் கண்ணகியின் வழிபாட்டுக் கூறுகளை இன்றும் தேட முடியும்.[10] இவற்றில் திருசூர் மாவட்டம் கொடுங்கோளூர் பகவதி கோவில் முக்கியமானது. இக்கோவில் விழா, சடங்குகளில் இது கண்ணகி கோவில் என்பதை வெளிப்படையாகவே அடையாளம் காண முடியும்.

கொடுங்கோளூரை கேரள வஞ்சி என்பர். மலையாள அறிஞர்கள் இந்துசூடன், பி.ஆர்.சந்திரன் ஆகியோரும் இதை ஒத்துக் கொள்ளு கின்றனர். சேரன் செங்குட்டுவன் வடநாட்டிற்குச் சென்றபோது வழிபாடு செய்த சிவன் கோவில் இதுவே என்பர் (Indusudan 1943, .47)[11].

கொடுங்கோளூர் பகவதி கண்ணகியே என்பதற்கு இக்கோவிலின் அமைப்பு, கருவறைப் படிமம், பரிவார தெய்வங்கள் பற்றிய செய்திகள், கோவில் சடங்குகள், விழாக்கள், வாய்மொழிப் பாடல்கள், சடங்குப் பாடல்கள் ஆகியன சான்றாக உள்ளன. இவற்றைக் கீழ்வருமாறு

வரையறை செய்யலாம். கொடுங்கோளூர் பகவதியை வாழ்த்திப் பாடும் தோத்திரங்களில் "விதவா ரூபையாம் தூமவதியே நான் தொழுன்னேன்..."

"...பத்தினியை நான் தொழுன்னேன்" என்பதும் ஒன்று. இங்கு பகவதி பத்தினி, விதவை எனப்படுகிறாள். இது கண்ணகியைக் குறிப்பது என்பது தெளிவு.

இக்கோவிலில் பூசை செய்யும் உரிமையுடைய நம்பூதிரிகள் குறிப்பாக மீனபரணி விழாக்களின் தொடர்புடைய நம்பூதிரிகள் அடிகள் எனப்படுகின்றனர். இவர்களின் பூர்வீகம் தமிழ்நாடு என்கின்றனர். இந்து சூடன் இவர்களை இளங்கோ மரபினர் என்பர் (1943:46).

இக்கோவிலின் தாலப் பொலி நிகழ்வு தொடங்குமிடத்தில் ஒரு கோவில் உள்ளது. இங்கு 1970ல் நடந்த அகழாய்வில் இது பழைய கோவில் என உறுதிப்படுத்தப்பட்டது. இதனால் இது கண்ணகியின் மூலக்கோவில் என்கிறார் வி.ஆர்.சந்திரன் (2005, ப.52).

கோவிலின் கிழக்கே ஒரு ரகசிய அறை உள்ளது. நான்கு புறமும் அடைக்கப்பட்ட இத்துறையின் மேற்கூரை கட்டித்தகடு வேயப் பட்டது. இதன் வடக்கு சுவரில் சிவப்புதுணி தொங்குகிறது. இந்த துணிக்கு பூசை உண்டு. இந்த ரகசிய அறையை கண்ணகியின் சமாதி அல்லது நினைவு எச்சங்கள் இருந்த இடம் என்கின்றனர் (Induchudan 1943, P.83). இந்த அறையில் கண்ணகியின் சக்தி இருக்கிறது என்பது ஐதீகம்.[12] இந்த ரகசிய அறையின் கீழ் ஒரு சுரங்க அறை இருந்தது. இதில் பத்தினிப் பூசை நடந்தது. இது குறித்த செய்திகள் அண்மைக்காலம் வரை பேசப்பட்டது (பி.பொன்னம்பலம் பிள்ளை, 1986, ப.34).

இக்கோவிலின் அஸ்பதி பூசையில் வேலனுக்கு சில உரிமைகள் உண்டு. வேலன் மன்னாடி சாதியினர். இவன் சங்கப்பாடல் குறிப்பிடும் வேலன் வெறியாடல் நிகழ்த்தியவரின் மரபினன். இது ஒரு தமிழ் அடையாளம்.[13]

கொடுங்கோளூர் கோவில் முகப்பில் உள்ள கண்ணகி ஓவியம், பழைய சிதைந்த ஓவியத்தைப் பார்த்து வரையப்பட்டது. 2005 ஆகஸ்டு முதல் இது வழிபாடு பெறுகிறது (மாத்ருபூமி ஆகஸ்ட் 10-2005). கோவில் அறநிலையத் துறைக்குச் சொந்தமான ஒரு விடுதியின் பெயர் கண்ணகி தங்கும் விடுதி.

கோவிலின் சடங்குகளுக்கு உரிமை உடைய கொடுங்கல்லூர் அரசர் பிற்காலச் சோழ மரபினர் என்ற கருத்து உண்டு (வி.ஆர்.சந்திரன், 2005, ப.85).

கி.பி.12ஆம் நூற்றாண்டு அடியார்க்கு நல்லார் கொடுங்கல்லூரைக் குறிக்கிறார். கி.பி.14ஆம் நூற்றாண்டு மலையாள இலக்கியம் இதைப் பகவதி கோவிலாகக் கூறும். எனவே சோழர் காலத்திற்குப் பின் இது பகவதி கோவிலாகி இருக்கலாம் (வி.ஆர்.சந்திரன் 2005, ப.17).

கோவில் கருவறை தெய்வம் பலாமரத்தால் ஆனது, எட்டு கைகள். இடதுபக்கக் கையில் சிலம்பு, மூலப்படிமம் பலமுறை மாற்றப்பட்ட போது கைகளின் ஆயுதங்கள்/பொருள்கள் மாற்றப்பட்டிருக்கின்றன. ஆனால் சிலம்பு மட்டும் மாற்றப்படவில்லை.

சேரன் சமைத்து பிரதிட்டை செய்த கண்ணகிப் படிமத்திலிருந்து இப்போதுள்ள படிமம் உருவாக்கப்பட்டது எனக் காலங்காலமாகக் கூறுகின்றனர். கி.பி.14ஆம் நூற்றாண்டு கொக்கசந்தேசம் என்ற நூலில் பிராமணன் ஒருவன், இக்கோவில் சமணக் கோவில் என்பதால் ஒதுங்கிச் சென்றான் எனக் கூறும் (Induchudan, 1969, P.69). கண்ணகி சமணப் பெண் என்பதை இங்கு ஒப்பிடலாம்.

கோவில் பரிவார தெய்வமான க்ஷேத்திர பாலனை கோவிலன் என ஒரு மலையாள பிரசுரம் கூறும் (பூவண்ணன் 1940, ப.26). இன்னொரு பரிவார தெய்வமான வசூரிமாலா குறித்த பாடல் ஒற்றை முலைச்சி எனக் கூறும்.

பகவதி/கண்ணகி கோவில்களில் சாமியாகும் "வெளிச்சப்பாடு" கண்ணகியை பிரதிநிதித்துவப்படுத்துவது என்கிறார் அச்சுதமேனன் (Induchudan 1969, P.116. U.R. சந்திரன், 2005, பக்.68-69).

வடகேரள குறும்பர் சாதியினர் ஆரம்ப காலத்திலிருந்தே கண்ணகி வழிபாடு உடையவர். இப்போது குறும்பா நாடு கோழிக் கோடு மாவட்டத்தில் உள்ளது. 1901ஆம் மக்கள் கணக்கெடுப்பின்படி குறும்பரின் ஒரு பிரிவினர் பத்தினித் தெய்வ வழிபாட்டுடையவராக இருந்தனர் (Edgar Thurston Vol.IV.P.165-166). ஸ்ரீகுறும்பா தெய்வம் (கண்ணகி) பகவதியுடன் இணைக்கப்பட்டது. இப்போதும் குறும்பர்களுக்கு இக்கோவிலில் உரிமை உண்டு.

இக்கோவிலுடன் தொடர்புடைய குறும்புகள் என்ற சாதி குறித்து ராமவர்மா ஆய்வு மைய இதழில் (Vol.8, Part 8, P.1-41) ஒரு கட்டுரை உள்ளது. இதில் இவர்கள் சேரன் செங்குட்டுவன் காலத்திலேயே கண்ணகி வழிபாடு உடையவர் என்றும் செய்து உள்ளது. இதுபோல் கேரள மலையாள தட்டான் என்ற சாதியினருக்கும் கண்ணகி வழிபாட்டில் தொடர்பு உண்டு.

தெறிப்பாட்டை கண்ணகியுடன் இணைத்துப் பேசுவதுண்டு.

அடிக்குறிப்புகள்

1. வடகேரளத் தெய்யம் தோற்றப்பாட்டு தாருகன் கதை கண்ணகி கதை
மத்திய கேரளம் பதாயினி காளியூட்டு
தென்கேரளம் முடிப்புரை கோவில்களின் நிகழ்வுகள், களமெழுத்தும் பாட்டும்.

2. சிலப்பதிகாரம் வழக்குரை காதை (33-42). இங்கு கொற்றவை, பிடாரி, பத்திரகாளி, காளி, தாருகனைக் கொன்ற பெண் தெய்வம் ஆகியோருடன் கண்ணகி ஒப்பிடப்படுகிறாள்.

   அடர்த்தெழு குருதி அடங்காப் பசுந்துணிப்
   பிடர்த்தலைப் பீடம் ஏறிய மடக்கொடி
   வெற்றிவேல் தடக்கை கொற்றவை அல்லள்
   அறுவர்க்கு இளைய நங்கை சூர்உடைக்
   கானகம் உகந்த காளி, தாருகன்
   பேருரம் கிழித்த பெண்ணும் அல்லள்

3. மலையாள அறிஞரான கே.கே.என். குருப் ‘கேரள ஸ்ரீ குரும்பா, பத்திரகாளி, நல்லம்மா, மணிமங்கா, மாரியம்மன் பாடல்கள் கண்ணகியின் செல்வாக்கு உடையவை என்கிறார் (ராமச்சந்திரன் 2011, ப.28).

4. பழம் கொற்றவை - காளி கொற்றவை கண்ணகி வழிபாட்டுடன் தொடர்புடையது. வடகேரள சீர்மக்காவுகள் கண்ணகிக்கு உரியவை (Villiyam Logan Malabar Manual Vol.1, P.162) வெளிச்சப்பாடு - சாமியாடி.

5. கண்ணகிக்கு முதலில் கோவில் எடுத்தவர் கோசர் என உரைபெறு கட்டுரை கூறும். அடியார்க்கு நல்லார் கோசரைக் கொங்கு மண்டிலம் என்பார். (உ.வே.சா.1960.ப.31). கேரளத்தில் கண்ணகி வழிபாடு பெருக கோசரும் காரணம். கோசர் சேரநாட்டின் வடபகுதியில் இருந்தவர். கோசர் என்ற வார்த்தை கன்னடத்தில் இல்லை. கொசரு - கசெரு (காடு) காசர்கோடு கேரள வட மாவட்டம் (எஸ்.செட்டர், 2010, ப.192).

6. உடையார்பிள்ளை எழுதிய மதுரை ராமசாமிக் கோன் பதிப்பித்த இக்கூத்து நாடகம் 1925-இல் பதிப்பிக்கப்பட்டது. இந்நூலில் திருவிதாங்கூரில் நிலைகொண்ட பகவதி, கொடுங்கோளூரில் கோவில் கொண்ட பகவதி என்ற குறிப்பு வருகிறது (எம்.இ.எம்.முத்து மாலையம்மன் தெரு, மதுரை 1925).

7. வலதுகால் செஞ்சிலம்பு இடதுகை செப்பேடு கழுத்திலே பூமாலை கன்னம் வழியாகக் கட்டழகி பெண் பிறந்தாள் (கோவிலன் கதை 1970, ப.10).

8. “பாண்டியன்றே மகளாயது கொண்டல்லோ காளி (கண்ணகி) தம் பர்த்தாவை சுகித்தாம் தடஸ்தம் பறஞ்ஞு”

   க.கு.மாவட்டம், குலசேகரம் பத்திரகாளி கோவில் கண்ணகி வில்லுப்பாட்டு கதை உரைநடையின் ஒரு பகுதி.

9. சிலப்பதிகாரம் கட்டுரை காதையில் (வரி 54-125) சோழநாட்டு பராசகன் பற்றிய கதை வருகிறது. இதில் ஐயை என்ற காளி கோவில் அடைக்கப்பட்ட செய்தி உண்டு.

மையறு சிறப்பின் ஐயை கோவில்
செய்வினைக் கதவம் திறவாது ஆதலின்
திறவாது அடைத்த திண்ணிலைக் கதவம்
மறவேல் மன்னவன் கேட்டனன் மயங்கி
கொடுங்கோல் கொற்றவைக்கு உற்ற
இடும்பை யாவதும் அறிந்தீ இன் என
நந்தியுடன் தெய்வ பாண்டிய மன்னரு
நாடி வைகை நாடாண்ட காலம்
பாண்டியனென பரிசளிக்க
ஆரே இனிப் பிறவி செய்வோம்
என்று நினைத்தல்லோ மாயவரும்
சேத்திரகாலெனையும் சகமழித்து
கோவலரே பிறவி செய்தாரு
துர்கேயும் உகமழித்து
கண்ணகியைப் பிறவி செய்தாரு
(கோவிலன் கண்ணகி கதை 1979, ப.1)

10. கேரளத்தில் பாலக்காடு மாவட்டத்திலும் திரிசூரில் கொடுங்கோளூரிலும் கண்ணகி வழிபாடு தொடர்பான செய்திகளை இன்றும் தேட முடியும். செங்கன்னூர் சிவன் கோவில் கருவறையின் பின்புறம் மேற்கு நோக்கி இருக்கும் பகவதியைக் கண்ணகியாக வழிபடும் நிலை இன்றும் உள்ளது. திருவனந்தபுரம் ஆற்றுக்கால் பகவதி கோவில் விழாவின் நிகழ்வுகளில் கண்ணகி அடையாளம் மறைக்கப்படவில்லை.

11. தமிழ்நாட்டு அறிஞர்களில் பி.எல்.சாமி இக்கோவிலை கண்ணகி கோவில் அல்ல என்கிறார் (தமிழ் இலக்கியத்தில் தாய்த்தெய்வ வழிபாடு 1976. ப.110). இது தவறான கருத்து.

12. கண்ணகியின் சக்தியை கோவில் கருவறை ஆவாகனம் செய்யும் தாந்திரீகச் சடங்கு தினமும் நடக்கிறது. காலையில் இரகசிய அறையிலிருந்து கண்ணகியின் சக்தியை பகவதிக்கு அனுப்பிவிட்டு மறுபடியும் இரவில் ரகசிய அறைக்கு அனுப்பப்படும். இதன் பிறகே மூலக்கோவில் அடைக்கப்படும்.

13. இவன் வடகேரளத்தில் தெய்யம் ஆடுபவன் மந்திரவாதம் பார்ப்பவன்.

ஆய்வுக்குப் பயன்பட்ட நூல்கள்

இராகவையங்கார்.மு.(1915) சேரன் செங்குட்டுவன், மதுரை தமிழ்ச் சங்கம், மதுரை.

இராமச்சந்திரன்.நா., (2011), பொத்தான் தெய்வம், என்.சி.பி.எச். சென்னை.

கிருஷ்ணமூர்த்தி (2004), நடுகற்கள், மெய்யப்பன் பதிப்பகம், சிதம்பரம்.

சந்திரன்.வி.ஆர்.(2005) கொடுங்கல்லூர் கண்ணகி (மலையாளம் - தமிழில் ஜெயமோகன்) யுனைட்டெட் ரைட்டர்ஸ், சென்னை.

டாக்டர் நசீம்தீன் (1992), கோவலன் சரித்திரம், அன்னம், சிவகங்கை.

நடராஜன்.தி. (1979), கோவலன் கண்ணகி கதை, சர்வோதய இலக்கியப் பண்ணை, மதுரை.

வையாபுரிப்பிள்ளை (1968), இலக்கிய மணிமாலை, தமிழ்ப் புத்தகாலயம், சென்னை.

ஷெட்டர்.எஸ். (2010), சங்ககாலத் தமிழும் கன்னடமும் நாடும் மொழியும், மொ.பெ. அபிவை. பெங்களூர்.

Anandha Pillai.P (1955). Kannaki Legend and the Thottam Pattu (article), Kerala Studies Prof A.Gopal Menon Commemoration Volume, Trivandram.

Chummar Choondil (1978), The Kannaki Legend in Kerala Folklore, Studies in Folklore of Kerala, College Book House, Trivandram.

Induchudan (1969), The Secret Chamber, The Cochin Devoswom, Board, Trichur.

Savarirayan Pandit.D, (1986), The Tamilian Antiquity, Asian Educational Services New Delhi.

Sreedhara Menon.A, (1979), Social and Cultural History of Kerala, Sterling Publication, New Delhi.

கேரளத்தின் கண்ணகி தொடர்பான கதைகள்

தமிழ்:

கோவலன் கண்ணகி கதை 1979

மன்னான் கோவிலன் கதை 1992

கண்ணகி கதை 2000

கேரள சுவடிப்புல கண்ணகி கதை

வாய்மொழி மரபுக் கதை

மலையாளம்:

கோவிலன் சிலம்பு வில்க்கான் போய கதா - கேரளம் வடபகுதி

கோயிலாண்டி அம்மன் கதை (செட்டியார் மரபு)

ஸ்ரீகுரும்பா கதை

ஆவியர் பாட்டு

மரக்கால் பாட்டு

கட்டப்பாறை இருளர் கதை

நல்லம்மா கதை

பாலக்காடு சித்தூர் வண்ணார் கதை

கண்ணகி தோற்றம் பாட்டு (கொடுங்கோளூர்)

ஆற்றுக்கால் பகவதி கதை

மணிமங்கலம் தோற்றம்பாட்டு

'காக்கைச் சிறகினிலே' நவம்பர் 2018

8. அகத்தியன் தொன்மங்களும் தொடர்ச்சியும்

அகத்தியன் குறித்து ஆரம்ப காலத்தில் ஆராய்ந்தவர்கள் 'அகத்தியர்' என்பதற்கு உள்ளொளி பெருக்குதல் என்று பொருள் கொண்டனர். பழம் இலக்கியங்கள் வழி சேகரித்த செய்திகளின் வழி இது உருவாக்கப்பட்டது. தமிழ் உயிரெழுத்தில் முதலில் இருப்பது 'அ'; மெய்யெழுத்தில் கடைசி இருப்பது 'ன்'. அகத்தியன் என்னும் பெயரிலும் 'அ' முதலிலும் 'ன்' இறுதியிலும் உள்ளன. இது தமிழின் அடையாளம் என உருவகிக்கின்றனர்.

அகத்தியரின் தொன்மங்களில் அவர் தென் மாவட்டங்களில் சைவம் பரவ முக்கிய காரணமாயிருந்தார் என்பது முக்கியமானது. ஒரு வகையில் இது இராமானுஜர் வைஷ்ணவத்தைப் பரப்ப எடுத்த முயற்சி போன்றது. தென் தமிழகத்தின் தொன்மை, சைவத்தின் பழமை குறித்த செய்திகளைத் திரட்ட அகத்தியர் குறித்த தொன்மம் உதவும். கேரளத்தின் வரலாற்றில் பரசுராமர் பின்னிப் பிணைந்தது போன்ற நிகழ்வு தென் தமிழக அகத்தியருக்கும் உண்டு. கேரளத்தின் அடையாளமாகப் பரசுராமரைக் கொள்ளுவதுபோல் தமிழகத்தின் தொன்ம அடையாளமாக அகத்தியரைக் கொள்ளலாம். இது குறித்து விரிவான ஆய்வு தொடரவில்லை.

அகத்தியர் கும்பத்தில் பிறந்தவர் என்னும் தொன்மத்தைச் சிந்துவெளியில் கிடைத்த குடங்களின் குறியீடு பற்றிய செய்திகளுடன் ஒப்பிடும் முயற்சியை ஐராவதம் மகாதேவன் ஆரம்பித்தார். இவர் இக்குறியீடுகள் முதலில் அரச பாரம்பரியம் அல்லது நிர்வாகம் தொடர்புடையதாக இருந்து பின்னர் முனிவர்களுடன் தொடர்புபடுத்தப் பட்டது என்கிறார்.

வேளாளர் என்னும் சாதிக் குழுவுடன் வடநாட்டு துவாரகையி லிருந்து தென்னாட்டுக்கு வந்தவர் அகத்தியர் என்னும் செய்தியை நச்சினார்க்கினியர் தொல்காப்பிய உரையில் கூறுகிறார் (பாயிரம்). இதை வரலாற்றுச் சான்றாக எடுத்துக் கொண்டு சிந்துவெளி நாகரீக மறைவிற்குப் பின் திராவிடமொழி பேசிய மக்கள் தென் தமிழகத்தில் குடி பெயர்ந்தனர் என்ற கருத்தை ஐராவதம் மகாதேவன் முன் வைத்துள்ளார். அந்த ஆய்வு தொடரவில்லை (ஐராவதம் மகாதேவன், சிந்துவெளிப் பண்பாடும் சங்க இலக்கியமும் 1996, ப.36).

அகத்தியர் என்னும் பெயரில் ஒருவரே இருந்தார் என்றும் பலர் இருந்தனர் என்றும் பல்வேறு கருத்துக்கள் உள்ளன. துடிசைக்கிழார்

சிதம்பரனார், அகத்தியர் என்னும் பெயரில் 37 பேர்கள் இருந்ததாகக் கூறுகின்றார்.[1] கே.என். சிவராஜபிள்ளை அகஸ்தியர் பற்றிய தன் ஆய்வு நூலில் அகத்தியர் பலர், தென் பகுதிக்கும் கீழை நாடுகளுக்கும் ஆரிய மதத்தைப் பரப்பச் சென்றார்கள் என்கிறார் (1936, P.57-60). மு.இராகவையங்காரும், செகவீரபாண்டியன் என்பவரும் அகத்தியர் ஒருவரே என்றும் இவர் பல ஆண்டுகள் வாழ்ந்தவர் என்றும் கூறுவர்.

இதுபோலவே அகத்தியரின் பேரில் சைவம், வைத்தியம், மந்திரவாதம், சோதிடம் எனப் பல துறைகளில் நூற்கள் உள்ளன. தமிழக நூல் விவரப்பட்டியலின் படி - அகத்தியரின் பேரில் 121 நூற்கள் உள்ளன.[2]

'அகத்தியர்' என்னும் பெயர் முதலில் மணிமேகலையில்தான் வருகிறது. அதற்கு முன் இவர் குறியீடாகக் குறிக்கப்படுகிறார். சங்ககால நூலான மதுரைக்காஞ்சியில் அகத்தியனை "தொன்முகக் கடவுள்" எனக் குறிக்கப்படுகிறான் (வரி 40-42) என உரையாசிரியர் நச்சினார்க்கினியர் கூறுகிறார். இங்கு "இராவணனை தமிழ்நாட்டை ஆளாதபடி போக்கின வலிமையுடைய பழமை முதிர்ந்த அகத்தியன்" என அடைமொழியுடன் கூறுகிறார் (சோமசுந்தரனார், 1956, பக்.37).

பரிபாடலில் நல்லந்துவனார் வைகையாற்றை வர்ணிக்கும்போது கோள்கள் பொருந்திய முழுநிலவில் பொதியில் முனிவன் புரைவரை கடந்து காற்று வீசுகிறது; அதாவது கார்காலம் வந்தது; மழை பெய்தது எனக் குறிப்பிடுகிறார் (பரிபாடல். 11. வரி. 11-14). இதற்குப் பரிமேலழகர் "அகத்தியம் என்னும் மீன்" என உரை கூறுகிறார் (உ.வே.சா.ப.ஆ., பரிபாடல்).

மதுரைக்காஞ்சியிலும், பரிபாடலிலும் வரும் முனிவர் பற்றிய குறிப்பை உரையாசிரியர்கள் அகத்தியன் என்றே கொள்ளுகின்றனர். நச்சினார்க்கினியர் கி.பி. 14-ஆம் நூற்றாண்டினர்; பரிமேலழகரும் ஏறத்தாழ இதே காலத்தவர். எனவே இவர்கள் இருவரும் தங்கள் சமகாலத் தொன்மங்களைப் பழைய இலக்கியங்களில் பொருத்திக் காட்டுகின்றார்.

நச்சினார்க்கினியர் காலத்தில் இராவணன் தமிழருக்கு எதிரானவன்; அகத்தியர் தமிழரின் பாதுகாவலர் என்னும் கதை பேசப்பட்டிருக்கலாம். இதே காரணங்கள் அகத்தியரை அதி தீவிர சக்தி படைத்தவராகக் காட்டியிருக்கலாம்.

சங்க காலத்தை அடுத்து வந்த சிலப்பதிகாரத்தில் அரங்கேற்றுக் காதையில் "தெய்வ மால்வரை திருமுனி" என்னும் தொடர் வருகிறது. இதற்குப் பொதியில் அகத்தியன் என உரை கூறுகிறார் அரும்பத

உரையாசிரியர் (உ.வே.சா. சிலப்பதிகாரம், 1960, ப.78). அடைக்கலக் காதையில் வரும் மாதவ முனிவன் மலை என்பதற்கும் அகத்தியன் என்றே உரை எழுதுகிறார் அரும்பத உரையாசிரியர் (மேலது, ப.387). அரும்பத உரையாசிரியரின் காலம் கி.பி.9-ஆம் நூற்றாண்டுக்குப் பின். இதனால் அகத்தியர் குறித்த கதை பிற்காலச் சோழர் காலத்திற்கு முன்பே பரவிவிட்டதாகக் கொள்ளலாம்.

மணிமேகலைதான் அகத்தியர் குறித்த புராணக்கதைகளை முதலில் கூறுகிறது. என்றாலும் அவர் தொல்காப்பியரின் ஆசிரியர் என்பது போன்ற செய்திகளைக் கூறவில்லை.

காவிரியைத் தமிழகத்துக்குக் கொண்டு வந்தவர் அகத்தியரே என்ற செய்தியைச் சேக்கிழார் கூறுகிறார். இவர் அகத்தியரை அமரமுனிவர் என்கிறார். அகத்தியர் பற்றிய பல கதைகளைத் தொகுத்துக் கூறுபவர் கம்பர். ஆரண்யகாண்டம் அகத்தியப் படலத்தில் 28 செய்யுட்களில் அகத்தியர் வரலாறு விளக்கப்படுகிறது.[3]

வில்லிப்புத்தூரார் அகத்தியரைக் குறுமுனி என்றும் பொதிய மலையைத் தெய்வ மால்வரை என்றும் கூறுகிறார். கச்சியப்பரின் கந்தபுராணத்தில் அகத்தியப் படலம் தனியாக வருகிறது. மேலும் ஆறு படலங்களில் இவரது கதை விளக்கப்படுகிறது. பிற்கால நூற்கள் எல்லாம் அகத்தியர் பற்றிய கதைகளைக் கூறுவதற்கு அந்தப் புராணமே காரணமாயிருந்திருக்கிறது. இதே கதைகள் பிற்காலச் சைவத் தலபுராணங்களில் மேற்கோளாக வருகின்றன.

தமிழில் கிடைத்தவற்றில் முதல் உரை நூலான களவியல் உரையில் அகத்தியர் தமிழ் தொடர்பான கதைகள் வருகின்றன. அகத்தியம் என்ற நூலை முதல் முதலில் நக்கீரர் உரையே சுட்டுகிறது. தொல்காப்பிய உரையில் சேனாவரையர் அகத்தியரைச் சைவச் சார்புடன் கூறுகிறார். நக்கீரர் உரை கி.பி. 8-ஆம் நூற்றாண்டினது; சேனாவரையர் 13-ஆம் நூற்றாண்டினர்.

அகத்தியரின் மாணவர்கள் 12 பேர்கள் என்னும் செய்தியை இளம்பூரணரும் சேனாவரையரும் கூறுகின்றனர். பிற்கால இலக்கண நூற்கள் இதை விரிவாகக் கூறுகின்றன. உரையாசிரியர்களுள் பேராசிரியர் அகத்தியர் பற்றிய செய்திகளை அதிகம் குறிப்பிடுகிறார். நச்சினார்க் கினியர் அகத்தியர் தொல்காப்பியர் குறித்து பிறர் கூறாத செய்திகளைக் கூறுகிறார்.[4]

அகத்தியர் தொடர்பான தொன்மங்கள் சமஸ்கிரத புராணங்கள் வழி வந்தவற்றின் மூலம் உருவாக்கப்பட்டோ தமிழகத்தில் வாய்மொழி யாகவோ பேசப்பட்டோ இருக்கலாம். தொன்மம் என்பது என்ன?

தொன்மம் (Myth) என்பதற்குப் பழங்கதை, புராணம் எனப் பொருள் கொள்ளலாம். தொன்மம் குறிப்பிட்ட பண்பாட்டின் ஊடுருவிய கூறுகளை அறிய பெரிதும் பயன்படுவது. இது மனித இயல்புக்கு அப்பாற்பட்டது. மக்களின் எண்ணங்களிலிருந்தும் கூட்டுக் கற்பனைகளிலிருந்தும் மக்களின் வெளிப்பாடுகளிலிருந்தும் அவர்களின் அகத்தூண்டுதல்களிலிருந்தும் உருவாகி படிப்படியாக வளர்ச்சியடைகிறது.

தொன்மம் இல்லாத மொழிகள் பண்பாடு இல்லாதவை. இதை உருவாக்கியவர் பெயர் தெரியாது; இது உருவான காலகட்டத்தில் உண்மை என நம்பப்பட்டது. தொன்மம் இயற்கை மீறிய ஆற்றலை வெளிப்படுத்துவது, தொன்று தொட்டு வரும் சமூகப் பழக்கத்தையும் வாழ்க்கை நெறிமுறைகளையும் அமைக்க உதவுவது.

தொல்காப்பியர் கூறும் தொன்மைதானே உரையொடு புணர்ந்த யாப்பின் மேற்றே, சூத்திரத்தில் வரும் உரை என்பதைப் பழங்கதை களாகக் கூறலாம். இதை வாய்மொழிக்கதை என்றும் சங்கப்பாடல்கள் வழி நிறுவுகின்றனர். சங்ககாலத்தில் தமிழ் மரபு சார்ந்த தொன்மம் இருந்தது. இவை முழுவதுமாகப் பதிவு செய்யப்படவில்லை. பிற புலவர்கள், முனிவர்களைப் பற்றிய தொன்மம் உரையாசிரியர்களால் சிறிய அளவில் பதிவு செய்யப்பட்டுள்ளன. அகத்தியர் அவர்களில் முக்கியமானவர்.

மதுரைக்காஞ்சியிலிருந்து மனோன்மணியம் வரை உள்ள இலக்கியங்களிலும் இலக்கிய உரைகளிலும் கூறப்பட்டனவும், வாய்மொழியாக வழக்காற்றில் உள்ளனவுமான அகத்தியர் குறித்த கதைகள் பின்வருமாறு வகைப்படுத்தலாம்.

அகத்தில் காவிரி, தாமிரபரணி ஆகியனவும் பிற நதிகளையும் தமிழகத்திற்குக் கொண்டு வந்தவர்.

சைவ சமயத்தைத் தென்பகுதியில் பரப்பியவர்; பல சிவன் கோவில்களைப் பிரதிஷ்டை செய்தவர்.

சோழ பாண்டிய மன்னர்களின் வளர்ச்சிக்கு உதவியவர்; தமிழ் மொழி இலக்கணம் தந்தவர். சங்கத்தில் தமிழ் ஆராய்ந்தவர்.

இந்தத் தொன்மங்கள் தமிழ் மண்ணுடன் தொடர்புடையவை.

தாடகையைச் சபித்தவர்; வாதாபி வில்வலனை அழித்தவர்; கடலைக் குடித்து உமிழ்ந்தவர்; உலோபாமுத்திரை என்ற ஆரியப் பெண்ணை மணந்தவர்; பரசுராமனை எதிர்த்தவர். ராவணனை யாழ் போட்டியில் வென்றவர் என்னும் தொன்மங்கள்.

இவை இராமாயணம் பிற புராணங்கள் வழி தமிழ் மண்ணுக்கு வந்தவை.

தமிழ் நிலத்தின் செழிப்புடனும் பண்பாட்டுடனும் நெருங்கிய தொடர்புடையது காவிரியாறு. இந்த ஆற்றைச் சோழ மன்னனின் வேண்டுகோளால் அகத்தியர் கொண்டு வந்தார் என்னும் கதையை முதலில் மணிமேகலை கூறுகிறது. இது அகத்தியர் குறித்த பழைய தொன்மம்; சங்ககாலத்தில் இது வாய்மொழியில் வழங்கப்பட்டிருக்கலாம்.

காந்தமன் என்னும் சோழமன்னனின் வேண்டுகோளுக்கிணங்க அகத்தியர் காவிரியைக் கொண்டு வந்தார் (மணிமேகலை, பதிகம். 10-12) என்ற கதையைக் கந்தபுராணம் சற்று மிகைப்படுத்திக் கூறுகிறது. மணிமேகலையின் காலமான கி.பி.2-ஆம் நூற்றாண்டிற்கும் கந்த புராணத்தின் காலமான கி.பி.15-ஆம் நூற்றாண்டிற்கும் இடைப்பட்ட காலத்தில் இக்கதை எவ்வளவோ மாற்றங்களை அடைந்திருக்கிறது. மணிமேகலை கூறும் புராணச் சார்பு அல்லாத நிகழ்வை கந்தபுராணம் புராணச் சார்புடன் கூறுகிறது.[5]

இதே கதையை வேறு இலக்கியங்களும் கூறுகின்றன.[6] சோழர்கள் கொங்கு நாட்டில் பாய்ந்த காவிரியாற்றை சோழ நாட்டுடன் இணைத்த பழைய கதை அகத்தியருடன் தொடர்புபடுத்தப்பட்டது என்று கருதலாம்.

திருநெல்வேலி மாவட்டத்தில் ஓடும் மிகப் பழைய தாமிரபரணி நதியையும் அகத்தியரே கொண்டு வந்தார் என்பதைக் கூறும் நான்கு கதைகள் உள்ளன. இக்கதைகளில் ஒன்று தாமிரபரணி மான்மியம் கூறுவது; பிற வாய்மொழி வடிவில் உள்ளவை.[7]

திருநெல்வேலி மாவட்டம் செங்கோட்டை வட்டம் சாம்பல் வடகரையில் அகத்தியர் வழிபட்ட கோவில் உள்ளது. இதனருகே ஓடும் அனுமன் நதி அகத்தியரின் விருப்பத்தால் வந்தது. இதன் போக்கைத் தடுத்து அருவியாக மாற்றியது அகத்தியர் என்ற கதை உண்டு (Velmony, 2002, P.1402).[8]

அகத்தியர் நதியைப் படைத்த கதைகளிலிருந்து ஒரு உண்மையை அறியலாம்[9]. ஒரு ஆற்றின் போக்கை இயல்பாகவோ செயற்கையாகவோ அடைந்த மாற்றம் இந்தத் தொன்மம். அகத்தியர் கும்பத்தில் பிறந்தவர் - கும்பம் நீருடன் தொடர்பு - சிந்து வெளியிலிருந்து வந்தவர் என்னும் ஐராவதம் கூறும் கருத்துக்களையும் இத்தொன்மங்களுடன் ஒப்பலாம்.

அகத்தியருக்கும் சைவப் பிரசாரத்திற்கும் உள்ள செய்திகள் விரிவாக ஆராயப்பட வேண்டிய ஒன்று. இது குறித்த செய்திகளில் பல வாய்மொழி வடிவில் உள்ளன.

மதுரை சொக்கநாதனின் திருவிளையாடல்களை அகத்தியர் விவரிப்பதான செய்தி உண்டு (நெல்லையப்பர் புராணம், காசிவாசி அருணாசலம்,1893). அகத்தியர் குறித்த ஆங்கில நூலில் கே.என்.சிவராஜ பிள்ளை ஜாவா, மலேசியா, இந்தோனேசியா, கம்போடியா போன்ற இடங்களுக்கு சைவம் சென்றபோது அகத்தியர் வழிபாடும் சென்றது என்கிறார் (1935, P.52). இதே கருத்தைத் துடிசைக்கிழார் சிதம்பரனாரும் கூறுவார் (அகத்தியர் வரலாறு, 1964 பக்.72-78).

அகத்தியர் தென்பாண்டி நாட்டில் நிறையவே சிவன் கோவில் களை பிரதிட்டை செய்ததான செய்திகளை இன்றும் கேட்க முடியும்.[10]

சோழன் காந்தமன்னன் மேல் பரசுராமர் படையெடுத்த போது சோழன் தன் வைப்பாட்டி மகனை அரசனாக்கிவிட்டு அகத்தியரிடம் சென்றான். அவர் பரசுராமரிடமிருந்து அவனைக் காத்தார்.

இராவணன் பாண்டி நாட்டின் மீது படையெடுத்தபோது அகத்தியர் இராவணனுடன் யாழ் போட்டி நடத்தி வெற்றி பெற்றார். அதனால் இராவணன் பாண்டி நாட்டிலிருந்து திரும்பினான்.

காவிரி பூம்பட்டினத்தில் இந்திர விழா கொண்டாட அகத்தியரும் காரணம். இதுபோன்ற செய்திகள் தொல்காப்பிய உரை, புராணங்கள் சிற்றிலக்கியங்களில் உள்ளன.

அகத்தியர் பொதிய மலையில் தங்கினார். சிவன் பார்வதி திருமணத்தின் போது தென் பாரதத்தைச் சமநிலைப்படுத்த பொதிய மலையில் வந்து தங்கினான். பொதியமலைக்கும் அகத்தியருக்கும் உள்ள உறவு சங்க காலத்திலிருந்தே தொடருகிறது.

பொதியமலையை அகத்தியமலை என்று கூறும் வழக்கு 1827-இல் இருந்தது. பொதியிலில் அகத்தியர் வாழ்வதான நம்பிக்கை அப்போதும் இருந்தது (சாமிக்கண்ணு பிள்ளை, 1894, ப.22).

அகத்தியன் நதிகளைப் படைத்தான்; சைவத்தைப் பரப்பியவன்; சோழ பாண்டிய மன்னர்களின் வளர்ச்சியில் ஆர்வம் காட்டியவன், பொதிய மலையில் வாழ்ந்தவன் என்றும் நான்கு தொன்மங்களும் ஒரு நேர்கோட்டில் வருபவை. இந்த வரிசை தமிழ் பாண்டுடன் அகத்தியரின் முக்கியத்துவத்தைக் காட்டுவது.

அடிக்குறிப்புகள்

1. இந்த அகத்தியர்கள் கி.மு.16,000 ஆண்டுகளுக்கும் கி.பி.19-ஆம் நூற்றாண்டு களுக்கும் இடைப்பட்ட காலத்தில் வாழ்ந்தவர்கள். இவர்களின் இனங்களையும் சிதம்பரனார் வரையறை செய்கிறார். இவர்களில் 18 பேர்கள் ஆசிரியர்; 13 பேர்கள் தமிழர்; மூவர் ஒளியர்; மூவர் பவுத்தர். இவர்களில் கி.மு.வில் வாழ்ந்தவர்கள் 26 பேர்கள். பிற 11 பேர்களும் கி.பி.யில் வாழ்ந்தவர்கள். சித்தராக வாழ்ந்த அகத்தியர்கள் கி.பி.10-ஆம் நூற்றாண்டுக்குப் பிற்பட்டவர்கள்.

2. இவற்றில் 18 நூற்கள் தஞ்சை சரஸ்வதி மகாலில் கையெழுத்துப் பிரதிகளாக உள்ளன. வைத்திய நூற்கள் 82 மந்திரவாத நூற்கள் 4 சோதிட நூற்கள் 2 பிற சைவம் பற்றியவை.

3. அகத்தியர் தமிழ் இலக்கணம் வகுத்தவர், கடல் நீரைப் பருகி பின் உமிழ்ந்தவர். தென் தமிழகத்தைச் சமப்படுத்தப் பொதியமலை வந்தவர். காவிரியைக் கொண்டு வந்தவர் எனப் பல செய்திகளைக் கூறுகின்றனர். கம்பனின் அகத்தியன் இராமனை அறிந்தவன்; தமிழும் அறிந்தவன்.

4. அகத்தியர் தன் மாணவர் அதங்கோட்டாசானிடம் தொல்காப்பியரின் நூலை கேட்கக் கூடாது என்றாராம். தொல்காப்பியர் அதங்கோட்டாசானிடம் தன் நூலைக் கேட்குமாறு கூறினார். அதங்கோட்டாசான், தொல்காப்பியரிடம் நிறையக் கேள்விகள் கேட்டு, அந்த நூலை ஒதுக்க எண்ணினார். தொல்காப்பியர் எல்லாவற்றிலும் பதில் கூறினார் (தொல். நச்சினார் உரை பாயிரம்).

5. சூரபத்மனுக்கு அஞ்சிய இந்திரன் சீர்காழி தலத்தில் மூங்கில் காட்டில் மறைந்திருந்தான். சூரன் வருணனை பயமுறுத்தி மழையை நிறுத்தினான். அதனால் வனங்கள் வாடின. இந்திரன் சிவனை வேண்ட அவன் கொங்கு தேசத்திலிருந்த அகத்தியரைப் பார்க்கச் சொல்லுகிறான். அகத்தியரின் கமண்டலத்திலிருக்கும் நீரைக் கவிழ்த்தால் காவிரியாக மாறும் என அறிந்த இந்திரன் விநாயகரின் உதவியுடன் இதைச் செய்து முடிக்கிறான்.

6. விக்கிரம சோழனுலா, 11-12
தக்கயாகப் பரணி, 549
தொல்.புறத்.36, (நச்சினார் உரை),
கம்பர் அகத்தியப் படலம், 42.

7. அகத்தியர் பொதிய மலைக்கு வந்த போது ஒரு தாமரைக் கொடியைக் கொண்டு வந்தார். பொதிய மலையின் உச்சியில் அகத்தியர் சென்றதும் தாமரைக்கொடி நதியாக மாறியது. நதியின் போக்கில் அகத்தியரும் நடந்தார். வழியில் 86 சிவன் கோவில்களை நிறுவினார்.

   சிவனும் பார்வதியும் நீர் விளையாடிக் கொண்டிருந்தனர். அப்போது கங்கை நதி உருவானது. சிவன் அதை தாமர உலோகக் கமண்டலத்தில் எடுத்து அகத்தியரிடம் கொடுத்தார். அகத்தியர் அதை எடுத்துக் கொண்டு வந்து பொதியமலை உச்சியில் ஊற்றினார். அது தாமிர நிறமாக இருந்ததால் தாமிரபரணி ஆயிற்று.

   பார்வதி அகத்தியனிடம் ஒரு முத்துமாலையைக் கொடுத்தாள். அவர் அதைத் தன் கமண்டலத்தில் போட்டார். அதை பொதியமலைக்குக் கொண்டு சென்றார். அங்கே மலைஉச்சியில் மாலையை வைத்தார். அது நதியாக மாறி இரண்டு

பிரிவாகச் சென்றது. ஒரு பிளவு சேரநாட்டில் பாய்ந்தது (கோதையாறு) இன்னொரு பிரிவு திருநெல்வேலி மாவட்டத்தில் பொருனை நதியாகப் பாய்ந்தது.

அகத்தியர் மனைவி உலோபாமுத்திரையுடன் தென்பகுதி வந்தார். அப்போது மனைவியின் வேண்டுகோளுக்காக நதியைப் படைத்தார். அது உலோபா முத்திரையின் நிறத்தில் இருந்ததால் தாமிரபரணி ஆயிற்று.

8. திருநெல்வேலி மாவட்டம் பொதியமலையிலிருந்து ஓடும் நதிகளின் தடுப்பு அணை கன்னடியன் தொடர்பான ஒரு கதை உள்ளது.

தென் கேரள அரசன் ஒருவனுக்கு வயிற்று வலி; பெரும் பாவத்தால் வந்த நோய். வலி தீர பாவத்தைப் பிராமணன் ஒருவன் ஏற்றுக்கொண்டான். அந்தக் கன்னட பிராமணன், தன் பாவத்தைப் போக்க என்ன ஆலோசனை என்று கேட்டார். எல்லோரும் அகத்தியரைப் பார்க்கச் சொன்னார்கள். கன்னடன் மலைமேல் ஏறி அகத்தியரைக் கண்டான். அகத்தியர் "ஆலமரத்தின் கீழ் ஒரு பசு படுத்திருக்கும். அதன் பின்னே போ அது எங்கே படுத்துக் கிடக்குமோ அங்கே ஒரு அணையைக் கட்டு. பசு சாணி போடும் இடத்தில் தடுப்பு அணை கட்டு. இறுதியில் பாவம் போகும் என்றான். கன்னடிய பிராமணன் அப்படியே செய்தான். இது கன்னடியின் கால் எனப்பட்டது. இப்பிராமணன் அகத்தியருக்கு ஒரு கோவிலும் கட்டினான்.

9. அகத்தியனின் இந்தச் செயல்பாடு பார்வதிக்குப் பிடிக்கவில்லை. அதனால் அவள் அகத்தியனிடம் என் சகோதரனை அழிக்கப் போகும் உன்னை என்ன செய்கிறேன் பார் என்றாள். அகத்தியர் அவள் சபிக்குமுன், அவளை துளசியாக மாற்ற சீவலப்பேரி ஊரில் (திருநெல்வேலி மாவட்டம்) நிறுத்திவிட்டார் என்பது ஒரு கதை.

10. திருநெல்வேலி மாவட்டம் சித்திரா நதிக்கரை அருகில் அகத்தியர் வெள்ளை மண்ணால் லிங்கம் செய்து வழிபட்டார் (Velmony 2002. 1398).

சாம்பவர் வடகரை ஸ்ரீ மூலநாதசுவாமி கோவில் (செங்கோட்டை வட்டம்) / Velmony 2002. 1402)-7.

பாபனாசம் அகத்தியர் ஆஸ்ரமம். முருகனும் அகத்தியரும் அமர்ந்த காட்சி.

விக்கிரமசிங்கபுரம் - அகத்தியர் பிரதிட்டை செய்த உழக்கரிசி பிள்ளையார்.

தாமிரபரணிக் கரையில் - தைப்பூச மண்டபத்தில் அகத்தியர் பூசை செய்வது ஐதீகம்.

பொதியமலை பாபனாசம் அணை பாணதீர்த்தம் கல்யாண தீர்த்தம் -

அகத்தியருக்கு சிவன் திருமணக் காட்சி கொடுத்த இடம்.

பொதியமலை முத்துப்பாறை அகத்தியர் அமர்ந்த இடம்.

அம்பாசமுத்திரம் வி.கே.புரம் சாலையில் அகத்தியர் உலோபாமுத்திரை கோவில்

சிவன் திருமணக்காட்சி நிகழ்வு பங்குனி 11ஆம் நாள் நடக்கிறது.

ஊர் காடு கோட்டியப்பர் (சிவன்) அகத்தியர் நிறுவியது.

கங்கைகொண்டான் சிவன் கோவில் - மிக ஆரம்பகாலத்தில் அகத்தியர் நிறுவியது.

கன்னியாகுமரி மாவட்டம்

அகஸ்தீஸ்வரம் சிவன் கோவில். இங்கே வடுகப்பற்று ஊரில் அகத்தியரை குலதெய்வமாகக் கொண்டவர் வாழ்ந்தனர் (K.N.Sivaraja Pillai ப.51). அகத்திய கூடம் 1830மீ உயரம். இங்கே இருந்த பழைய கோவில் 1853-இல் புதுப்பிக்கப்பட்டது.

தோவாளை - உலக்கருவி கோவில் அருவி.

நாகர்கோவில் வடசேரியில் அகத்தியர் உலோபாமுத்திரை கோவில்.

11. பொதியில் முனிவன் பரி.பா.11

தெய்வ மால்வரை திருமுனி சிலப் அரங் ஓங்குயர் மலையத்திருந்தவன் மணிமேகலை விழாவறை 8.

கம்பன், வில்லி, புறப்பொருள் வெண்பாமாலை, யாப்பு, இறையனார் அகப்பொருள் எனப் பல நூற்களும் இதைக் கூறுகின்றன.

உதவிய நூற்கள்

அருணாசலம், 1893, நெல்லையப்பர் புராணம், மதுரை.

கந்தையாபிள்ளை ந.சி., 1956, அகத்தியர் ஆசிரியர் நூற்பதிப்புக்கழகம், சென்னை.

சாமிநாத அய்யா, உ.வே.சா. 1948, பரிபாடல் பரிமேலழகர் உரை ஆசிரியர்.

சாமிக்கண்ணுபிள்ளை, 1894, அகத்தியரின் மலை, விக்கிரம சிங்கபுரம்.

சாமிநாத அய்யர் (ப.ஆ.), 960, சிலப்பதிகாரம் ஆசிரியர், சென்னை.

சிதம்பரனார், 1964, அகத்தியர் வரலாறு, சைவ சித்தாந்த நூற்பதிப்புக் கழகம், சென்னை.

சிவலிங்கனார், அ., 1948, அகத்தியர்கள், ஒற்றுமை ஆபிஸ், சென்னை.

சோமசுந்தரனார், 1956, பத்துப்பாட்டு - பகுதி 2, சைவசித்தாந்த நூற்பதிப்புக் கழகம், சென்னை.

தங்கராசு, 1997, தமிழ் இலக்கியங்கள் அகத்தியர் ஓர் ஆய்வு, அண்ணாமலை பல்கலைக்கழகம், அண்ணாமலை.

மகாதேவன் ஐராவதம், 1966, சிந்துவெளி பண்பாடும் சங்க இலக்கியமும்.

ஜெகவீரபாண்டியன், 1964, அகத்திய முனிவர் மதராஸ் வரதராஜுலு நாயுடு பிரஸ், மதுரை.

Sivaraja Pillai, K.N., 1985

Augustiya in the Tamil Land, Asian Education Services New Delhi.

Velmony, KSK., 2002, Tirunelveli District, Gazetters Govt. to Tamilnadu, Chennai.

ஆனந்தவிகடன், தீபாவளி மலர், 2018

9. பழந்தமிழர் கலைகளும் நீட்சியும்

மக்களின் வாழ்வுடன் கலந்து பண்பாட்டின் கூறுகளை வீரியத் துடன் வெளிப்படுத்துவது நாட்டார் நிகழ்த்து கலைகள். தமிழ்ப் பண்பாட்டைப் புரிவதற்கு நாட்டார் நிகழ்த்து கலைகள் பற்றிய அறிதல் தேவை. ஏனெனில் அவை மரபுவழி நிகழ்த்தப்படுபவை. இக்கலைகள் தமக்கென்ற மரபுவழிப் பண்பாடு எல்லைகளையும் மரபுவழிப்பட்ட பார்வையாளர்களையும் கொண்டவை. இந்தப் பொதுவான விளக்கம் பண்டை இலக்கியங்கள் கூறும் கலைகளுக்கும் பொருந்தும்.

பழம் இலக்கியங்களில் பத்துப்பாட்டு, எட்டுத்தொகை இரட்டைக் காப்பியங்கள் ஆகிய இருபது நூற்களில் நிகழ்த்து கலைகள் குறித்த செய்திகள் சில இடங்களில் குறிப்பாகவும் சில இடங்களில் விரிவாகவும் வருகின்றன. பிற்கால உரையாசிரியர்கள் சங்கப்பாடல்களுக்கும் சிலப்பதிகாரத்திற்கும் எழுதிய உரைகளில் தம் சமகால கலை, இலக்கண நூற்களிலிருந்தும் சமகால நிகழ்த்து கலைகளைப் பார்த்த தகவல் களிலிருந்தும் சேகரித்த ஆதாரங்களை மேற்கோள் காட்டுகின்றனர். என்றாலும் இவை பழங்கால நிகழ்த்துகலைகளைப் பற்றிய முழுமையான விளக்கங்கள் என்று கருத முடியாது என்கின்றனர்.

தொல்காப்பியம், பத்துப்பாட்டு, எட்டுத்தொகை ஆகிய நூற்களின் காலத்திற்கும் சிலப்பதிகாரம் மணிமேகலை இரண்டின் காலத்திற்கும் கால இடைவெளி உண்டு. எட்டுத்தொகை நூற்களின் பாடல்களும் பத்துப்பாட்டுப் பாடல்களும் பல்வேறு காலங்களில் எழுதப்பட்டவை. பாட்டும் தொகையும் நூற்களும் இரட்டைக் காப்பியங்களும் கி.மு.500லிருந்து கி.பி.200 வரையுள்ள காலகட்டங்களில் எழுதப் பட்டவை என்பது பொதுவான கருத்து. இதன்படி இந்த நூற்களில் உள்ள பாடல்கள் எல்லாம் 700 ஆண்டு காலவெளிக்குள் எழுதப் பட்டவை என்று கருதலாம்.

இருபது, இருபத்தி ஒன்றாம் நூற்றாண்டுகளில் கண்டுபிடிக்கப் பட்ட தமிழ் பிராமிக் கல்வெட்டுக்கள், அகழாய்வில் கிடைத்த பிராமிக் கீறல்கள், பொருட்கள் ஆகியவற்றின்படி பழந்தமிழர் கால எல்லையை கி.மு.4ஆம் நூற்றாண்டுவரை கொண்டு செல்லலாம். இக்காலத்திலும், இதற்கு முன்பும் தொல்காப்பியமும் சங்கப்பாடல்களும் எழுதப் பட்டிருக்க வேண்டும் என்ற கருத்து இப்போது வலுப்பெறுகிறது.

தமிழ் பிராமி எழுத்துப் பொறித்த நாணயங்கள் வழியும் இதை உறுதி செய்யலாம். இராவதம் மகாதேவன், கிருஷ்ணமூர்த்தி போன்றோர்கள் செய்த ஆய்வின்படி பண்டைப் பண்பாடு என்பது நீண்ட காலத்தது எனக் கணிக்கப்பட்டுள்ளது.

பத்துப்பாட்டில் உள்ள திருமுருகாற்றுப்படையும் எட்டுத் தொகையில் உள்ள பரிபாடல், கலித்தொகை ஆகியனவும் சங்ககால இறுதியில் எழுதப்பட்டிருக்க வேண்டும் என்பர். ஆரம்பகாலப் பாடல்களில் மவுரியர், பாடலிபுத்திரம் என வரும் பல்வேறு வரலாற்றுப் பெயர்களின் அடிப்படையில் குறுந்தொகை, நற்றிணை போன்றவற்றில் உள்ள சில பாடல்களை அசோகன் காலத்தது என்பர்.

பண்டைத் தமிழகத்தின் வரலாறு பண்பாடு பற்றி எழுதியவர்களில் பெரும்பாலோர் கால இடைவெளியில் பாடப்பட்ட பாடல்களின் பண்பாட்டு மாற்றத்தைக் கணக்கில் எடுக்காமல் ஒரே போக்கில் ஆராய்ந்துள்ளனர் என்ற குற்றச்சாட்டு அண்மைக்காலத்தில் எழுந்துள்ளது. நிகழ்த்துகலை பண்பாடும் இதற்கு விதிவிலக்கல்ல.

சங்கப் பண்பாடு நிலவிய காலத்தில் மொழி செறிவுடையதாய் வளம் பெற்றதாய் இருந்தது. செவ்வியல் கூறுகளை முழுவதும் தக்க வைத்துக் கொண்டதாய் விளங்கியது. ஆனால் இதுபோன்ற நிலையை நிகழ்த்துகலை அடையவில்லை.[1]

தமிழகத்தில் கொற்கை, ஆதிச்சநல்லூர், மாங்குடி, பூம்புகார் போன்ற பல இடங்களில் நடந்த அகழாய்வில் கிடைத்த பொருட் களின் அடிப்படையில் சிற்பம், ஓவியம் என்னும் கலைகளின் பண்பாடு இருந்தது என்று கணிக்க முடிகிறது. ஆனால் நிகழ்த்து கலைகளின் நிகழ்த்துதல் தன்மை வளர்ச்சி குறித்த ஆதாரங்களுக்குச் சங்கப் பாடல்களையே முழுதும் சார்ந்திருக்க வேண்டியிருக்கிறது. இந்தப் பின்னணியின் அடிப்படையிலேயே பண்டைத் தமிழ் இலக்கியங்களின் நிகழ்த்து கலைகளை ஆராய வேண்டும்.

பண்டைக்கால கலைஞர்கள் கலை நிகழ்த்தவும் வாழ்க்கையை நகர்த்தவும் பேரரசர்களையும் செல்வந்தர்களையும் சார்ந்தே இருந்தனர். அக்காலத்தில் கூத்து, நாடகம், நடனம் எல்லாம் ஒரே பொருளில் வழங்கப்பட்டது. இம்மூன்று சொற்களில் நாடகம், நடனம் இரண்டும் செவ்வியல் தன்மையுடன் தொடர்புபடுத்தப் பட்ட நிலை பிற்காலத்தில் ஏற்பட்டது எனக் கொள்ளலாம். ‘கூத்து’ நாட்டார் தன்மையையுடைய சொல். சிவன் நாட்டார் தெய்வம் என்பதற்குக் காரணமாகக் கூத்தன் என்ற சொல்லைக் கூறுவர்.

பண்டைய நிகழ்த்து கலைகள் எல்லாமே 'ஆடுவது' என்பதுடன் தொடர்புடையன. குதித்தல் என்பதிலிருந்து கூத்து உருவானது.² சிவன் குதித்தாடியதால் கூத்தன் ஆனான்.

பழங்காலப் பண்பாட்டில் ஆட்டம் ஒரு கூறாக இருந்தது. ஆட்டக் கலையைக் கற்ற அரசர்கள் உண்டு; புலவர்கள் உண்டு; பொதுமக்களும் ஆடினார்கள். இது குறித்த பாடல்கள் சங்கப் பாடல்களிலும் பரிபாடலிலும் உள்ளன. ஆட்டம் சமூகப் பண்பாட்டின் கூறாகக் கருதப்பட்டது. சோழன் கரிகாலனின் மகள் ஆதிமந்தி என்பவளின் கணவன் ஆட்டனத்தி ஆடுவதில் வல்லவனாக இருந்தான்.³

ஆட்டனத்தி அழகும் பொலிவும் நிமிர்ந்த தோளும் உடையவன். நீண்ட தலைமயிரையும் உடையவன் (அகம் 236). இவனது ஆட்டத்திற்கு முழவு பின்னணியாக இருந்தது. இவன் கடற்கரை துறையில் ஆடினான் (அகம் 222). கழாஅர் என்ற ஊருக்கு கரிகால்சோழன் வந்தபோது, காவிரியின் கரையில் அத்தி ஆடினான். அப்போது காலில் கழலையும், வயிற்றில் மணியையும் கட்டிக்கொண்டு ஆடினான் (அகம் 376). இங்கு இவன் தனியாக ஆடப்பட்டதாகவே வருகிறது. குழுவுடன் அல்ல. இவன் நீர்ப்பரப்பின் அருகில் ஆடுவதாகக் குறிப்பிடப்படுகிறது. இவன் ஆடிய ஆட்டம் எத்தகையது என்பதற்கு வேறு சான்றுகள் கிடைக்க வில்லை.

பதிற்றுப்பத்து ஆடுகோட்பாட்டுச் சேரலாதன் என்ற அரசனைக் கூறும் (6 ஆம் பத்து) இவனும் ஆட்டக் கலைஞன். இவனைக் கோடியர் குழுவில் ஆடல் வல்லான் என பதிற்றுப்பத்து கூறும் (6-57). போர்க் களத்தில் துணங்கைக் கூத்து ஆடியவன் இவன் (பதிற் 6-57). இங்குக் குறிப்பிடப்படும் ஆட்டம் போர் வெற்றி தொடர்பானது. போர்க் களத்தில் வெற்றி பெற்ற மன்னர்கள் ஆடியதற்கு இவன் ஒருவனே சான்று.⁴

சங்கப் புலவர்களில் கூத்தன் என்னும் பெயரில் உள்ளவர்கள் ஆறு பேர் உள்ளனர்.⁵ ஆனால் இவர்கள் ஆடிய கூத்து பற்றிய தகவல்கள் கிடைக்கவில்லை.

பழம் பாடல்களில் கலைஞர்களைக் குறிக்க பாணர், பொருநர், குயிலுவர், பாடினியர், வயிரியர், ஆடுநர், கோடியர், கூத்தர், விறலியர், கண்ணுளர் என்னும் சொற்கள் கையாளப்படுகின்றன. இது பொதுச் சொல்லாயினும் இதற்குள் நுட்பமான வேறுபாடுண்டு. கலை நிகழ்த்துதல், இசைக் கருவிகளை இசைத்தல், ஆடுதல், செவ்வியல் கூறுகளைக் கொண்டிருத்தல் என்னும் அடிப்படையில் இக்கலைகள் பெயர் பெற்றிருக்கலாம். இந்தக் கலைஞர்களில் பாடுபவரும் ஆடுபவரும் இருந்தனர்.

சங்கப் பாடல்கள் கூறும் பாணர், விறலி இருவரின் வாழ்வு, செயல்பாடுகள் பற்றிய மேலோட்டமான தகவல்களே கிடைக்கின்றன. இவர்களின் கலைநிகழ்த்துதல் பற்றிய செய்திகள் மூலப்பாடல்களில் குறைவு. பாணர், விறலி இருவரும் ஒரே குழுவைச் சார்ந்தவர்கள். இவர்களுடன் இசைக்கருவியை இயக்கியவர்களும் உதவியாளர்களான சிறுவர்களும் இருந்தனர்.

பாணர் குழுவினர் நாடோடி வாழ்க்கையை மேற்கொண்டவர்கள், நிலையாகத் தங்கியவர்கள் என இரு வகையினர் இருந்தனர். நாடோடியாய் வாழ்ந்தவர் பெரிய புரவலர்களையும் விழா நடக்கும் இடங்களையும் தேடிச் சென்றனர்.[6] நாடோடியாய் சுற்றியவர்கள் சமூகச் செல்வாக்கின்றி இருந்திருக்கலாம். இவர்கள் எங்குமே வேரூன்ற முடியாமல் இருந்தவர்கள். நிலையாகத் தங்கிய பாணர்கள் தங்கிய இடம் பாண் இருக்கை, பாண்சேரி எனப்பட்டது (புறம் 348). மதுரைக் காஞ்சி மதுரையைச் சுற்றிய சோலைகளிலும் வைகையாற்றின் கரையிலும் தோட்டங்களிலும் பாணர்கள் நீண்ட நாட்களாக வாழ்ந்தனர்; இவர்களின் இருப்பிடத்தை "பல்வேறு பூத்திரண் கண்டலை சுற்றி அழுந்து பட்டிருந்த பெரும்பாண் இருக்கை" எனக் கூறும்.[7]

சங்கப் பாடல்களில் வரும் பாணர் விறலி பற்றிய செய்திகளில் அவர்கள் கலை நிகழ்த்துதல் பற்றிய தகவல்கள் முறையாகவும், வாழ்வு நிலை பற்றிய தகவல்கள் அதிகமாகவும் உள்ளன. குறிப்பாக பாணர் குழுவினரின் வறுமை மிகுவித்துக் காட்டப்படுகிறது. பாணன் மட்டுமல்ல அவனது குழுவினரும் உறவினரும் பசியால் வாடுகிறார்கள். பாணன் யாழ் இசைக் கருவியை மீட்டி உணவு பெறுகிறான் (புறம்.68). இவனது ஆடை சீலைப்பேன் தொற்றிக் கொண்டது. கிழிந்தது. (புறம்.146) இவனது உணவுப் பாத்திரத்தில் உணவிட யாருமில்லாததால் அது கவிழ்த்து வைக்கப்பட்டிருக்கிறது (புறம்.179).

இப்படிப்பட்ட பாணன் தன் வறுமையை மறைத்து நாடோடியாய் அலைகிறான் (புறம்.69). ஆனால் பாணன் கல்வியறிவுடையவன்[8] பாணன் தமிழகத்தில் வழக்கில் இருந்த புராணங்களைக் கூட அறிந்திருக்கிறான். வைதீக மரபில் உள்ள சூரன் முருகன் கதையையும் கொற்றவையின் வழிபாட்டுக் கதைகளையும் அறிந்தவன் (பொருநர் 98-99).

இவனும் இவனது குழுவினரும் இசைக் கருவிகளைச் சுமந்து செல்பவர்கள். பாடினி வாரினால் இழுத்துக் கட்டப்பட்ட மார்ச்சினை உடைய மண் தடவிய தண்ணுமையை உடையவள் (புறம் 13). இவள் வைத்திருக்கும் இசைக்கருவிகள் பல.[9] பாடுவது, ஆடுவது இரண்டும்

செய்கின்ற இக்குழுவில் இளைஞர்கள் இளம்பெண்கள் இருந்தனர். இவர்களே பெரும்பாலும் ஆடினர் (மலை 38-50). ஆட்டத்திற்கு முன்பு கடவுள் வாழ்த்துப் பாடுவது என்ற மரபு இருந்தது.

நாடோடியாய் அலைந்த பாணர்கள் நிலத்திற்கேற்ற பண்ணைப் பாடினர். பாணனின் குழுவில் உள்ள விறலி சிறிய யாழை வைத்திருக் கிறாள். இவள் நாணத்தால் பிறரை நோக்காத கழுத்தை உடையவள். இவளும் கல்வி கற்றவள் (பொருநர் 25-27). இவள் மூங்கில் போன்ற தோளும், ஒளி பொருந்திய நெற்றியும் உடையவள். (புறம் 32). மயில் போன்ற சாயல் உடையவள் (புறம் 60). இவள் பாணனின் குழுவில் ஆடுபவள். அவன் சொற்களுக்குக் கட்டுப்பட்டே நவில்கின்றாள்... (புறம் 64). உடல் உறுப்புகளை அசைத்து இசைக்கேற்ப ஆடுகிறாள். இவள் ஆடிய ஆட்டம் பாடல் தாளத்திற்கேற்ப அமைந்தது. இந்தப் பாடல் கதை தழுவியதாகவோ வழிபாடு பற்றியதாகவோ இருந்தது. இவளது ஆட்டமும் இலக்கண நெறிகளுக்கு உட்பட்டது. ஒரு வகையில் இவளது ஆட்டம் செவ்வியல் தன்மையுடையதாய் இருந்திருக்க வேண்டும்.

பண்டைக்கால பாணர்களில் நாடோடியாய் வாழ்ந்த கலைஞர் களுக்கும் நிலையாகத் தங்கி கலை நிகழ்த்திய பாணருக்கும் வாழ்வு முறை, கலை நிகழ்த்துதல் என்பவற்றில் வேறுபாடு இருந்தது. வேறுபட்ட பார்வையாளர்களின் முன்னே நிகழ்த்தப்படும் கலையும், தொடர்ந்து நிகழ்த்தப்படும் கலையும் புதிய புதிய பரிமாணங்களைப் பெற்று மாறும் என்பது விதி.

இது இன்றைய தோல்பாவைக்கூத்து கலைக்கும் பொருந்தும். நிலையாகத் தங்கி கலை நிகழ்த்திய மதுரைப் பகுதிக் கலைஞர்களுக்கும் நாடோடி வாழ்க்கை வாழ்ந்த தென்பகுதிக் கலைஞர்களுக்கும், பாடல், கதைப் பொருள், தோல்பாவை போன்றவற்றில் வேறுபாடுகள் இருப்பதைக் காணலாம்.

பண்டைக்கால பாணன் குழுவில் வாழ்ந்த விறலிக்கும் சிலப்பதிகார மாதவிக்கும் நீண்டகால இடைவெளியுண்டு. சங்க கால விறலி வறுமையை அனுபவித்தவள். இவள் கணிகை மரபினள் அல்லள். இவள் இசை / கலைக்குழுவுடன் நாடோடியாகச் செல்பவள். மாதவியின் நிலை வேறு. ஊர்வசி மரபினள். கணிகை குடும்பத்தினள். ஆடம்பரமான ஒப்பனை செல்வச் செழிப்புடன் வாழ்ந்தவள்.[10]

சங்ககாலப் பாணர்களுக்கும், சிலப்பதிகார கால இசைக் கலைஞர் களுக்கும் அடிப்படையாக உள்ள இடைவெளி வறுமை மட்டுமல்ல. பாணர்கள் புலவராயும் வாழ்ந்தனர். விறலியும் ஒரு படைப்பாளி.

பாணர்கள் பாடிய பாடல்கள் பழம் தொகுப்புகளில் உள்ளன. பண்டை இலக்கியங்களில் பாணர் 130 இடங்களிலும் புலவர் 42 இடங்களிலும் சுட்டப்படுகின்றனர்.

பாணர், புலவர் இருவரில் பாணர்கள் ஒதுக்கப்பட்டனர். புலவர்கள் செம்மொழிப் படைப்பாளியாகக் காட்டப்பட்டனர். கலைஞர்கள் மொழியிலிருந்து பிரிக்கப்பட்ட காலம் இது. செம் மொழிப் பண்பாட்டில் மாற்றம் ஏற்பட்ட காலம் இது. கார்த்திகேய சிவத்தம்பி "பாணர் மரபிலிருந்து விடுபட்டு பாடல் என்பது பிரக்ஞை பூர்வமான ஒரு புலமை தொழில் பாடலாகக் கருதப்படும் நிலையில் தொல்காப்பியம் தோன்றியிருக்கலாம்" என்பார்.

கைலாசபதியும் பழம் பாடல்களை வீரயுக பாணர் பாடல்களாகக் காட்டுவார். இதன்படி பண்டைய சமூகத்தில் நிகழ்த்து கலைஞர்களே மொழியைக் கையாளுபவராகவும் இருந்தனர் என்றும் புலவர்கள் என்ற வளர்ச்சி கலைஞர்களை ஓரந்தள்ளப்படுவதற்குரிய சூழ்நிலையை உருவாக்கப்பட்டது என்றும் கருதலாம்.[11]

பண்டைய இலக்கியங்களில் காணப்படும் செய்திகளின் அடிப்படையில் நிகழ்த்து கலைகளை,

சடங்கு, வழிபாடு, புராண இதிகாச தொடர்புக் கலைகள்
பொழுது போக்கிற்காக நடத்தப்பட்ட கலைகள்
தொழில்முறைக் கலைகள்
போர் தொடர்பான வென்றிக் கூத்துகள்

எனப் பகுக்கலாம். இவற்றில் போர் தொடர்பானவை அன்றி பிற எல்லாவற்றிற்கும் இன்றைய நீட்சியைக் காணமுடியும்.

சடங்கு வழிபாடு தொடர்பான பண்டைய கூத்து ஆட்டங்களில் வெறியாட்டு, குரவைக்கூத்து இரண்டும் குறிப்பிடத்தகுந்தன.

வெறியாட்டு என்ற ஆட்டத்தைச் சடங்கில் கரைந்த கலையாகக் கொள்ளலாம். வேலை ஏற்றி ஆடிய இந்த ஆட்டம் காதல், போர் தொடர்பாகவும் முருக வழிபாடு தொடர்பாகவும் ஆடப்பட்டது. திருமுருகாற்றுப்படை, பட்டினப்பாலை போன்ற நூற்களில் இது பற்றிய செய்திகள் உள்ளன.

சடங்கு வழிபாடு தொடர்பாக வேண்டுதல் என்ற நிலையில் ஆரம்பித்த இந்த ஆட்டம் பின்னர் சமூகத்துடன் தொடர்பு கொண்டிருக்க வேண்டும். சங்கப் புலவரான காமக்கண்ணியார் என்பவர் வெறிபாடிய காமக்கண்ணியார் என்னும் அடைமொழியுடன் சுட்டப்படுகிறார். அடியார்க்குநல்லார் விநோதக் கூத்துகள் ஆறில் ஒன்றாக இதைக் குறிப்பிடுகிறார்.

நாட்டார் தெய்வம் ஆண் அல்லது பெண்ணின் மேல் ஏறி நின்று ஆடுவது என்பது தொல்பழம் வழிபாட்டுக் கூறுகளுள் ஒன்று. அதன் தொடர்ச்சி இது. வேலன் என்ற ஆண் மீதும் குறமகளான பெண் மீதும் ஏறி வருவது வெறியாட்டு. இவர்கள் மீது ஏறும் தெய்வம் அகால மரணத் தொடர்பால் தோற்றம் பெற்ற தெய்வம் அல்ல. இது காலங் காலமாய் நம்பப்பட்டு வந்த தெய்வம்.

தொல்காப்பியர் வெறியாட்டு அயர்ந்த காந்தள் என்பார். உரையாசிரியர் இதற்கு விளக்கம் கொடுக்கும்போது "காம வேட்கையின் ஆற்றாளாகிய பக்கமாகிய வெறியும் அந்நிலத்துளார் வென்றி வேண்டி ஆடும் வெறியும் கொள்ளப்படும்" என்பர். இதனால் காதல், போர், வெற்றி இரண்டும் தொடர்பானதாக வெறியாட்டு இருந்தது என்று ஊகிக்கலாம்.

தலைவியின் நிலை கண்டு அன்னை வெறியாட்டிற்கு ஏற்பாடு செய்கிறாள். அப்போது வெறியாட்டுக்களம் தயாரிக்கப்படும். வெள்ளிய பனந்தோட்டுடன் வடிய கடப்பமாலை ஆடியவனும் ஆடியவரைக் காப்பவனுமான முருகனின் பெயரைத் துதித்து களம் அமைக்கப்படும். வெறிக்களத்தே பூக்கள் பரந்து கிடக்கும் (அகம் 114) வெண்பொரி தூவப்பட்டிருக்கும் (திருமுருகு 230 - 34). கோழிக்கொடி நாட்டப்பட்டிருக்கும். களத்தின் ஒருபுறம் சந்தனம் தெளிக்கப்பட்டு ஆட்டுக்கிடா கடம்பமரத்தில் கட்டப்பட்டிருக்கும் (பரி 174). குருதி கலந்த தினை, தானியம், பரப்பப்பட்டிருக்கும், நெய்யும் சிறுகடுகும் அப்பப்பட்ட வேல் நடப்பட்டிருக்கும் (திருமுருகு 240-244).

வெறியாடுபவன் சிவப்பு ஆடை உடுத்தியிருப்பான். சிவந்த மாலை போட்டிருப்பான். கையில் காப்புவில் கட்டியிருப்பான். வெறி யாட்டம் இரவில் நடக்கும். இதற்குப் பின்னணியாகத் துடி அடிக்கப் படும். பாட்டும் பாடப்படும். முருகனுக்கு ஆட்டைப் பலி கொடுப்பர். அதன் குருதியுடன் வெண்ணிற அரிசியைப் பிசைந்து வீசுவர் (திருமுருகு 230-34).

சங்க இறுதிக்காலத்தில் வழிபட வந்தவர்கள் உடம்பிலும் முருகன் ஏறினான் என்ற செய்தி உள்ளது. வேலன் அல்லது குறமகளுக்கு மட்டுமே வந்த வெறி வழிபட்டவர்கள் மீதும் ஏறிய காலத்தில் முருக வழிபாடு பரவலாய் ஆகிவிட்டது என்றும் கொள்ளலாம்.

வேலன் பக்தர்களின் வேண்டுதல்களுக்காகத்தான் ஆடினான் பாடினான் என்பது ஆரம்பகாலச் சங்கப் பாடல்கள் கூறும் செய்தி. பரிபாடல், திருமுருகாற்றுப்படை ஆகிய இரு நூற்களின் காலத்தில் முருகன் பக்தர்களின் மேல் ஏறினான். அவர்களும் ஆடினர். இக்காலத்தில்

வழிபாடு நிகழ்த்தியவர்கள், பார்வையாளர்கள் ஆகியோரின் இடத்திற்கு இந்த ஆட்டம் நகர்ந்தது என்று கொள்ளலாம்.

திருப்பரங்குன்றம் மலைக்கோவிலில் முருகனின் முன்னே விறலி ஆடுகிறாள். அவளது பொற்சிலம்பில் முத்துக்கள் சப்தமிடுகின்றன. இவளது ஆட்டம் துடி இசைக்கும் பொருத்தமாக உள்ளது. இவள் தொழில்முறை ஆட்டக்காரி என்று தெரிகிறது. இன்னொரு பெண்ணும் ஆடுகிறாள். இவள் குடும்பப் பெண். இவளது கணவன் துடி இசைக் கருவியை அடிக்கிறான். இந்த நிகழ்ச்சியும் திருப்பரங்குன்றத்தில் நடக்கிறது. இவை பரிபாடல் கூறும் செய்திகள்.

வெறியாட்டின் நீட்சியை நாட்டார் தெய்வ விழாக்களின் ஆட்டங்களிலும், சடங்குக் கூறுகள் கொண்ட கலைகளிலும் இன்றும் காணமுடியும். சடங்கு வழிபாடு சார்ந்த வெறியாட்டு ஏதோ ஒரு வகையில் தொடர்ந்து வாழ்ந்திருக்கிறது. இன்று வழக்கில் உள்ள கணியான் ஆட்டத்தின் துணை ஆட்டங்களான அம்மன் கூத்து, பேயாட்டம் ஆகியனவும் கரகாட்டம், காவடியாட்டம், சாமியாட்டம், செலாகுத்து ஆட்டம், மயானக் கொள்ளை ஆகிய ஆட்டங்களும் சடங்கு சார்ந்து ஆடப்பட்டு கலைத்தன்மையுடையவையாக மாறப் பட்டவையாகும்.

அம்மன்கூத்து, பேயாட்டம் இரண்டும் அம்மன்கோவில், சுடலை மாடன் கோவில் விழாக்களில் ஆடப்படுபவை. தெய்வம் ஏறி ஆடுதல் என்ற சிறப்பு இதற்கு உண்டு என்றாலும் இவை நாட்டார் நிகழ்த்து கலைஞர்களால் நடத்தப்படுபவை. சுமார் 70 ஆண்டுகளுக்கு முன்பு சடங்கின் ஒரு கூறாக இருந்த கலையை பாணாம்குளம் ராமசாமி என்ற கலைஞர் கலை வடிவத்துடன் ஆடும்படி செய்தார். ஆரம்பத்தில் தெய்வமேறல் என்ற நிலை கலை வடிவமான பின் மாறிவிட்டது.

கரகாட்டம் தொழில்முறையுடனும் தெய்வவழிபாட்டுடனும் தொடர்புடையது. தொழில்முறையில் ஆடப்படுவது ஆட்டக் கரகம். தெய்வமேறி ஆடல் சக்திக்கரகம் எனப்படும். இக்கலையும் முதலில் வழிபாடு சடங்கு என்ற நிலையிலிருந்து கலை என்ற நிலைக்கு நகர்ந்தது அண்மைக்காலத்தில்தான்.

கரகாட்டத்தின் துணை ஆட்டமான காவடியாட்டம் இன்று நிகழ்த்துக்கலையாக இருப்பது, இது சடங்கு சார்ந்த கலை. சடங்கு நிகழ்வாக இருந்தபோது காவடியாட்டக்காரர் முருகனாகக் கருதப் படுவார். கலை என்ற வடிவத்திற்கு நகர்ந்தபோது இதன் நிகழ்த்து வடிவம் மாறியது.

செலாகுத்து ஆட்டம் புதுக்கோட்டை மாவட்டத்தில் மாரியம்மன் கோவில் விழாவில் சடங்காகவும், பிற இடங்களில் கலையாகவும் நிகழ்கிறது. விலாவில் கம்பியைக் குத்துவதால் இது சடங்குடன் தொடர்புடையதாயிற்று. இச்சமயத்தில் இவர் தெய்வமேறியவராவார். கலையாக நிகழும்போது கலைஞராகவே கருதப்படுகிறார். வட தமிழ்நாட்டு அங்காளம்மன் கோவிலுடன் தொடர்புடைய மயானக் கொள்ளையும் சடங்கு சார்ந்த கலை.

இப்போது சடங்குகளுடன் அல்லாமலும் தொழில் முறைக் கலைஞர்களால் நடத்தப்படும் இக்கலைகளில் பண்டைய வெறியாட்டின் பொதுத் தன்மையைக் காணமுடியும். வெறியாட்டின் களஅமைப்பு, முருகன், பக்தர்களின் மேல் ஏறும் நிலை (Trance) பலி கொடுத்தல் போன்ற கூறுகள் அன்று திணைக்குடித் தன்மையாக இருந்தது. அதே கூறுகள் இன்று நாட்டார் தெய்வங்கள் தொடர்பான கலைகளில் நாடகியப்படுத்தப்படுவதை அடையாளம் காணமுடியும்.

குரவைக்கூத்து முதலில் குறிஞ்சி நிலத்தில் பொழுதுபோக்கு, வழிபாடு என்னும் இரண்டின் அம்சமாக உருவாகிப் பிற மாநிலங் களுக்குப் பரந்திருக்கிறது. குறவர் அவை என்பது குரவைக் கூத்தானது என்ற கருத்து உண்டு. மதுரைக்காஞ்சி குன்றுதோறும் நின்ற குரவை எனக் கூறும்.

குரவைக் கூத்து ஒரு நிகழ்த்துகலை. இதில் 7 அல்லது 9 பேர் கலந்து கொள்ளுவர் என உரையாசிரியர் குறிக்கின்றனர். இது இரு பாலருக்கும் உரிய கூத்து. இக்கூத்தைக் குறிக்கும் சொற்களில் தழுவுதல் என்ற சொல் குறிப்பிடத்தகுந்தது. குரவை தழீஇ, பண்பினை தழீஇ மேனித் தழீஇ என்ற பழம் சொற்கள் பிணைந்து ஆடுதலைச் சுட்டும்.

குரவைக் கூத்தை ஆடியபோது கள் குடிப்பது சாதாரணமாய் இருந்தது. அப்போது இதில் ஒரு ஒழுங்கு இருந்திருக்க நியாயம் இல்லை. அதனால் இதை அயர்தல் எனக் குறிக்கின்றனர். சடங்கு சார்ந்த நிலையில் இக்கலை நிகழ்த்தப்பட்டபோது இதனுள் ஒரு ஒழுங்கு ஏற்பட்டிருக்கலாம். அப்போது பாடப்பட்ட பாடலும் பின்னணியாக இசைக்கப்பட்ட கருவியின் இசையும் ஒழுங்குடன் இருந்திருக்கலாம். இதனால் ஆரம்பகாலக் குரவைக் கூத்தில் சடங்கு சார்ந்தும் பொழுதுபோக்கு சார்ந்தும் என இருவேறுபட்ட நிலைகளில் நிகழ்த்தப்பட்டிருக்கலாம். இக்கலை, வெற்றியின் அடையாளமாக நிகழ்த்தப்பட்ட போது இதில் வரையறை இருக்கவில்லை.

குறிஞ்சி நிலத்தில் பிறந்த இக்கலை முதலில் மலையின் உச்சியில் மரங்களின் இலை பரந்த வெளியில் இயற்கைச் சூழலில் நடந்தது.

பின்னர் இது வேறு நிலங்களிலும் பரவியது. இதனால் இதன் தன்மை மாறியது. முல்லை நிலத்தில் பங்கு கொண்டது. மருதநிலத்தில் முன்னேற்பாட்டுடன் ஆடப்பட்டது. பாலைநிலத்தில் இக்கலை நிகழவில்லை. இருபாலரும் ஆடும் ஆட்டம் என்பதால் காதலை வளர்க்க இதில் இடமிருந்தது. காதலியின் அன்பைப் பெற இந்த ஆட்டம் உதவியது.

குறிஞ்சி நிலத்தில் முருகனுக்காகக் குரவை ஆடப்பட்டது. இந்த வகை ஆட்டம் பரவலாக நடந்திருக்க வேண்டும். பரதவர் இக் கலையை, நெய்தல் நிலத்தில் நடத்தியபோது மது குடிக்காமல் ஆடியிருக்கின்றனர். ஆரம்பகாலச் சங்கப் பாடல்களின்படி குரவைக் கூத்தைத் தொழில்முறைக் கலைஞர்கள் நடத்தவில்லை எனக் கொள்ளலாம். அப்போது குடும்பம் என்ற அளவில் நடந்தது. ஒழுங்கின்றியும் நடந்திருக்கிறது. பொழுதுபோக்கிற்காக நடத்தப்பட்ட போது பெரும்பாலும் குளிர்ச்சியான இடத்தைத் தேர்ந்தெடுத்தனர். ஆடியவர்கள் குடிக்கவும் செய்தனர்.

குரவைக் கூத்து இருபாலருக்கும் உரியது என்றாலும் மகளிரே அதிக அளவில் கலந்துகொண்டனர். பரந்தவெளியில் இது விளையாட்டாக நடத்தப்பட்டது என்பதைக் குப்பை வெண்மணல் குரவை, வேங்கில் முன்றில் குரவை கொண்டல், இருமணல் குரவை என்ற தொடர்கள் உணர்த்தும். காதலர்கள் குரவையாடியபோது தங்கள் கருத்தைப் பகிர்ந்துகொண்டனர்.

தழுவல் நிகழ்ச்சிக்குப்பின் வெற்றி பெற்றவரைப் பாராட்டும் நிலையில் குரவை நிகழ்ந்தது. அப்போது தும்பைப்பூ மார்பில் அசைய பனந்தோட்டை அணிந்து ஆடினர். சங்ககாலத் தமிழரின் கொடையாகக் குரவைக் கூத்தைக் கொள்ளலாம். பழந்தமிழரின் இசை வடிவங்களுக்கும், பாடல்களுக்கும் உரமூட்டியது இக்கலை. சிறுபறை, தொண்டகப் பறை, ஆம்பல், குழல், தண்ணுமை என்னும் இசைக்கருவிகளுக்கு இது முக்கியத்துவம் கொடுத்தது.

சிலப்பதிகாரத்தில் குறிப்பிடப்படும் குரவைக்கூத்து சங்ககாலக் குரவைக் கூத்திலிருந்து வேறுபட்டது. இக்காலத்தில் இது அழகுணர்ச்சியுடன் ஆடப்பட்டது. இளங்கோவடிகள் காலத்தில் குரவைக் கூத்தை ஏழு பேர்கள் ஆட வேண்டும் என்ற வரையறை இருந்திருக்கலாம். எழுவர் இளங்கோதையர் என்று தன் மகனை நோக்கி தொன்றுவடு முறையாலிறுத்து என்பது சிலப்பதிகாரம், என்றாலும் 7 முதல் 9 பேர்களும் ஆடியிருக்கின்றனர். அடியார்க்கு நல்லாரும் இதைக் குறிப்பிடுகிறார்.

சிலப்பதிகார காலத்தில் குரவைக்கூத்து பாடல் நிலை, வழிபாட்டு நிலை என்னும் இரண்டு நிலைகளில் வளர்ச்சியடைந்தது. சமயம், சமூகம் தொடர்பான நம்பிக்கைகள் இக்காலத்தில் வலுப்பெற்றிருக்கலாம். சிலப்பதிகாரத்தில் வரும் இடைக்குலப் பெண்ணான மாதரி என்பவள் ஒரு பிறப்பில் குரவைக்கூத்து ஆடியதால் மறுபிறப்பில் திருமாலுக்கு அடியவளானாள்.

அடியார்க்குநல்லார் வினோதக் கூத்தில் ஒன்றாகக் குரவைக் கூத்தைக் குறிப்பிடுகிறார். அவர் தம் சமகாலத்தில் பார்த்ததையோ பழைய செய்திகளைக் கேட்டதையோ கருத்தில் கொண்டு குரவை பற்றிய விளக்கத்தைக் கொடுத்திருக்கலாம். குரவையின் பின்னணி சடங்கு சார்ந்த வழிபாடு என்ற எல்லையைத் தாண்டி புராணம் தொன்மம் முற்பிறவிக் கொள்கை போன்றவற்றுடன் இணைக்கப்பட்ட போது ஆட்ட முறையில் மாற்றங்கள் ஏற்பட்டிருக்கலாம்.

சங்க காலத்தில் நிலத்துடன் தொடர்புடையதாகவும் நிலைத்த தன்மையை வெளிப்படுத்துவதாகவும் இருந்த குரவை, சிலப்பதிகார காலத்தில் பொழுதுடன் தொடர்புபடுத்தப்பட்டது. சங்க காலத்தில் இசைக் கருவிகளுடன் பெரிதும் தொடர்புடையதாக இருந்த குரவை இரண்டாவது காலகட்டத்தில் நெறிப்படுத்தப்பட்டு பாடல்களுக்கு முக்கியத்துவம் அளித்தது. இப்பாடல்கள் இலக்கியத்தரம் உடையவை ஆயின. குரவைக்கூத்து வீழ்ச்சியடைந்த பிறகும் குரவைப் பாடல்கள் மதிப்பிழக்கவில்லை.

சிலப்பதிகாரக் குரவைப் பாடல்கள் குரல், துத்தம், கைக்கிளை, உழை, விளரி, தாரம் என்ற இசை நரம்புகள் பெயரால் அழைக்கப் பட்டன. இங்கு மாயவன் நப்பின்னை குறித்த தொன்மங்கள் பேசப் பட்டன. பிற்கால ஆழ்வார்களுக்கு நப்பின்னை தொன்மத்தைக் கொடுத்தது சிலப்பதிகார குரவைப் பாடல்களே.

ஆரம்பகாலங்களில் நிகழ்த்துகலைகளுக்குப் புராண இதிகாசக் கதைகள் பின்னணியாக இருந்ததற்குச் சான்றுகள் இல்லை. இந்த நிலை கலித்தொகை காலத்தில் ஆரம்பிக்கிறது என்று கூறமுடியும். சிலப்பதிகாரத்தில் மாதவியாடிய பதினோரு ஆடல்கள்[12] முழுக்கவும் புராண இதிகாசச் செல்வாக்குடையவை.

இந்த ஆடல்கள் எல்லாமே சிவன், திருமால் தொடர்பான கதைகளின் பின்னணியில் உருவாக்கப்பட்டவை. நாட்டார் வழிபாட்டுச் சடங்குகள் என்ற நிலையிலிருந்த ஆட்டம் புராணங்களை நடித்துக் காட்டும் நிலைக்கு நகர்ந்ததற்கு சங்க காலத்தில் நடந்த வைதீக மயமாக்கல் ஒரு காரணம் எனலாம்.

சங்கப்பாடல்களில் குறிப்பிடப்படும் நாட்டார் தெய்வங்கள் (முருகன், கொற்றவை, வருணன்) சங்க இறுதிக் காலத்தில் வைதீக மயமாக்கப்பட்டபோது, வழிபாட்டின் கூறுகளுள் ஒன்றான கலைகளும் வைதீக மரபிற்குச் சென்றன. நாட்டார் தன்மையுடைய கலைகளும் செவ்வியல் கலைகளாக மாற ஆரம்பித்தன. இந்தக் காலகட்டத்தில் புராண இதிகாசங்கள் கலையை நிகழ்த்தும் பாடுபொருளாயின.

பண்டைத் தமிழகத்தில் பெரும்பாலான கலைகள் பொழுது போக்கிற்கும் போர் தொடர்பாகவும் நிகழ்த்தப்பட்டவை என்ற கருத்து உண்டு. ஆரம்பகாலத்தில் குன்றின் உச்சியிலும் பெரிய மரங்களின் நிழல்களிலும் பொழுதுபோக்கிற்காகவும் சில கூத்துகள் நிகழ்ந்தன. தினைப்புனக் காவலின்போது தினை கொத்த வந்த பறவைகளை ஓட்டும்போதும் பறை போன்ற இசைக் கருவிகளை முழக்கினர். “மென்பறையான் புள் இரியுந்து நனைக்கள்ளின் மனைக்கோசர் தீம்தேறல் நறவு மகிழ்ந்து தீம்குரவைக் கொளைத் தாங்குந்து” (புறம் 396) என்பது பழைய பாடல். இப்படியாகப் பறவைகளை ஓட்டப் பயன்படுத்திய இசைக் கருவியின் இயக்க முறையும் கூத்தின் பின்னணியை உருவாக்கப் பயன்பட்டது.

விவசாயம் அல்லது வேறு தொழில்கள் முடிந்த நிலையில் பொழுதுபோக்கிற்காகக் கூத்து நடத்தினர். முல்லைநில மக்கள் கன்றுகாலிகளைத் தொழுவத்தில் அடைத்தபின் கூத்து நடத்தினர் எனக் கலித்தொகை கூறும் (எண் 103). இதுபோல் மற்ற நில மக்களும் தொழில் முடிந்த நிலையில் பொழுதுபோக்கிற்காக கூத்துகளை நடத்தியிருக்கலாம். இப்படியாக நடந்த பொழுது போக்குக் கூத்துகள் நடந்த சமயத்தில் கள் குடிப்பது தவறாகக் கருதப்படவில்லை. அப்போது பெண்களும் ஆண்களும் இணைந்து ஆடினர்.

மலைபடுகடாம் கூறும் கழைக்கூத்து பொதுபோக்கிற்காக ஆடப்பட்டது. இதே கூத்து இன்றும் நிகழ்கிறது. இரண்டு கழைகளின் நடுவே கட்டப்பட்ட கயிற்றின் பின்னணி இசைக்கேற்ப நடப்பது, ஆடுவது இதன் சிறப்பு. தமிழகத்தில் இக்கலையை தெலுங்கு பேசும் டொம்பர்களும் ராஜஸ்தானி அகதிகள் சிலரும் நிகழ்த்துகின்றனர்.

நற்றிணை (170), குறுந்தொகை (7), அகநானூறு (398) போன்ற நூற்கள் குறிப்பிடும் ஆரியர் இக்கூத்தை நடத்தினர் என்று விளக்கம் கொடுப்பர். அடியார்க்குநல்லார் இக்கலையை தமிழர் அல்லாதவர் ஆடினர் என்பார். இவர் காலத்தில் இது கலிநடனம் என்று வழங்கப் பட்டிருக்கிறது. குறுந்தொகைப் பாடலின் வழி இன்றைய கழைக் கூத்து இது என உறுதியாகக் கொள்ள முடியும். இதே கூத்தை

பெண்களும் நிகழ்த்தினர். இவர்களும் ஆரியர் எனப் பொதுச் சொல்லால் அழைக்கப்பட்டனர்.[13]

பண்டையத் தமிழகத்தில் போர் நிகழ்ச்சி தொடர்பாக ஆடப்பட்ட கூத்து / ஆட்டம் பற்றிய செய்திகள் கிடைத்துள்ளன. போர் ஆரம்பிக்கும் முன்பும், போரால் வெற்றி பெற்ற பின்பும் கூத்து நிகழ்ந்தது. போருக்குச் சென்ற அரசனின் தேருக்கு முன்னும், பின்னும் இக்கூத்துகள் நடந்தன. போர் தொடர்பான கூத்துகள் உணர்வு பூர்வமானவை. இவற்றிற்கு வீர உணர்வு பாடல்கள் பின்னணியாக இருந்திருக்கலாம்.[14]

அகநானூற்றுப் பாடலின் கருத்துப்படி (எண் 22) இக்கூத்துக்கள் வெறித்தன்மை கொண்டதாய் இருந்திருக்கலாம்.[15] போர் தொடர்பான கூத்துகளில் துணங்கைக் கூத்து, வாளாமலைக் கூத்து, வள்ளிக்கூத்து, கழல் நிலைக்கூத்து போன்றன குறிப்பிடத்தகுந்தன. துணங்கைக் கூத்து ஆரம்பத்தில் பொழுதுபோக்கு வழிபாடு காதல் என்பவற்றை மையமாகக் கொண்டு ஆடப்பட்டாலும் பொதுவாக இது போர்க் கூத்தாகக் கருதப்பட்டது. இதில் இளம்பெண்களே பெரிதும் பங்கேற்றனர். இக்கூத்து ஒருவரை ஒருவர் நெருக்கியோ நெருங்காமலோ கைகளை விலாப்புடைக்க ஒற்றி அடித்துக்கொண்டு ஆடுவது (அகம் 15).

இது முன் தயாரிப்பு இன்றியும் தயாரிப்புடனும் ஆடப்படுவது. இக்கூத்தின் பின்னணி இசைக்கருவி முழவு (பதிற்று 52 அகநா. 336). ஆடும்போது குரவை போன்று ஒலி எழுப்புவதும் உண்டு. விழாவில் ஆடப்பட்ட இக் கலைக்குழுவில் பங்கு பெறுபவரின் எண்ணிக்கை வரையறை செய்யப்படவில்லை. பெண்கள் மட்டுமே ஆடிய இக்கூத்தில் பெண்வேடமிட்ட ஆண்களும் பங்குகொண்டனர் (நற்றி. 50). பெரும்பாலும் இரவில் நடந்த இக்கூத்து நிகழ்வில் பாண்டில் விளக்குகள் கொளுத்தப்பட்டிருந்தன. (பதிற். 52)

ஆடுகோட்பாட்டுச் சேரலாதன் என்ற சேரநாட்டு அரசன் இக்கூத்தை ஆடினான் (பதிற்.52). துணங்கை பற்றிய செய்திகளில் பேய்களும் இக்கூத்தை ஆடின என்பதும் ஒன்று. இது யதார்த்தத்துக்குப் பொருந்தி வரவில்லை. ஆனால் பேய் வேடம் பூண்டு ஆடியிருக்க வேண்டும் என ஊகிக்கலாம். இன்றைய நாட்டார் வழிபாட்டுச் சடங்குகளில் இத்தகைய நிகழ்ச்சி உண்டு.[16]

வாளாமலைக்கூத்து, தோற்ற வேந்தனைப் பார்த்து வெற்றி கொண்ட வேந்தன் எள்ளி நகையாடும்படி ஆடிய கூத்து (அகநா.142). இக்கூத்து போர்க்கலையிலிருந்து வடிவங்கொண்டதாகக் கருதலாம். வள்ளிக்கூத்தும் போர்க்கூத்தாகக் கொள்ளப்படும். "வாடா வள்ளி வயவர் ஏத்திய" என்பது தொல்காப்பியம் (புற.17). இக்கூத்து வெற்றி

பெற்ற அரசனின் கதையைப் பின்னணியாகக் கொண்டு ஆடியது. வள்ளிக்கூத்தை மேற்கோள் காட்டிய அடியார்க்குநல்லாரும் நச்சினார்க்கினியரும் குறமகள் வள்ளி தொடர்பான ஒரு பாடலை மேற்கோள் காட்டுவர் (பத்துப்பாட்டு உரை). இது போருடனும், வள்ளி கதையுடனும் தொடர்புடையது.

கழல் நிலைக்கூத்தும் போர் தொடர்பானது. கழல் அணிந்து வெற்றிபெற்ற மறவன் ஆடியது. துடி என்ற இசைக் கருவியை அடித்து ஆடிய கூத்து துடிக்கூத்து (அகநா.159). இதே கூத்தை மாதவி ஆடினாள், அப்போது முருகன் கதையுடன் இது இணைக்கப்பட்டது.

பழம் பாடல்களில் வருவதாக இங்குக் குறிப்பிடப்பட்ட கூத்துகள் அன்றி அரல் கூத்து போன்ற வேறு கூத்துகளின் பெயர்களும் வருகின்றன.

பத்துப்பாட்டு எட்டுத்தொகை நூற்களின் காலகட்டத்தில் நிகழ்த்து கலைகள் வட்டார அளவிலும், தமிழகத்தில் பரவலாகவும் இரு நிலைகளில் நடந்திருக்கின்றன. வேறுபட்ட பார்வையாளர்களைக் கொண்ட கலைகள் பல்வேறு பரிமாணங்களை அடையும் என்பதற் கேற்ப குரவைக்கூத்து போன்ற கலைகள் வடிவ மாற்றம் அடைந்திருக் கின்றன.

சங்ககால வழிபாட்டு முறைகளும் தெய்வங்களும் வைதீக மயமாக்கும் செயல்பாடு தீவிரமாக நடந்த காலகட்டங்களில், நிகழ்த்து கலைகளும் வைதீக மரபை நோக்கிச் சென்றன. சங்க காலத்தில் கதை தழுவிய கூத்து நடிக்கப்பட்டதா என்பதற்குச் சரியான சான்றுகள் இல்லை. ஆனால் சிலப்பதிகார காலத்தில் புராணக் கூறுகளே கூத்துகளின் மையப் பொருளானது. கலைஞர்களின் மரபும், அவர்களுக்குக் கொடுக்கப்பட்ட விருதும் புராணத் தொன்மங்களை இணைத்துக் கொண்டன.[17]

சங்ககாலத்தை அடுத்து வளர்ச்சியடைந்த கூத்துகளுக்கு இலக்கண நூற்கள் எழுந்தன. பழமையான கூத்து நூலும், அடியார்க்கு நல்லார் உரையும் பல்வேறு இலக்கண நூற்களைக் குறிப்பிடுகின்றன.[18]

பண்டையத் தமிழகத்தின் கலைகள் பக்தியியக்கக்காரர்களின் காலத்திலும் நிகழ்த்தப்பட்டிருக்கலாம். ஆனால் அவை பற்றிய விரிவான தகவல்கள் கிடைக்கவில்லை. வைதீக செல்வாக்கு ஆழமாகப் பரவிய பிற்காலச் சோழர் காலத்தில் புராணக் கூறுகள் வழிபாடு சாராத பண்டைத் தமிழரின் கலைகள் நாட்டார் தன்மையுடன் நடத்தப் பட்டிருக்க வேண்டும். பெருவேந்தர்கள் வைதீக மரபு சார்ந்த கலை களையே பெரும்பாலும் பேணினர். இத்தகைய பேணுதல் பிற்காலத்தில்

சாத்திரிய கலைகள் அல்லது நெறிப்படுத்தப்பட்ட கலைகள் நாட்டார் கலைகள் என்னும் பாகுபாட்டிற்கும் நீண்ட இடைவெளிக்கும் காரணமாயின. இந்த வெளி இன்று தொடருகிறது.[19]

அடிக்குறிப்புகள்

1. கி.பி.15ஆம் நூற்றாண்டிலிருந்து 20ஆம் நூற்றாண்டு வரை உள்ள காலகட்டத்தில் தமிழகத்தில் வழக்கில் இருந்த சதிர் (பின்னர் இது பரதம் எனப்பட்டது) தெருக்கூத்து, கரகாட்டம், கணியான் ஆட்டம் போன்ற கலைகள் பல்வேறு மாற்றங்களை அடைந்திருக்கின்றன. இன்று வழக்கில் உள்ள கணியான் ஆட்டம் என்ற நாட்டார் கலை சுமார் 70 ஆண்டுகளுக்கு முன்பு வரன்முறையற்ற நிலையில் ஆடப்பட்டது. தெருக்கூத்து கலை பனுவல், ஒப்பனை போன்றவற்றில் பல்வேறு மாற்றங்களை அடைந்திருக்கிறது. இதுபோன்றே பழம் பாடல்களில் கூறப்படும் சில கலைகள் மாற்றங்களை அடைந்துள்ளன. எ.கா. குரவைக்கூத்து. 19ஆம் நூற்றாண்டின் இறுதியிலும் 20ஆம் நூற்றாண்டின் ஆரம்பத்திலும் காணப்பட்ட நாட்டார் கலைகளில் சில இன்று வழக்கில் இல்லை (எ.கா. கரகாட்டத் துணை நிகழ்ச்சிகள் எக்காளக் கூத்து, கட்சிப்பாட்டு, கப்பல்பாட்டு). இதுபோல் ஆரம்பகாலச் சங்கப் பாடல்களில் கூறப்படும் கலைகளில் சில பரிபாடல் சிலப்பதிகார காலத்தில் அழிந்துவிட்டன (எ.கா.போர் தொடர்பான கூத்துகள்).

2. மேடையில் குதித்தபடி நடிப்பது என்பதற்குத் தனி மரியாதை இருந்தது. தென் கேரள சவுட்டு (மிதித்தல்/குதித்தல்) நாடகம் நடிக்கும்போது ஆடிக்கொண்டே நடிப்பது என்ற வழக்கம் இருந்தது. தேவசகாயம்பிள்ளை சவுட்டு நாடகத்தில் அரசர் உட்பட எல்லா பாத்திரங்களிலும் குதித்தபடி வருவர்.

   டி.கே.சண்முகம் தன் நாடக அனுபவத்தை எழுதியிருக்கிறார். இதில் ஒரு ஊரில் நடிகர்கள் குதித்தபடி நடிக்கவில்லை என்பதால் பார்வையாளர்கள் மௌனமாக இருந்தார்களாம். யமன் பாத்திரம் குதித்தபடி நடிக்க ஆரம்பித்ததும் பார்வையாளர்கள் ஆரவாரம் செய்தனர் என்கிறார்.

3. கரிகாலனின் மகளான ஆதிமந்தி (அகம் 396) காவிரிக் கரையில் உள்ள கழாஅர் என்னும் துறையில் நீராடிக் கொண்டிருந்தாள். அப்போது அத்தியும் உண்டு. காவிரியாறு அவனை இழுத்துச் சென்றது. ஆதிமந்தி அவனைத் தேடி காவிரி கரையோரமாகச் சென்றாள். ஆற்றில் நீராடிக் கொண்டிருந்த மருதி என்பவளின் உதவியுடன் ஆட்டனத்தியைத் தேடிக் கண்டுபிடித்தாள். இவளது வரலாறு அகம் 76, 222, 232, 376, 396 ஆகிய பாடல்களிலும் சிலப்பதிகாரம் வஞ்சினமாலையிலும் (10-15) வருகிறது.

4. தொல்காப்பியம் (புறம்) வெற்றிபெற்ற வேந்தன் தோற்ற மன்னனைப் பார்த்து வாளை உயர்த்தி ஆடிய ஆட்டத்தைக் கூறும். இது தனிக்கலையாக குழுவுடன் நிகழ்ந்தது. நிகழ்த்தியவன் இவனே. இதனால் இவன் ஆடுகோட்பாட்டுச் சேரலாதன் எனப்பட்டான். கொட்டயம்பட்டி நாயக்க சாதியினர், ஆயுதங்களுடன் வேட்டைக்குச் சென்று, வெற்றியுடன் மீண்டு வரும்போது கொடுமுடி என்ற இசைக் கருவியை அடித்து ஆடியபடி வருவர். இது எக்காளக் கூத்து எனப்படும். இது இப்போது வழக்கில் இல்லை.

5. மதுரை இளம்பாலாசிரியன் சேந்தன் கூத்தனார்
உறையூர் முதுகூத்தன்
மதுரை காருலவியங் கூத்தன்
வேம்பற்றூர் கண்ணன் கூத்தன்
மதுரை தமிழ்க் கூத்தன்
மதுரை கூத்தன்

6. பழுமரம் தேடும் பறவை போல்
கல்லென் சுற்றமொடு கார்கிளந்து திரிதரும்
புல்லென் யாக்கை புலவுவாய்ப் பாணன் (பெரும். 19-21)

7. சிலப்பதிகாரம், இந்திரவிழவூர் எடுத்த காதையில் மருவூர் பாக்கத்தைக் குறிப்பிடும் இளங்கோவடிகள் "அரும்பெறல் மரபின் பெரும்பாண் இருக்கை" என்பார். இதற்கு அடியார்க்கு நல்லார் நிலையாகத் தங்கிய பாணர் வாழி என உரை கூறுவார்.

8. பெரும்பாணாற்றுப் படையில் வரும் "புலவு வாய்ப் பாணன்" என்பதற்கு நச்சினார்க்கினியர். கற்ற கல்வியை வறுமையால் வெறுத்துப் பேசும் பாணன் எனப் பொருள் கொள்ளுகிறார்.

9. மத்தளம், சிறுபறை, கஞ்சதாளம், ஊது கொம்பு, நெடுவங்கியம், சுரடிகை, சல்லகை பறை, மாச்சினை... (மலைபடுகடாம்).

10. சங்ககாலப் பாணன் விறலி குழுவினரின் மரபில் வந்தவர்களாக இன்றைய நாட்டார் கலைஞர்களைத்தான் சொல்ல முடியும். கலை நிகழ்த்துதல், வறுமை, நாடோடி வாழ்க்கை என இன்றும் தொடரும் கலைஞர்கள் நாட்டார் மரபில் மட்டும் உள்ளனர்.

11. "துடியன் பாணன் பறையன் கடம்பன்" நான்கும் அல்லது குடியுமில்லை என்ற பழம் கருத்தை இங்கு ஒப்பிடலாம்.

12. மாதவி ஆடிய ஆடல்கள் கொடுகொட்டி, பாண்டரங்கம், அல்லியம், மல், துடி, குடை, குடம், பேடி, மரக்கால், பாவை, கடையம்.

13. பிற்காலக் கல்வெட்டுகளில் ஆரியக்கூத்து என்ற கலை பற்றிய குறிப்பு காணப்படுகிறது. கும்பகோணம் நாகசாமி கோவில் கல்வெட்டு தைப்பூசத் திருவிழாவில் ஆரியக் கூத்து ஆடப்பட்டதற்கு நிபந்தம் கொடுத்த செய்தியைக் கூறும். இங்குக் குறிப்பிடப்படும் ஆரியக்கூத்து புராண காவிய கதை தழுவியது. ஆனால் பழம் பாடல்கள் குறிப்பிடும் ஆரியக்கூத்தினின்று இது வேறானது. பழம் ஆரியக்கூத்து கதை தழுவியது. கி.பி.13ஆம் நூற்றாண்டுக்குப் பின் வடுகரும் சிங்களவரும் நடத்திய கூத்துகளில் ஆரியக் கூத்தும் ஒன்று என்பர். இது அயலகக் கூத்து என அழைக்கப்பட்டது. சங்க காலத்திலிருந்து இன்றுவரை இக்கூத்தை அயலவரே நடத்தி வருகிறார்கள்.

14. K.K.Pillai. A Social History of the Tamils, university of Madras, 1975 p.485.

15. பட்டவேந்தனை அட்டவேந்தன்
வாளோர் ஆடும் அமலை (தொல்.புறத்திணை 14)
என்ற சூத்திரம் வழி இதன் வெறிக் குறிப்பு உணரப்படும்.

16. காளிகோவில்களில் நடுஇரவுப் பூஜையில், காளியைப் போன்று வேடமிட்ட பூசாரி கருவறையிலிருந்து ஆவேசமாய் வருவதும், கருவறை முன்பகுதியில் ஆடுவதுமான நிகழ்ச்சி இன்றும் நடைபெறுகிறது. (சுசீந்திரம் முந்நூற்று நங்கை கோவில்)

17. சிலப்பதிகார மாதவி தெய்வலோக ஊர்வசியின் மரபினளாகவும், இவள் பெறும் தலைக்கோல் விருதுப்பொருள் இந்திரன் மகன் ஜயந்தனாகவும் கூறப்படுகிறது. இப்படியான இணைப்பை இளங்கோவடிகளே ஆரம்பிக்கிறார்.

18. கூத்த நூலின் ஆசிரியர் சாத்தனார், பண்டையத் தமிழ்க் கூத்து இலக்கணங்களை வகுத்தவர்களின் தலைவனாக அகத்தியர் குறிக்கப்படுகிறார். மேலும் இவர் முதுநாரை, முதுகுருகு, சயந்தம், குணநூல், முறுவல் எனச் சில நூற்களைக் குறிப்பிடுகிறார். இவற்றில் பரதரின் சூத்திரம் இல்லை. இந்த நூற்கள் எவையும் கிடைக்கவில்லை. இவற்றின் மேற்கோள் பாடல்கள் கிடைத்துள்ளன. இவற்றின் வழி அக்கால கூத்துகள் முறைப்படி இயங்கியது தெரிகிறது.

19. இன்றும் சாஸ்திரிய கலைகளுக்குரிய மதிப்பு நாட்டார் கலைகளுக்கு இல்லை என்பது பொதுவான உண்மை. தமிழக அரசு கொடுக்கும் விருது மிகப் பெரும்பாலும் நெறிப்படுத்தப்பட்ட கலைஞர்களுக்கும் திரைப்படக் கலைஞர் களுக்கும் கொடுக்கப்படுகிறது.

செம்மொழி கருத்தரங்கு,
தெ.தி.இந்துக் கல்லூரி,
நாகர்கோவில்.
3-1-2013

10. நிலைத்த பனுவலும் நிகழ்த்துதல் பனுவலும்

அந்தக் கிராமம் கன்னியாகுமரியிலிருந்து திருநெல்வேலிக்குப் போகும் கடற்கரைச் சாலையில் இருந்தது. பெரும்பாலும் ஒரே சாதிக் காரர்கள் வாழ்ந்த கிராமம்; அங்குப் படித்தவர்கள் பெருமளவில் இல்லை. உப்பளத்தில் கூலி வேலை செய்பவர்கள். அந்தக் கிராமத்திற்குத் தோல்பாவைக் கூத்து பார்க்கச் சென்ற போது இருட்ட ஆரம்பித்து விட்டது. அன்று ‘சூர்ப்பநகை கௌரவபங்கம்’ கதை நிகழ்ச்சி நடக்கப் போவதற்கான விளம்பரம் கேட்டுக் கொண்டிருந்தது.

அப்போது இந்தியாவில் அவசரகாலச் சட்டம் அமலில் இருந்தது.

உளுவத்தலையன், உச்சிக்கொப்புளான் நகைச்சுவைக் காட்சிகள் முடிந்து கதை ஆரம்பித்தபோது நன்றாக இருட்டிவிட்டது. சூர்ப்ப நகை இராமனிடம் கெஞ்சுகிறாள்; கல்யாணம் செய்து கொள் என இரந்து வேண்டுகிறாள். இராமன் அவளை இலட்சுமணனிடம் அனுப்புகிறான். சூர்ப்பநகைக்கும் அவனுக்கும் நடக்கும் உரையாடல் சிரிப்பலையை எழுப்புகிறது. திடீரெனக் காட்சி மாறுகிறது. சூர்ப்ப நகை சீதையைப் பிடிக்கப் போகிறாள். இலட்சுமணன் சுதாகரித்துக் கொண்டு அவள் மூக்கை அறுக்கிறான். தொடர்ந்து அரக்கர்களுக்கும் இராம லட்சுமணர்களுக்கும் இடையே சண்டை நடக்கிறது. எல்லோரையும் ஒரேயடியாகத் துரத்திவிடுகிறான் லட்சுமணன். பின்னர் மூவரும் பஞ்சவடி ஆசிரமத்திற்கு வருகின்றார்கள்.

இந்த நேரத்தில் அகத்தியர், முனிவர்கள் சூழ வருகிறார். அகத்தியர் இராமனைப் பார்த்து “சாட்சாத் ராமனே! நாங்கள் கூட்டணி அமைத்து அராஜகம் செய்த சூர்ப்பநகையை விரட்ட முயற்சி செய்தோம். முடியவில்லை. இலட்சுமணன் தனியாகவே அவளை விரட்டி விட்டானே; சந்தோஷம் ராமா சந்தோஷம்” என்கிறார். அப்போது தமாஷ் பாத்திரமான உச்சிக்குடும்பன் வந்து, “கொடுங் கோல் அரக்கி சூர்ப்பநகையின் அராஜகம் ஒழிக” என்கிறான். முனிவர்கள் எல்லோரும் ‘ஒழிக ஒழிக’ என்று கூக்குரலிடுகின்றனர்.

இதைத் தொடர்ந்து பார்வையாளர்களிடமிருந்து மெல்லிய சிரிப்பலை எழுந்தது. சலசலப்பு வந்தது. ஒரு சிறுவன், “நம் நாட்டுச் சூர்ப்பநகை ஒழிக” என்றான். பெரியவர்கள் அவனை அடக்கினார்கள். பார்வையாளர்களாக இருந்தவர்களில் பெரும்பாலோர் அந்த

நிகழ்ச்சியின் சூட்சுமத்தைப் புரிந்து கொண்டனர். அவர்கள் படிப்பற்றவர்களாக இருந்தும்கூட.

அன்று தோல்பாவைக் கூத்து நிகழ்ச்சி நடத்திய கணபதிராவுக்கு அதன் பிறகு பிரச்சினை ஒன்றும் வரவில்லை. ஆனால் இந்த உரையாடலை மட்டும் பின்னர் மாற்றி விட்டார். அன்றைய நிகழ்ச்சி முடிந்த பிறகு கணபதிராவுடன் சாவகாசமாகப் பேசிக் கொண்டிருந்தேன். அவர், தன் தந்தை கிருஷ்ணராவும், அண்ணன் கோபாலராவும் சுதந்திரப் போராட்டக் காலத்தில் கூத்து நடத்தியதையும், பார்வையாளர்கள் எதிர்வினையாற்றியதையும் விரிவாகச் சொன்னார்.

அனுமன், சுக்கிரீவன் ஆகியோரின் உரையாடலில் சுயராஜ்யம் என்ற வார்த்தை அடிக்கடி வருமாம். ஒருமுறை, சுக்ரீவன் வாலியிடம் 'கிட்கிந்தை நாட்டில் அடிமையாக இருப்பதைவிட சுயராஜ்யத்துக்குப் போராடி சாவதுமேல்' என்று உணர்ச்சி பொங்கக் கூறுவானாம். பார்வையாளர்களுக்கு இது உடனடியாகப் புரிந்துவிடுமாம். அனுமன் சுக்கிரீவன் உரையாடலில் வாலியை வெள்ளைக்காரனாக வருணிப்பதும் கிட்கிந்தையைப் பாரதமாக வருணிப்பதும் சாதாரணமாக அன்று நடந்தது. இதைப் புரிந்து கொண்டு பார்வையாளர்களும் கைதட்டினர்.

வாலி இறந்த பின்னர், மது மயக்கத்தில் இருந்த சுக்கிரீவன் இராமனுக்குத் தான் கொடுத்த வாக்கை மறந்துவிட்டான். அப்போது, மதுவின் தீமை பற்றி லட்சுமணன் பிரச்சாரம் செய்வான். பின்பாட்டுக்காரர்கள் இந்த நேரத்தில் பொதுவாக தேசியத் தலைவர்களைப் பற்றிப் பாடுவார்கள்.[1] விபீஷணன் கூட இராமனிடமிருந்து விடுதலைப் பெற்று சுயராஜ்யத்தைப் பெற வேண்டும் என்று பேசுவான்.

இந்த உரையாடல்கள் நடக்கும்போது பார்வையாளர்கள் எதிர்வினையாற்றியதைக் கணபதிராவ் நினைவு கூர்ந்தார். கூத்து நடந்த மறுநாளும் இதைப் பற்றிப் பேசிய பார்வையாளர்களைச் சந்தித்ததையும் அவர் பரவசத்தோடு சொன்னார்.

கடந்த 30 ஆண்டுகளாகத் தோல்பாவைக் கூத்து நிகழ்ச்சிகளைப் பார்த்துக் கொண்டு வருகிறேன். தென் மாவட்டங்களில் தோல்பாவைக் கூத்து நிகழ்த்துகின்ற பெரும்பாலான மூத்த கலைஞர்களையும் எனக்குத் தெரியும். இவர்களின் கதையாடலின் மாற்றங்களையும் கவனித்துக் கொண்டே வருகிறேன். நிலைத்த பனுவலை, நிகழ்த்தும் போது அடையும் மாற்றங்களுக்கு நல்ல உதாரணம் தோல்பாவைக் கூத்துக் கலை என்பதை அனுபவத்தில் உணர்ந்திருக்கிறேன். வில்லிசைக் கலையையும் இதற்கு உதாரணமாகச் சொல்ல முடியும்.

தோல்பாவைக்கூத்து கலை, வில்லிசைக்கலை ஆகிய இரண்டும் தென் தமிழ் மாவட்டங்களுடன் தொடர்புடையவை. இவற்றில் தோல்பாவைக் கூத்து வாய்மொழி மரபிலான நிலைத்த பனுவலைக் கொண்டது. வில்லிசை நிகழ்ச்சி, ஏட்டு வடிவில் அல்லது அச்சு நூலில் உள்ள கதைகளின் அடிப்படையில் நிகழ்த்தப் பெறுவது. தோல் பாவைக் கூத்து வாய்மொழி மரபுப் பனுவலின் அடிப்படையில் நிகழ்வதால் இந்தக் கலைஞர்களின் தகவல்களையே ஆதாரமாக எடுத்துக் கொள்ள முடியும். வில்லிசைக் கலையின் நிலை வேறு. இதன் கலைஞர்கள் நிலைத்த கதையிலிருந்து நிகழ்ச்சிக்குரிய பாடல்களைத் தாங்களே தயாரித்துக் கொள்ளுகின்றனர். இந்தத் தயாரிப்பு கதைக்குத் தக்கவாறு இருக்கும். இவையும் எழுத்து வடிவில் உள்ளன. இதனால் காலந்தோறும் இக்கலை வெளிப்பாட்டின் வடிவ மாற்றத்தை ஓரளவு துல்லியமாக அறிய முடியும்.

தோல்பாவைக்கூத்து பனுவலின் மாற்றமும், கலைஞர்களின் வாழ்வின் மாற்றமும் பிரிக்க முடியாதது. காலந்தோறும் கலைஞர் களின் மாற்றத்திற்குப் பார்வையாளர்கள் மட்டுமல்ல, கலைஞர்களின் சரிவுங்கூட காரணம் என்பதற்குத் தோல்பாவைக் கூத்தே நல்ல உதாரணம்.

தோலில் வரையப்பட்ட வண்ணப் படங்களை விளக்கின் ஒளி ஊடுருவும் திரைச் சீலையில் பொருத்தி, கதைப் போக்கிற்கு ஏற்ப உரையாடி, பாடி, ஆட்டிக் காட்டுவது தோல்பாவைக் கூத்து. இது உலகளாவிய கலை. இந்தியாவில் தமிழகம், கேரளம், ஆந்திரம், கர்நாடகம், ஒரிசா ஆகிய மாநிலங்களில் நிகழ்கிறது. தமிழகத்தில் மதுரைக்குத் தெற்கே உள்ள மாவட்டங்களில் இக்கலை நிகழ்கிறது. கலைஞர்களும் இப்பகுதிகளிலேயே வாழ்கின்றனர்.

தென் தமிழக மாவட்டங்களில் இராமாயணம், இராமாயணம் தொடர்பான கதைகள் தவிர, நல்லதங்காள் கதை, ஞான சௌந்தரி கதை, அய்யப்பன் கதை, கட்டபொம்மன் கதை ஆகியனவும் நடத்தப்படு கின்றன. இவற்றில் நல்லதங்காள் கதையின் மையப்பொருள் சம காலத்திற்குப் பொருந்தி வருவதால், இக்கூத்தை நடத்துவதைக் கலைஞர்கள் பெரிதும் விரும்புகின்றனர். தமிழ்நாடு, ஆந்திரா, கர்நாடகம் ஆகிய மூன்று மாநிலங்களிலும் நல்லதங்காள் கதை வழக்கில் உள்ளது. இம்மாநிலங்களில் தோல்பாவைக் கூத்து நிகழ்கிறது. ஆனால், தமிழகத் தோல்பாவைக் கூத்து நிகழ்ச்சியில் மட்டும் நல்லதங்காள் கதை இடம்பெறுகிறது.

தமிழகத்தில் விருதுநகர் மாவட்டம் வத்திராயிருப்பு அருகே உள்ள அர்ச்சனாபுரம் என்ற கிராமத்தை நல்ல தங்காளின் பிறந்த

ஊராகக் கூறுகின்றனர். பேரா.நா.வானமாமலை வத்திராயிருப்பு அருகே உள்ள கான்சாபுரம் என்ற ஊரில் நல்லதங்காளுக்கு முதலில் வழிபாடு தோன்றியது என்கிறார்.

வத்திராயிருப்பு அர்ச்சனாபுரத்தில் நல்லதங்காளுக்குக் கோவில் உள்ளது. இங்கு மார்கழி மாதத்தில் மட்டுமே தினப் பூசை உண்டு. பிற மாதங்களில் செவ்வாய், வெள்ளி ஆகிய கிழமைகளில் மட்டும் ஒரே நேரப் பூசை நடக்கும். மூன்று ஆண்டுகளுக்கு ஒரு முறை இங்கே பெரிய விழா நடக்கிறது. இந்த விழாவில், நல்லதங்காளின் அண்ணன் நல்லதம்பி என்ற தெய்வத்திற்கு முன்னே ஆடு, கோழி ஆகியவை பலி கொடுக்கப்படும். நல்லதங்காளுக்குப் பலி இல்லை. விழாவில் நல்லதங்காளின் கதை பாடப்படும். இந்தக் கதை புகழேந்திப் புலவரின் அம்மானைக் கதையிலிருந்து கொஞ்சம் வேறுபட்டது. நல்லதங்காளுக்கு நான்கு ஆண் குழந்தைகளும், மூன்று பெண் குழந்தைகளும் இருந்ததாக இக்கதை கூறும். இக்கோவிலில் 7 குழந்தைகளுக்கும், நல்லதங்காள், நல்ல தம்பி ஆகியோருக்குப் பூடகங்களும் உருவங்களும் உள்ளன. 1998இல் ஈஸ்வர ஆண்டில் இக்கோவிலில் விழா நடந்தபோது ஆந்திராவிலிருந்து சிலர் இக்கோவிலுக்கு வந்து வழிபாடு செய்தனர். மதுரையில் தோல்பாவைக் கூத்து நடத்தும் கலைஞர்களிடம் இக்கோவிலில் பாடப்படும் கதையின் பாதிப்பு குறைந்த அளவிலேயே உள்ளது.

நல்லதங்காள் கதையைக் கம்மவர் சாதியுடன் இணைத்துக் கூறும் மரபு 1970இல் கூட இருந்திருக்கிறது. கம்மவர் சாதியினர் ஆந்திராவி லிருந்து தென் தமிழகத்துக்குக் குடியேறிய பின்னர், இக்கதை இங்கே பரவியிருக்கலாம்.

ஆந்திராவில் வழக்கில் இருந்த கதையை நா.வானமாமலை 1964இல் தொகுத்திருக்கிறார்.[2] டாக்டர் நாராயண கிருஷ்ணன் என்பவர் வாய்மொழியாக இருந்த கதையைத் தொகுத்து நா.வானமாமலைக்குக் கூறியிருக்கிறார். இந்தக் கதைக்கும் தமிழகத்துத் தோல்பாவைக் கூத்துக் கலையில் நிகழ்த்தப்படும் கதைக்கும் வேறுபாடுகள் உள்ளன.

1. நல்லதங்காளின் அண்ணன் நல்லண்ணன் விவசாயக் குடும்பத்தைச் சார்ந்தவன்.
2. நல்லதங்காளின் சொந்த நிலம் கரிந்துவிட்டது. அவள் வறுமை அடைந்தாள்; இதனால் அவள் குடும்பத்தில் தனிமைப்படுத்தப்பட்டாள். மனரீதியான இந்தக் கொடுமை தாங்காமல் அவள் அண்ணனின் வீட்டிற்கு வருகிறாள்.
3. நல்லதங்காள் அண்ணனின் கிராமத்தில் தெரிந்தவர்களிடம் தன் குடும்ப நிலையைக் கூறித் தானியம் கேட்கிறாள்.

அண்ணனின் மனைவிக்கு இது அவமானமாக இருக்கிறது. எனவே நல்லதங்காளை இகழ்கிறாள். இந்தத் துன்பம் தாங்காமல் நல்லதங்காள் இறக்கிறாள்.

4. நல்லண்ணன் தன் மனைவியை அரிவாளால் வெட்டிக் கொல்லுகிறான்.

கர்நாடகத்தில் நல்லதங்காள் கதையை ஹன்னோத்து ஹெங்கலு என அழைக்கின்றனர். இதற்குப் பதினொரு பிணங்கள் என்பது பொருள். கர்நாடகத்தில் இக்கதை தார்வார் மாவட்டத்திலும், மைசூரைச் சுற்றிய பல கிராமங்களிலும் வழங்குகிறது. இங்கு வழங்கும் கதை தமிழகக் கதையிலிருந்து வேறுபட்டது.

1. நல்லதங்காளின் கணவன் விவசாயி; அவளுடைய நிலம் விளைச்சல் இல்லாமல் கரிந்தது; இதனால் அவள் உறவினர்களிடம் கடன் கேட்டாள்; எல்லோரும் அவளை இகழ்ந்து திருப்பி அனுப்பினார்கள்.
2. நல்லதங்காள் தன் அண்ணனின் வீட்டிற்கு உதவி கேட்டுச் சென்றாள். அப்போது, அண்ணன் வீட்டில் இல்லை. அண்ணியோ நல்லதங்காளை அவமானப்படுத்தினாள்.
3. நல்லதங்காளுக்கு வறுமையைவிட அண்ணி அவமானப் படுத்தியது மனதைப் பாதித்தது. அதனால் பூச்சி கொல்லும் விஷமருந்தைத் தன் குழந்தைகளுக்குக் கொடுத்து விட்டுத் தானும் குடித்தாள். அவளுக்குக் குழந்தைகள் எட்டு பேர்.
4. நல்லதங்காளும் அவளுடைய எட்டு குழந்தைகளும் இறந்தது கண்டு, அவள் கணவனும் இறந்தான். இதை அறிந்த அவள் அண்ணனும் தற்கொலை செய்து கொண்டான்.
5. நல்லதங்காளின் அண்ணி பழிவாங்கப்படவில்லை.

நல்லதங்காளின் கதை தமிழகத்திற்கு ஆந்திரத்திலிருந்து வந்தது என்பது நா.வா.வின் கருத்து. தெலுங்கு மக்கள் மதுரைப் பகுதியை அடுத்துள்ள கிராமங்களில் குடியேறிய போது இந்தக் கதை பரவி யிருக்கலாம். பிற தெலுங்குக் கதைகள் பரவியதைப் போல இது வாய்மொழி அளவில் மட்டும் நிற்கவில்லை. இக்கதையின் நிலைத்த மையக் கருத்து, இதற்கு அம்மானை வடிவம் பெறக் காரணமா யிருந்தது. அத்தோடு நிகழ்த்து கலையில் இது இடம் பெற்றதற்கும் இதுவே காரணம்.

நல்லதங்காள் கதை தமிழகத்தில் வாய்மொழியாக வழங்கி வந்த நிலையில் 18ஆம் நூற்றாண்டில் அம்மானை வடிவம் பெற்றது. இந்த அம்மானை வடிவக் கதையை மூலமாகக் கொண்டு, வேறு இரண்டு

ஊடகங்கள் வாயிலாக இருவேறு கலைப் படைப்புகள் வெளிப்பட்டன. அதாவது, அம்மானை வடிவக் கதையை அடிப்படையாகக் கொண்டு நாடகம், சினிமா என்னும் இரண்டு ஊடகங்கள் வாயிலாக 20ஆம் நூற்றாண்டின் தொடக்கத்தில் முறையே நாடகப் படைப்பும் திரைப் படைப்பும் வெளிவந்தன. இதனை அடுத்து நல்லதங்காள் கதை நாடக ரிக்கார்டாகவும் வந்திருக்கிறது.

அம்மானை வடிவில் உள்ள நல்லதங்காள் கதை புகழேந்திப் புலவர் பெயரில் உள்ளது. இது 1760 வரிகள் கொண்டது. 19ஆம் நூற்றாண்டிலேயே இது அச்சில் வெளிவந்துவிட்டது. ரத்தன நாயகர் சன்ஸ், கலைமகள் கம்பெனி, ஸ்ரீமகள் கம்பெனி, வித்யா அச்சுக்கூடம், சங்கு நூலகம் போன்ற பல பதிப்பகங்கள் இந்நூலை வெளியிட்டு உள்ளன. இப்பதிப்புகள் எல்லாம் ஒரே வகையான கதையைக் கூறுகின்றன. புகழேந்திப் புலவர் பெயரில் உள்ள அம்மானைக் கதைகளில் அதிக அளவில் பதிப்பிடப்பட்டது நல்லதங்காள் கதை தான் என்பது குறிப்பிடத்தக்கது.

பத்தொன்பதாம் நூற்றாண்டின் இறுதியிலும் இருபதாம் நூற்றாண்டிலும் நல்லதங்காள் அம்மானையை ஒருவர் படிக்க, பிறர் கேட்பது என்ற வழக்கம் இருந்தது. இவ்வாறு படிப்பவர் கதைப் பகுதியின் முக்கியப் பகுதிகளை மட்டும் படிப்பார். இது நிகழ்த்தும் நேரத்தைப் பொருத்தும் அமைந்திருக்கும். இந்த மரபில் கதை மாற்ற மடையாமலேயே வந்திருக்கிறது. மாற்றத்தைப் பார்வையாளர்கள் விரும்பவும் இல்லை. மேலும் கதை படிப்பவர் நிகழ்த்துனராக இல்லை. பிரதியில் இருப்பதை அப்படியே ஒப்பிவிப்பவராக இருந்திருக்கிறார்.

நல்லதங்காள் அம்மானையிலிருந்து முளைத்த விருத்தம், உரைநடை கலந்த கதை வடிவம் பிரபலமாகவில்லை. இது ஏட்டு வடிவில் மட்டும் இருந்தது. ஒருவர் படிக்க பிறர் கேட்கும் நிலையில் இது உருவாக்கப்படவில்லை.

'நல்லதங்காள் சினிமா', 'நல்லதங்காள் நாடகம்', ஹாட்கின்ஸ் நாடகக் கோஷ்டியார் தயாரித்த 'நல்லதங்காள் ரிக்கார்டு' ஆகிய வற்றிற்கு மூல வடிவமாக நல்லதங்காள் அம்மானையே விளங்கியது. ஆனால், 'நல்லதங்காள் சினிமா'வில் தோல்பாவைக் கூத்தின் தாக்கம் உண்டு[3] என்பது இங்குக் குறிப்பிடத்தக்கது.

தோல்பாவைக் கூத்தின் மூல வடிவம் பெரிய எழுத்து, நல்லதங்காள் அம்மானைக் கதைதான். தோல்பாவைக்கூத்தில் நல்லதங்காள் கதை இடம் பெற்ற காலகட்டத்தைத் துல்லியமாகக் கூற

முடியாவிட்டாலும், நல்லதங்காள் திரைப்படத்திற்கும், ஹாட்கின்ஸ் ரிக்கார்டு வரவிற்கும் முற்பட்டது என்பதற்கு வலுவான சான்றுகள் உண்டு என்று தோல்பாவைக் கூத்து கலைஞர்கள் கூறுகின்றனர்.[4] தோல் பாவைக் கூத்துக் கலைஞரான சாமிராவ் (1830-1900) வாழ்ந்த காலத்தில் நல்லதங்காள் கதை தோல்பாவைக் கூத்தில் இடம்பெற்றுவிட்டது. இதற்குரிய முக்கியப் பாவைகளைச் சாமிராவ் தயாரித்திருக்கிறார்.

தோல்பாவைக் கூத்தின் மூலவடிவம், பெரிய எழுத்து நல்லதங்காள் அம்மானை வடிவமாக இருந்தாலும் நல்லதங்காள் திரைப்படம், நாடகம், ஹாட்கின்ஸ் நாடகக் குழு தயாரித்த ரிக்கார்டுகள் ஆகியவற்றின் செல்வாக்கு அதில் நிறையவே உள்ளது. இந்தச் செல்வாக்கால் ஏற்பட்ட மாற்றத்திற்குப் பார்வையாளர்களே முக்கியக் காரணமாக விளங்கினர். நல்லதங்காள் தோல்பாவைக் கூத்து நிகழ்ச்சி, கிராமங்களில் அமோகமாக நடந்தபோது நகர்ப்புறங்களில் பார்சி நாடகம் பிரபலமாகிவிட்டது. பார்சி நாடகத்தின் வசனம், பாட்டு, ஆட்டம் ஆகியவை நல்லதங்காள் கூத்து நிகழ்ச்சியில் மாற்றம் ஏற்பட வேண்டிய சூழ்நிலையை உருவாக்கின.

அம்மானை வடிவ நல்லதங்காள் கதையை மூலமாகக் கொண்ட தோல்பாவைக் கூத்து நிகழ்ச்சியில், இக்கதை சில மாற்றங்களுடனே நிகழ்த்தப்பட்டிருக்கிறது. இந்த மாற்றம், படிப்படியாக நிகழ்ந்தது என்றும் கூறலாம்.

நல்லதங்காள், தன் அண்ணனின் வீட்டிற்குக் காட்டு வழியாகச் செல்லுகிறாள். அப்போது, திருடர்கள் சிலர் அவளை வழிமறித்தனர். தாலியைக் கழற்றித் தருமாறு கேட்கின்றனர். நல்லதங்காள் மனம் பதறி 'நீங்கள் கல்லாகப் போவீர்கள்' என்று சாபம் கொடுக்கிறாள். திருடர்கள் கல்லாக மாறுகின்றனர். இதைப் பார்த்த நல்லதங்காளின் மூத்த மகன், "அம்மா, இவர்கள் பாவம்; சாப விமோசனம் கொடு" என்கிறான். நல்லதங்காளும் திருடர்களுக்கு மறுபடியும் மனித உருவம் பெறுவதற்கு இறைவனிடம் வேண்டுகிறாள். அவர்கள் பழைய உருவம் பெறுகின்றனர்.

அம்மானையில் இல்லாத இந்த நிகழ்ச்சி தோல்பாவைக் கூத்தில் மிகவும் பிற்காலத்தில் இணைக்கப்பட்டிருக்க வேண்டும். இது, மதுரை ஸ்பெஷல் நாடகத்திலிருந்து பாவைக்கூத்துக்கு வந்திருக்கலாம் என்கிறார் சுப்பையாராவ். தோல்பாவைக் கூத்து நிகழ்ச்சியில் திருடர்கள் அறிமுகம் ஆகும்போது பாடிக்கொண்டும்[5] ஆடிக்கொண்டும் வருகின்றனர். இந்தப் பாட்டு ஸ்பெஷல் நாடகத்தில் இடம்பெறும் விதூஷகனின் முதல் காட்சிப் பாடலாகும். இந்தக் காட்சியும் நாடகத் தன்மையுடனே அமைந்திருக்கும்.[6]

புராண நாடகங்களில் கற்புடைய பெண் பாத்திரங்களைப் பார்த்துப் பழகிய பார்வையாளர்களிடம் நல்லதங்காளைப் பத்தினிப் பெண்ணாக அறிமுகப்படுத்த வேண்டிய கட்டாயம் கதைப் பாடகருக்கு இருந்தது. அத்துடன், மதுரைப் பகுதியின் தேவர், கோனார், நாயுடு ஆகிய சமூகங்களில் நல்லதங்காள் வழிபாடு இருந்தது. இந்தச் சாதிகளைச் சேர்ந்த பார்வையாளர்களிடம் நல்லதங்காளை இறைத்தன்மையுடன் காட்ட வேண்டிய அவசியம் இருந்ததால், தோல்பாவைக் கூத்து நிகழ்ச்சியில் இந்த மாற்றம் ஏற்பட்டிருக்கலாம்.

நகைச்சுவைப் பாத்திரமான உச்சிக் குடும்பனின் வழியே அலங்காரி நல்லதங்காளுக்குச் செய்த கொடுமை சொல்லப்படுகிறது. ஆந்திர நல்லதங்காள் கதையில், அலங்காரியின் பக்கத்து வீட்டுக்காரர்களே அவளுடைய கொடுமையை வெளியே சொல்கிறார்கள். அம்மானைக் கதையிலும் அப்படியே உள்ளது. தோல்பாவைக் கூத்தில் இதைச் செய்பவனாக உச்சிக்குடும்பன் வருவதற்குக் காரணம், இந்தப் பாத்திரமே இதுபோன்ற காரியங்களைச் செய்வதாக வழக்கமாகக் காட்டப்படுவது தான்.

ஹாட்கின்ஸ் நாடகக் குழுவினர் தயாரித்த ஏழு ரிக்கார்டுகளில் வரும் பாடல்கள் தோல்பாவைக் கூத்தில் அப்படியே பயன்படுத்தப் படுகிறது.[7] சில பாடல்கள் இராமாயணத் தோல்பாவைக் கூத்தில் உள்ளவற்றில் வடிவமாற்றம் பெற்றவை.[8]

புகழேந்திப் புலவரின் பெயரில் உள்ள அம்மானைக் கதையில் நல்லதம்பி தன் மனைவியின் உறவினர்களைக் கொல்ல இடிபந்தல் கட்டித் தந்திரமாக உட்கார வைத்துக் கொல்லுகிறான். பந்தலைச் சரியான நேரத்தில் உடைப்பதற்கு அதைக் கட்டிய ஆசாரியிடம் கட்டளை இடும்போது 'பொறியைத் தட்டடா புத்தி கெட்ட ஆசாரி' என்று கூறுவது பழைய உரையாடல். பார்வையாளர்களில் ஆசாரி ஜாதியினரின் எதிர்ப்பால் இந்த வசனம் "பொறியைத் தட்டடா புத்தியுள்ள ஆசாரி" என மாறிவிட்டது. இந்த மாற்றத்தைக் கொண்டு வந்த கோபாலராவ், தங்களின் சாதிப் பஞ்சாயத்தில் இது பற்றிப் பேசி மற்ற கலைஞர்களையும் இதுபோல் பேசுமாறு தூண்டியிருக்கிறார்.[9]

நல்லதங்காள் தோல்பாவைக் கூத்து நிகழ்ச்சிக்கு இன்றும் அதிக அளவில் பார்வையாளர்கள் வருகின்றனர். இந்தக் கதை நிகழ்ச்சி ஊர்த் திருவிழாக்களில் இரண்டு நாட்கள் கூட தொடர்ந்து நடக்கும். நல்லதங்காள் கதை தொடர்ந்து வாழ்கின்ற கதை என்பதை, நிகழ்ச்சியின்போது பார்வையாளர்கள் எதிர்வினையாற்றுவதை வைத்துக் கூறமுடியும்.[10]

தோல்பாவைக் கூத்து என்பது, இராமாயணக் கதையை நடத்துவதற்கே உரிய கலை. இராமாயணக் கதையைப் பத்து நாட்களில் நடத்துகின்றனர்.[11] இராமாயணம் தொடர்பான கதைகளை நான்கு அல்லது ஐந்து நாட்களுக்கு நடத்துவர்.[12] இந்தக் கதைகள் எல்லாமே எழுதி வைக்கப்படாதவை. பொதுவாக இவை 32 முதல் 35 மணி நேரக் காட்சிகளாக நடத்தப்பட்டன. இவற்றில், இன்றைய நிலையில் 50 விழுக்காடு நகைச்சுவைக் காட்சிகளே இடம்பெறுகின்றன. கதை நிகழ்ச்சி இரண்டாம் பட்சமாகிவிட்டது. கதை கேட்டல், பார்த்தல் என்ற நிலை மாறி, பொழுது போக்கு அம்சமாக இது அமைந்து விட்டது. காலந்தோறும் கலைஞர்களில் ஏற்பட்ட தலைமுறை மாற்றத்தையும் கலை நிகழ்வின் மாற்றத்துடன் ஒப்பிட்டுப் பார்ப்பது அவசியம்.

தோல்பாவைக் கூத்துக் கலைஞர்களில் கிருஷ்ணராவ் (1800-1992) சாமிராவ் (1830-1900), கிருஷ்ணராவ் (1860-1940), கோபாலராவ் (1882-1976) சுப்பையாராவ் (1908-2003) ஆகிய ஐவரும் முக்கியமானவர்கள். இவர்கள் கலை நிகழ்வில் காலந்தோறும் ஏற்படுத்திய மாற்றத்தை இன்றும் பதிவு செய்ய முடியும்.

தோல்பாவைக் கூத்து நிகழ்த்துதலில் இராமாயணப் பனுவலின் உரையாடல், கதை நிகழ்ச்சி, பாடல்கள் ஆகியன மாற்றம் பெற்றிருக் கின்றன. இந்த மாற்றம் 19ஆம் நூற்றாண்டின் இறுதியில் ஆரம்பித்து 20 ஆம் நூற்றாண்டின் முற்பகுதிக்குள் நிகழ்ந்துவிட்டது. இன்றைய தோல்பாவைக் கூத்துப் பனுவல் 1950களில் நிகழ்த்தப்பட்டது. இதில் நகைச்சுவைக் காட்சிகளைத் தவிர, ஏனையவை மாற்றம் பெறாதவை.

தோல்பாவைக் கூத்துப் பனுவல் மாற்றத்தைப், பார்வையாளர் களிடமிருந்து அனுமதிக் கட்டணம் வசூலித்த காலத்துக்கு முற்பட்டது, பிற்பட்டது என்று வரையறை செய்து கொள்ளலாம். இந்த இரு காலகட்டங்களில் ஏற்பட்ட கலை நிகழ்வு மாற்றத்துடன் கலைஞர் களின் வாழ்வு நிலைகளிலும் மாறுதல் ஏற்பட்டிருக்கிறது.

நிகழ்ச்சியைப் பார்க்க வரும் பார்வையாளர்களிடமிருந்து நுழைவுக் கட்டணம் வசூலித்த காலத்திற்கு முன்பு, கலைஞர்களின் வாழ்க்கைக்குத் தேவையானவற்றையும் கலையை நிகழ்த்துவதற்கு வேண்டிய உபகரணங்களையும் பார்வையாளர்களான ஊர்மக்களே கொடுத்தனர். இக்காலகட்டத்தில் தோற்பாவைக் கலைஞர்கள் நாடோடிகளாகவே வாழ்ந்தனர். அவர்கள் நிகழ்ச்சிகளை நடத்திய ஊர்களின் எல்லை விரிந்ததாகவே இருந்தது. ஒரு இடத்தில் கூத்து நடத்தும் போதே அடுத்து கூத்து நடத்த வேண்டிய ஊரினைத் தேர்ந்

தெடுத்துவிடுவர். அந்த ஊரின் மக்கள், கலைஞர்கள் தங்குவதற்குரிய இடம், கூத்தரங்கு கட்டுவதற்கு ஓலை, விளக்கெரிக்க எண்ணெய், துணி, திரைச்சீலை ஆகியவற்றைக் கொடுத்து உதவுவர். கலைஞர்களுக்கு உணவு, உடை ஆகியவற்றையும் கொடுத்தனர். தானியங்களும் கொடுத்தனர். இந்தக் காலகட்டங்களில் பார்வையாளர்களின் ரசனைக்கேற்ப கதையைத் தேர்ந்தெடுத்து நடத்த வேண்டும் என்ற கட்டாயம் கலைஞர்களுக்கு இல்லை. அப்போது மின்சாரம் இல்லாத காலம். ஒலிபெருக்கி வசதி இல்லாததால் கலைஞரால் தொடர்ந்து கூத்து நடத்த முடியாது. இக்காலங்களில் பார்வையாளர்களின் எண்ணிக்கை கட்டுப்பாட்டுடன் இருந்தது. மேலும், பார்வையாளர்களில் பெருமளவு வயதானவர்களும் இருந்தனர்.

கதாகாலட்சேபம், ஸ்பெஷல் நாடகம், கீர்த்தனை நாடகம் ஆகியவற்றின் செல்வாக்கு தென் தமிழக மாவட்டங்களில் பரவியிருந்த காலத்தில் இராமாயணக் கூத்தில் இசைப் பாடல்களைப் பாடுவது இன்றியமையாததாக ஆனது. வைணவ சமயத்தினரான ரெட்டியார், நாயுடு, நாயக்கர் சாதிகளைச் சேர்ந்த பார்வையாளர்கள் இப்பாடல்களின் ராகவிஸ்தாரத்தை மிகவும் விரும்பினர். இதனால் பார்வையாளர்களின் நிலைக்கேற்ப நிகழ்ச்சி நடத்தும் நேரத்தை அதிகரிக்க வேண்டிய தேவை கலைஞர்களுக்கு ஏற்பட்டது.

ஆரம்பக் காலத்தில் நிகழ்த்தப்பட்ட தோல்பாவைக் கூத்து நிகழ்ச்சியில் துந்தனம், இரட்டைக் கொட்டு ஆகிய இசைக் கருவிகள் மட்டுமே இடம்பெற்றன. இவ்விரு இசைக் கருவிகளும் அடங்கி ஒலிப்பன. இதனால் பாடல்களும் அதற்குத் தக்கவாறு இருந்தன. இக்காலகட்டத்தில் கலைஞர்களுக்கு ஆட்டுத் தோல்கள் இலவசமாகவே கிடைத்தன. இதனால் ஒரு கதாபாத்திரத்திற்குப் பல்வேறு பாவைகள் இருந்தன. கலைஞன் தன் குரல் மூலம் மட்டுமின்றிப் பாவை மூலமும் பார்வையாளர்களைக் கவர முடிந்தது.

பார்வையாளர்களிடமிருந்து நுழைவுக் கட்டணம் வசூலித்து நிகழ்ச்சி நடத்த ஆரம்பித்த காலத்தைச் சரியாக வரையறை செய்ய முடியவில்லை. திரைப்பட அரங்குகள் பெருகிய காலத்தில் இவ் வழக்கம் நடைமுறைக்கு வந்திருக்கலாம். இக்காலகட்டத்தில் எண்ணெய் விளக்குகளின் இடத்தை, 'பெட்ரோமாக்ஸ்' விளக்கு பிடித்துக் கொண்டது. மிருதங்கம், ஹார்மோனியம் ஆகிய இசைக் கருவிகள் தோற்பாவைக் கூத்தின் பின்பாட்டுக்காரர்களுக்கு விருப்பமானவையாயிற்று. இக்காலகட்டத்தில், கலைஞர்கள், பார்வையாளர்களின் விருப்பத்தைக் கவனத்தில் கொள்ள வேண்டிய கட்டாயம் வந்தது. இதனால் கதையமைப்பு, ராகவிஸ்தாரங்களுடன் கூடிய

பாட்டு, தத்துவார்த்தமான உரையாடல் ஆகியவற்றில் மாற்றம் ஏற்பட்டது. நுழைவுக் கட்டணம் வசூலிக்க ஆரம்பித்த பின்னர், கலைஞர்கள் கலை நிகழ்த்துவதற்குரிய உபகரணங்களைத் தாங்களே விலைக்கு வாங்க வேண்டிய நிலை வந்தது. கூத்தரங்கு ஓலைகளையும், 'டார்பாய்' துணிகளையும் சுமந்து கொண்டு செல்ல வேண்டிய தாயிற்று. இதனால் கூத்து நடத்தும் எல்லை சுருங்க ஆரம்பித்தது. கூத்துக்குரிய பாவையின் மூலப் பொருளான ஆட்டுத் தோலை விலைக்கு வாங்க முடியாத நிலை ஏற்பட்ட போது பாவைகளின் எண்ணிக்கை குறைந்தது. இதனால், கலைஞர் மூலப் பனுவலின் உரையாடலை மாற்ற வேண்டிய நிலை ஏற்பட்டது. இடைநிகழ்ச்சிப் பாடல்களாகத் திரைப்படப் பாடல்களைப் பாடுவதைப் பார்வை யாளர்களும் விரும்பினர். மின்சாரத்தின் அறிமுகத்தால் நாடக மேடையில் ஏற்பட்ட மாற்றம் போன்றதுதான் தோல்பாவைக் கூத்தில் ஏற்பட்ட மாற்றமும். ஒலிபெருக்கியின் அறிமுகத்திற்குப் பின்னர், பொம்மையின் அசைவை[13]விட, சிரிக்க வைக்கும் பாத்திரங்களின் நீண்ட உரையாடல்களுக்குத் தேவை வந்தது. உரையாடல்களில், கதை ஆழத்தைவிட சப்த பேதங்களைப் பார்வையாளர்கள் விரும்பியதைக் கலைஞர்கள் உணர்ந்ததன் காரணமாகக் கதை ஓட்டத்தில் மாற்றம் ஏற்பட்டது. பார்வையாளர்களின் எண்ணிக்கையை அதிகப்படுத்து வதற்காக இவ்வாறான சப்த பேத தமாஷ் காட்சிகள் பெரிதும் இடம்பெறலாயின. டிக்கெட் கொடுத்துக் கூத்து பார்க்க வந்த பார்வையாளர்களுக்குப் புரியாத பாடல்கள்[14] நிகழ்ச்சியிலிருந்து விடை பெற்றுக் கொண்டன.

கி.பி.1900 முதல் 1940 வரையிலான காலகட்டத்தில் தோல் பாவைக் கூத்து நிகழ்ச்சியில் ஏற்பட்ட மாற்றத்திற்குப் பார்வையாளர் களே காரணம் என்று மூத்த கலைஞர்கள் குறை கூறுகின்றனர். தனித் தமாஷ் காட்சிகள் பெருமளவில் இக்காலத்தில்தான் இடம்பெற்றன. வட்டாரச் சார்புடைய நகைச்சுவைக் காட்சிகள் நிகழ்த்திக் காட்டுவதில் கலைஞர்கள் அடைந்த பலன் என்பதோ மூலக்கதையைச் சிதைத் திருக்கிறது. இராமனைப் பரம்பொருளாகக் காட்டிய முந்தைய கதைப் போக்கிலிருந்து, அவனை மனித மனத்தின் பலவீனம் கொண்டவனாகச் சித்திரிக்கும் போக்கு வந்தது.[15]

வில்லிசைக்கதை நிகழ்ச்சி என்பது, இசைக்கருவிகளின் இயக்கம், பாட்டு, விளக்கம் என்ற நிலையில் நிகழ்வது. இக்கலை நிகழ்ச்சியைக் காலந்தோறும் கலைஞர்களிடையே ஏற்பட்ட தலைமுறை மாற்றம் என்ற அடிப்படையில் ஆரம்பக்காலம், இடைக்காலம், தற்காலம் என்று மூன்றாகப் பகுத்துக் கொள்ளலாம்.

ஆரம்பக் காலத்தில் வில்லிசைக்கலை நாட்டார் தெய்வக் கோயில்களில் நடைபெறும் விழாக்களுடன் மட்டுமே தொடர்பு உடையதாக இருந்தது. அப்போது அதன் பார்வையாளர்கள் நாட்டார் தெய்வ வழிபாட்டில் தீவிர நம்பிக்கையுடையவர்களாக இருந்தனர். அக்கால கட்டத்தில் மூலக்கதையை நாட்டார் இசைத் தன்மையுடன் பாடுவது மரபாக இருந்தது. பின்னணி இசைக் கருவிகளாக வில், குடம், கட்டை, உடுக்கு ஆகியவை மட்டுமே இடம் பெற்றிருந்தன. மூலக்கதைக்கு விரிவாக விளக்கம் கொடுக்கும் வழக்கமும் இல்லை. அதற்கு அதிக நேரம் எடுத்துக் கொள்ளப்படவும் இல்லை. ஆனால், கலை நிகழ்ச்சி நீண்ட நேரம் நடந்தது. ஒரு வகையில், இது 'வாயனப் பாட்டு' என்ற கதை படித்தல் போன்றது.[16]

ஏட்டில் உள்ள மூலக்கதையை ஒருவர் பாட, வில்லிசைக் கலைஞர் அதை ராகத்துடன் பாடுவது என்ற நிலை நாஞ்சில் நாட்டில் பரவலாக இருந்தது. நாட்டார் இசையுடன் கூடிய இப்பாட்டு, டாக்டர் கால்டு வெல்லைக்கூட உறுத்தியிருக்கிறது.[17] அக்காலத்தில் பார்வையாளர் களின் ரசனை முதன்மையானதாக இல்லை. அவர்கள் அக்கலையை வழிபாட்டின் கூறாக எண்ணினர். இதனால் ரசனை இரண்டாம் இடத்தில் இருந்தது. அக்காலத்தில் கலைஞர்கள் அனைத்துக் கதை களையும் அறிந்தவர்களாகவும் இருக்கவில்லை. கதையை அறிந்த ஊர்ப் பெரியவர் புலவருக்குக் கூறுதல் என்னும் சடங்கு, வழிபாட்டுக் கூறாக இருந்தது. இதனால் கலைஞர்களுக்கும் பார்வையாளர்களுக்கும் உள்ள இடைவெளி நீண்டதாக இருந்தது.

இரண்டாவது காலகட்டத்தில் வில்லிசை நிகழ்ச்சியில் ஹார்மோனியம் இடம்பெற்றது. ஒலிபெருக்கிச் சாதனமும் புகுந்தது. அவை வில்லிசை நிகழ்த்துதலில் பெரும் மாற்றத்தை ஏற்படுத்தின. இக்கால கட்டத்தில், வில்லிசை நிகழ்ச்சி நாட்டார் தெய்வக் கோயில் விழாக்களுக்கு அப்பால், பொது நிகழ்ச்சிகளிலும் இடம்பெற ஆரம்பித்தது. இதனால் நிகழ்ச்சியில் பாட்டின் விளக்கம் முக்கிய இடத்தைப் பெற்றது. கலைஞர் விளக்கம் கூறும்போது பார்வையாளர் களை நோக்கிப் பேச ஆரம்பித்தார். இக்கால கட்டத்தில் மூலப் பாடல்களில், வழிபாட்டுக் கூறுகளைக் கொண்ட பாடல்களை மட்டுமே பாடினால் போதும் என்று கோவிலைச் சார்ந்தவர்கள் முடிவு எடுத்தனர். இந்த மாற்றம் பார்வையாளர்களின் ரசனையை மாற்றியது. மூலக்கதையின் அடிப்படையில் வேறு பாடல்களைப் புனைந்து பாடுவது என்ற மரபு இக்காலத்தில் பெருகியது. வில்லிசையில் நாட்டார் சந்தச் செல்வாக்கு குறைய ஆரம்பித்ததும், கர்நாடக இசை அறிமுகமானதும் இக்கால கட்டத்தில்தான் என்பது குறிப்பிடத்தக்கது.

மூன்றாம் காலகட்டத்தில் வில்லிசை என்னும் கலை மெல்லிசை நிகழ்ச்சியாக மாறிவிட்டது. மெல்லிசை நிகழ்ச்சிகளுக்குரிய எல்லா இசைக் கருவிகளும் வில்லிசை நிகழ்ச்சியில் இடம்பெற்றுவிட்டன. மூலக்கதையில் சில பகுதிகளை மட்டுமே எடுத்துக் கொண்டு, திரைப்படப் பாடல்களைப் புனைதல் என்னும் நிலை ஏற்பட்டது. மேலும், நிகழ்த்துதலில் உரையாடலுக்கு முக்கியத்துவம் கொடுக்கப்பட்டது. பார்வையாளர்களிடம் வில்லிசை, மெல்லிசை நிகழ்ச்சி என்ற பிரமையை உருவாக்க வேண்டிய கட்டாயம் கலைஞர்களுக்கு வந்து விட்டது. வில் இசைக் கருவியும், மூலப் பாடல்களும் இரண்டாம் நிலைக்குத் தள்ளப்பட்டன. முக்கிய கலைஞருக்கும், குடம் அடிக்கும் கலைஞருக்கும் இடையே நடக்கும் உரையாடல் பார்வையாளர்களை மையப்படுத்தின. அத்துடன் திரைப்படம், பட்டிமன்றம், வழக்காடு மன்றம் ஆகியவற்றின் தாக்கத்தையும் இந்த உரையாடல் பிரதிபலித்தது. பத்திரிகைகளின் நகைச்சுவைத் துணுக்குகளும் அதில் இடம்பெற ஆரம்பித்துவிட்டன. இப்போது கதை என்பது மையப் பொருளாகவே உள்ளது.

தோல்பாவைக் கூத்து, வில்லிசை ஆகிய இரு கலைகளின் நிகழ்த்துதலை அடிப்படையாகக் கொண்டு கீழ்வரும் முடிவுகளைக் கூற முடியும்.

வில்லிசை முதலிய நிகழ்த்துகலைகளின் கதைகள், எப்போதுமே நிலைத்த பனுவல்களின் அடிப்படையிலேயே நிகழும். கதை நிகழ்த்துதலுக்கு அடிப்படையான மூலங்கள் ஏட்டு வடிவிலோ அச்சு வடிவிலோ உள்ள கதைப் பாடல்கள் தாம். வாய்மொழியில் தொடர்ந்து நிகழ்த்தப் படும் கதை, உரையாடல்கள், பாடல்கள் ஆகியவற்றையும் இந்த வரிசையில் சேர்க்கலாம்.

நிலைத்த பனுவல், நிகழ்த்து கலையில் அப்படியே பின்பற்றப்படும் சூழ்நிலை இன்று மாறிவிட்டது. மேலும் எப்போதுமே குறிப்பிட்ட சில கலைகளின் நிகழ்த்துதல்களில் மட்டுமே மூலப் பாடல்கள் தொடர்ந்து பயன்பாட்டில் இருந்தன.

'நிலைத்த பனுவல்' நிகழ்த்துதல் பனுவலாக ஆகும்போது மாற்றம் ஏற்படுவதற்கு சூழ்நிலை, காலமாற்றம், சாதிகளின் வளர்ச்சி, மேல் நிலையாக்கம், வெகுஜன ஊடகங்களின் பரவல், அரசியல் மாற்றம் ஆகியவற்றினைக் காரணமாகக் கொள்ளலாம்.

நிலைத்த பனுவலை நிகழ்த்தும்போது, கலைஞருக்கும் பார்வையாளர்களுக்கும் இடையே நிகழும் ஊடாட்டம், நிலைத்த பனுவலில் பெரும் மாற்றத்தைக் கொண்டு வந்திருக்கிறது.

அ.கா.பெருமாள்

அடிக்குறிப்புகள்

1. சத்தியமாய் திருவருளால்
   ஜெகம் எங்கும் நலம் பொங்கும் மகிழ்வு ஓங்கும்
   சத்தியே ஜெயம் பெறணும் எந்நாளும்
   ஜவஹரைப் போல் பிள்ளை பெற வேண்டும்
   வாழும் வகை தெரிந்து வாழணும் - இந்நாளில்
   வம்பில்லாமல் மனுசசாதி ஒன்று சேரணும்
   பாழும் லஞ்சப்புரட்டு ஒழியணும் - மகான்
   காந்தி சொன்ன வழியைக் கடைப்பிடித்தே
   நடப்பதுதான் நமது கடமை
   மங்களமே எங்கும் பொங்கணுமே
   மழை பொழிந்தே கதிர் விளைந்தே
   பயிர் சாய்ந்தே
   மங்களமே எங்கும் பொங்கணுமே.

2. N.Vanamamalai, 1981: Interpretation of Tamil Folk Creations, pp.256-59.

3. நல்லதங்காள் சினிமாவில் பொன்னன், மின்னன் என்னும் இரண்டு தமாஷ் பாத்திரங்கள் வருகின்றன. இவ்விருவரும்தாம் அலங்காரி நல்லதங்காளுக்குச் செய்த கொடுமை பற்றி நல்லதம்பியிடம் சொல்லுகின்றனர். இறுதியில் அலங்காரியைத் தண்டிப்பது, அவமானப்படுத்துவது ஆகியவற்றை இவர்களே செய்கின்றனர். இந்த இருவரும் தோல்பாவைக்கூத்துக் கதாபாத்திரங்களான உச்சிக்குடும்பனும் உளுவத்தலையனும்தான். தோல்பாவைக்கூத்தின் இந் நகைச்சுவைப் பாத்திரங்களின் பாதிப்பை, நல்லதங்காள் சினிமாவில் வெளிப் படையாகவே காண முடியும்.

4. திருநெல்வேலி கணபதிராவுடனும், திருமலாபுரம் சுப்பையா ராவுடனும் உரையாடிய போது கிடைத்த தகவல்களின் அடிப்படையில் இக்கருத்தை உறுதிப்படுத்த முடியும்.

5. ஓய்தில்லாலங்கிடி, தில்லாலங்கிடி
   தில்லாலே
   தில்லாலங்கிடிப் பாட்டுப்பாடி
   வந்தேன் சபையிலே - ஜோக்காய்
   வந்தேன் சபையிலே

6. திருடன்: ஆகா ஓகோ எவ்வளவு துணிச்சல் இருந்தால் இங்கே வந்திருக் கிறார்கள். வெட்டடா வெட்டடா டக டகா அடுத்த திருடன்: ஓகோபோ பரிதாபமாய் இருக்கிறதல்லவா; ஏழு பிள்ளைகளை அழைத்து வந்திருக்கிறாள்; என்னவோ ஏதோ எதற்காகவோ?

7. பசிக்குதே அம்மா பசிக்குதே
   பசிக்குதே அம்மா பசிக்குதே
   பசிக்குதே எங்கள் வயிறம்மா
   மாமன் அரண்மனை தூரமா
   பசித்த மக்களா பொறுத்துக் கொள்ளுங்கள்
   பழுத்த கனிகளைப் பறித்துத் தருகிறேன்
   மக்களா என் அருமை மக்களா
   மக்களா என் அருமை மக்களா

8. இராமாயணக் கூத்தில் தசரதன் அரசசபைக்கு வரும்போது பாடப்படும் "தசரத மாராஜன் வாறாரே ஒய்யாரமாக" என்ற பாடலை நல்லதங்காளின் கணவன் அறிமுகமாகும்போது,
"காசிமாராஜன் வாறாரே ஒய்யாரமாக"
என்று சற்று மாற்றிப் பாடுகின்றனர்.

9. கணபதிராவுடன் உரையாடியபோது கிடைத்த தகவல் (2. 6. 1996).

10. மூளி அலங்காரி, தல்லதங்காளைக் கொடுமைப்படுத்தும் காட்சியில்

"சீ மூளி அலங்காரி தூமயக்குடி" எனச் சப்தமிட்டனர். கூத்து முடிந்து செல்லும் போதே தோல்பாவைக் கூத்தில் காட்டப் பெறாத சில கதை நிகழ்ச்சிகளைக் கூறி அவளின் கொடுமைத் தன்மையை விளக்கி அவளைப் பழித்துக் கொண்டே சென்றதைக் களஆய்வில் காண முடிந்தது (மு.இராமசாமி, 1983: தோற்பாவை நிழற்கூத்து, ப.158). நாகர்கோவிலின் ஒரு பகுதியான இருளப்பபுரத்தில் நடந்த நல்லதங்காள் தோல்பாவைக் கூத்து நிகழ்ச்சியில் (2003) இதே அனுபவத்தைக் கட்டுரையாசிரியர் பெற முடிந்தது. பார்வையாளர்களில், நடுத்தர வயதைக் கடந்த பெண்கள் தங்கள் வீட்டு மருமகளை மூளி அலங்காரியுடன் இணைத்துப் பேசுவதைச் சாதாரணமாகக் கேட்க முடிந்தது.

11. பாலகாண்டம் - 19 காட்சிகள்
இராமன் வில்லொடித்தல் - 19 காட்சிகள்
பரதன் பாதுகா பட்டாபிஷேகம் - 22 காட்சிகள்
சூர்ப்பநகை கௌரவ பங்கம் - 19 காட்சிகள்
சீதை சிறைப்பாடல் - 24 காட்சிகள்
வாலி மோட்சம் - 13 காட்சிகள்
சுந்தர காண்டம் - 22 காட்சிகள்
இராவணன் முதல்நாள் போர் - 14 காட்சிகள்
கும்பகர்ணன் போர் - 17 காட்சிகள்
ராமர் பட்டாபிஷேகம் - 20 காட்சிகள்
மொத்தம் - 189 காட்சிகள்

12. இராமாயணம் தொடர்பான கதைகள், மயில் ராவணன் கதை, மச்ச வல்லபன் போர், அரிச்சந்திரன் கதை, அசுவமேத யாகம் ஆகியன.

13. தமிழகத் தோல்பாவைகளில் ஒவ்வொன்றும் ஒரே தோலில் செய்யப்பட்டவை. இதன் கால்கள், கைகள், தலை ஆகியவற்றை நுட்பமாக அசைத்துக் காட்ட முடியும். தோல்பாவைகளை ஒருவரே இயக்குவதால் சில காட்சிகளில் பல பாவைகளை ஒன்றாகப் பிடித்து அசைக்க வேண்டிய நிலை இருக்கிறது. எனவே பாவைகளின் அசைவை விட உரையாடல் முக்கிய இடம் பெறுகிறது.

14. 1950-க்கு முன்பு வரை தோல்பாவைக் கூத்தில் சில மராட்டிய பாடல்கள் பாடப் பட்டன. அப்பாடல்களைப் பார்வையாளர்கள் நகைச்சுவைப் பாடல்களாகவே அவற்றைப் பாடுவதை நிறுத்தினர். அனுமன் விஸ்வரூபம் எடுக்கும் காட்சியில்,

ஜார ஜீலானா
ஜீல பனுகே
தனுமனுகுனுமுனு
பாலகரா

என்று பாடப்படும் பாடலடிகளும் இராமனும், பிற ராட்சதர்களும் சண்டை போடுகிற காட்சியில் பாடப்படும்.

இராம இராகவே
ராஜித ரோஜனா
சாமிதவரதா
ஜியவரதா

என்ற பாடலடிகளும்தாம் இன்றைய கலைஞர்களுக்கு நினைவில் இருக்கின்றன.

15. வாலி சுக்கிரீவன் சண்டைக் காட்சி:

அனுமன் இராமனிடம் வாலியும் சுக்கிரீவனும் சண்டை போடும்போது வாலியின்மீது பாணம் அடிக்காமல் இருந்தீர்களே. வாலியின் கையால் சுக்கிரீவன் சாக இருந்தான். உங்களைப் பற்றி சுக்கிரீவன் குறைபட்டுக் கொண்டான் என்றான். அதற்கு இராமன் "இந்தச் சுக்கிரீவன் என்னைச் சந்தேகித்தான் என்னைச் சோதனை செய்தான். அதனால் அவன் அடிபடட்டும் என்று இருந்துவிட்டேன்" என்றான். இந்தச் சமயத்தில் உச்சிக்குடும்பன் "ஏய் அனுமான் இதப் போய் சுக்கிரீவனுட்ட சொல்லீராதப்பா; இராமனப் பத்தித் தப்பா நெனப்பான்" என்று கூறிவிட்டு ஓடுவான்.

16. இன்றும் 'ஏடுபடித்தல்' நிகழ்ச்சி திருநெல்வேலி, கன்னியாகுமரி மாவட்டங்களில் நிகழ்கிறது. மூலக்கதையை அப்படியே மாற்றமின்றிப் பாடுவது இதன் நடைமுறை, 'அய்யா வழி' என்னும் சமய இயக்கத்தினருடன் தொடர்புடையது இது.

17. Stuart Hart Black Bum, 1988: Singing of Birth and Death, p.12.

சாகித்ய அகாதமி கருத்தரங்கு,

தூயசேவியர்கல்லூரி
பாளையங்கோட்டை,
7-11-2006.

11. பழந்தமிழகத்தில் பெண் கலைஞர்கள்

பண்டைத் தமிழ்ச் சமூகத்தின் பண்பாட்டுக் கூறுகளில் பாடுவதும் ஆடுவதும் முக்கியமாகக் கருதப்பட்டது. மகிழ்ச்சி, துக்கம், வேண்டுதல், வெற்றி போன்ற காரணங்களுக்காக ஆடப்பட்ட போது ஆண்களும் பெண்களும் பங்கு கொண்டார்கள். மலைவாழ் மக்களின் வாழ்க்கை வட்டச் சடங்குகளில் ஆட்டம் ஒரு கூறாக உள்ளது.

திராவிடப் பழங்குடியினரான தோடர் மக்களின் ஆட்டங்களில் பழந்தமிழரின் ஆட்டச் சாயலைக் காண முடியும். இளம் தோடர் பெண்களின் கும்மியாட்டத்திற்குப் பாடலோசையும் கைகொட்டு ஓசையும்தான் பின்னணி. தோடர் பெண்களின் இன்னொரு ஆட்டம் கைகோத்தாட்டம். இது பண்டைய குரவையாட்டம் போன்றது. கையைக் கோப்பதும் தழுவுதலும் இதில் முக்கியம்.

தமிழ்ச் சமூகத்தின் வழிபாடுகளிலும் வாழ்க்கை வட்டச் சடங்குகளிலும் ஆடப்பட்ட ஆட்டங்களின் பின்னணி இசைக் கருவிகள் உரக்கவே ஒலித்தன. தமிழ்ச் சமூகம் அதிக ஓசையைச் செவிமடுத்தும் பழகியது. கோவில்களிலும் பிற இடங்களிலும் நடக்கும் வாழ்க்கை வட்டச் சடங்குகளில் ஆடப்பட்ட ஆட்டங்களில் பின்னணி இசைக் கருவிகள் உரக்கவே ஒலித்தன. தமிழ்ச் சமூகம் அதிக ஓசையைச் செவி மடுத்துப் பழகியது என்பதும் நோக்கத்தக்கது.

இன்றும் கோவில்களிலும், பிற இடங்களிலும் நிகழும் விழாச் சடங்குகளில் கொட்டப்படும் கும்மியும் முளைப்பாரிச் சடங்கில் ஒலிக்கும் குரவையும் பண்டைத் தமிழ்ச் சமூகத்தில் வெளிப்பட்ட ஆரவார ஓசையின் எச்சங்களே. முருகன் கோவிலுடன் தொடர்புடைய காவடியாட்டமும், அதற்குப் பின்னணியான நையாண்டி மேளமும் தாளலயத்துடன் கூடியே இருப்பன.

நாட்டார் தெய்வ விழாச் சடங்கில் சாமியின் அருள் ஏறி ஆடப் படும் ஆட்டமும் இசைவடிவும் பண்டையத் தமிழ்ப் பண்பாட்டின் எச்சம் என்று கூற முடியும். இந்த ஆட்டங்களின் போது பார்வை யாளர்கள் மகிழ்வும் வியப்பும் அடைவதும் மரியாதையுடன் இதை உற்றுநோக்குவதும் பழைய பண்பின் எச்சங்கள்.

வைதீக மரபுக் கோவில் விழாக்களில் சடங்கு சார்ந்த நிகழ்வுகளில் மந்திரம் முதல் நிலையிலும் ஆரவாரம் இரண்டாவது நிலையிலும்

இருக்கும். நாட்டார் தெய்வ வழிபாட்டிலும் விழா சடங்குகளிலும் ஒலி மிகுந்து நிற்கும் இது திராவிட மரபின் பொதுப் பண்பு. பண்டைத் தமிழரிடம் இதைக் காணலாம்.

பண்டைத் தமிழ் பண்பாட்டின் நீட்சியை மொழி இலக்கியங்கள் வழி மட்டுமே தேடுவதை விட்டு கலைவடிவங்கள் வழிதேடுவது இன்னும் சிறப்பாக இருக்கும்.

பொதுவாக ஆட்டம் அல்லது கூத்துகளை நிகழ்த்துபவர், நிகழ்த்தும் முறை, சூழல், பார்வையாளர்கள், இசைக் கருவிகள் ஆகியவற்றின் அடிப்படையில் தொகுக்க வேண்டும் என்பது நாட்டார் வழக்காற்றியல் கோட்பாடு.

பாட்டும் தொகையும் பாடல்கள் எழுதப்பட்ட காலம் கி.மு. 3ஆம் நூற்றாண்டு முதல் கி.பி.2ஆம் நூற்றாண்டு வரை என்பது பொதுவான கருத்து. ஆரம்பகாலத்தவை எனக் கருதப்படும் நற்றிணை, குறுந் தொகைப் பாடல்கள் சிலவற்றிலும் பிற்காலத்தவை எனக் கருதப்படும் திருமுருகாற்றுப்படை, கலித்தொகை போன்றவற்றிலும் உள்ள ஆட்டம் கூத்து பற்றிய செய்திகளை ஒரு சேர வைத்து ஆராய்வது சரியல்ல என்று கருத்து உண்டு.

பண்டைத் தமிழ் இலக்கியங்களில் ஆட்டம் கூத்து குறித்த செய்திகள் குறைவாகவே வருகின்றன. இவற்றிலும் பெண் கலைஞர்கள் பற்றிய செய்திகள் இன்னும் குறைவு என தொழில்முறைக் கலைஞர்களைப் பண்டைய அரசர்கள் இனங்கண்டிருக்கிறார்கள். அரசர்களில் கலைஞர்களாகவும் சிலர் வாழ்ந்தனர் (ஆடு கோட்பாட்டுச் சேரலாதன்).

தொழில்முறைக் கலைஞர்கள் அல்லாதவரும் ஆடினர். தொழில் முறைக் கலைஞர்களின் பார்வையாளர்கள் பெரும்பாலும் அரசு அதிகாரிகள், நகரக்குடி மக்களில் உயர்ந்தோரே இருந்திருக்க வேண்டும். பொது மக்கள் ஆடியபோது அவர்களைச் சார்ந்தவர்கள் பார்வையாளர்களாக இருந்தனர். ரசனையும் வேறாக இருந்தது. துக்கம், மகிழ்ச்சி, வேண்டுதல் போன்ற காரணங்களே - நிகழ்த்து தலுக்குக் காரணமாயின.

தொழில்முறைக் கலைஞர்களின் கலை நிகழ்த்தலுக்கு வறுமை ஒரு காரணம். அரசனும் அதை அறிந்திருந்தான். இதனால் இக்கலைஞர் களின் சமூக-மதிப்பீடு கேள்விக்குரியதாக - இருந்திருக்கலாம்.

சாதாரண மக்கள் கலை நிகழ்த்திய போது வயதான பெண்களும் (அகநா. 232) இனப் பெண்களும் (கலித். 101) ஆடினர். இவர்கள்

பல்வேறுபட்ட இசைக்கருவிகளைக் கையாண்டதான சான்றுகள் பெரிய அளவில் கிடைக்கவில்லை.

தொழில்முறைப் பெண் கலைஞர்கள் இசைக் கருவிகளை இயக்குவதில் வல்லவராய் இருந்தனர். விறலி குறித்த செய்திகளில் இதைக் காணலாம். ஆடுமகள் ஒருத்தி வாத்தியங்களின் பின்னணியில் கயிற்றில் நடந்து கூத்து நடத்தியதை நற்றிணை கூறும் (எண் 95). இந்தக் கூத்தை இன்றைய கழைக்கூத்துடன் ஒப்பிடலாம்.

இந்தக் கழைக்கூத்து ஆரியக் கூத்து ஆரியங்காவுக் கூத்து எனவும் படும். ஸ்ரீவில்லிப்புத்தூரில் ஆண்டாள் கோவிலில் கழைக்கூத்து சிற்பம் உள்ளது. சேதுபதி மன்னர்கள் இதற்கு ஆதரவு கொடுத்ததற்குச் சான்று உண்டு. தமிழ்ப் பெண் கலைஞர்களின் இந்தக் கலை பிற்காலத்தில் ஆந்திர மக்களிடம் சென்று விட்டது. இப்போது தெலுங்கு டொம்பர்களும் ராஜஸ்தானிய நாடோடிகளும் நடத்துகின்றனர்.

பண்டைத் தமிழ் சமூகத்தில் தொழில்முறைக் கலைஞர்கள் பொதுவாக எப்படி நடத்தப்பட்டனர்? தொழில் முறைக் கலைஞரான பாணனின் சாதிக்கு அன்றைய சமூகத்தில் மதிப்பீடு என்ன? விறலி எப்படி நடத்தப்பட்டாள்? மொத்தக் கலைஞர்களின் நிலையின் தொடர்ச்சி எப்படிச் செல்கிறது? இந்தக் கேள்விகளுக்கு மேலோட்டமான பதிலைப் பெற்றாலே பெண் கலைஞர்களைப் பற்றிய பொதுவான செய்திகளைச் சேகரிக்க முடியும்.

பண்டைய இலக்கியங்கள் வழி கலை குறித்த - கலைஞர் குறித்த செய்திகளைச் சேகரிக்க ஒரு கருத்தாக்கமாகக் கைலாசபதியின் ஆய்வு முடிவுகளைக் கொள்ளலாம் (Tamil Heroic Poetry 1968). துளசி ராமசாமியும் இது பற்றி விரிவாக ஆராய்ந்துள்ளார் (பழந்தமிழ் இலக்கியங்கள் நாட்டுப்புறப் பாடல்களே. 2012).

சங்கப் பாடல்களில் பெரும்பாலானவை வாய்மொழி மரபில் பாதுகாக்கப்பட்டவை. இவற்றில் 1193 பாடல்கள் வாய்மொழி மரபில் வந்தவை என்கின்றனர். புறநானூற்றில் மட்டும் 248 வாய்மொழிப் பாடல்கள் உள்ளன பெரும்பாலும் இவை தொகுக்கப்பட்ட ஆரம்ப காலத்தில் பிராமி அல்லது வட்டெழுத்தில் எழுதப்பட்டிருக்கலாம்.

சங்கப் பாடல்களில் பலவற்றை அடுத்த மரபிற்குக் கடத்தியவர்கள் பாணர்களே. இவர்கள் பாடிய எல்லா வடிவங்களும் தொடர்ச்சியாகப் பாடப்பட்டனவா என்பது தெரியாது. மாணவர்களில் பெரும்பாலோர் வறியவர்கள். உள்ளூர் குளங்களில் மீன் பிடித்து விற்று அரிசியைப் பெற்று சமைத்தவர்களும் உண்டு. ஆடிப்பாடி வாழ்க்கை நடத்தியவர்களும் உண்டு. புறநானூறு துடியன், பறையன், கடம்பன் என்னும்

பழைய குடிகளின் வரிசையிலேயே பாணர்களையும் வைக்கிறது (எண் 336). இதனால் இவர்களின் சமூக மதிப்பீடு எப்படி இருந்தது என்பதை ஊகிக்கலாம்.

பாணர்களில் பெண்கள் பாடல்கள் புனையும் வல்லமை உடையவராய் இருந்தனர். இவர்கள் பாடியவை எல்லாம் தொகுப்பில் வரவில்லை. சங்கப் புலவர்கள் 473 பேர்களில் 30 பேர்களே பெண்கள். அதிகம் பாடியவர் அவ்வையார் (59 பாடல்கள்), பெண் புலவர் பாடிய அகப்பாடல்கள் 87, புறப்பாடல்கள் 57 ஆக மொத்தம் 144 ஆக சங்கப் பாடல்கள் பெண்கள் பாடியவை 6.5 விழுக்காடுதான்.

இந்த இடத்தில் ஒரு கேள்வி. பாணர் பாடினிகளின் வாய்மொழிப் பாடல்கள் நிறைய இருந்திருக்க வேண்டும். இவை முழுதும் தொகுக்கப் படவில்லை. புலவர்கள் வேறு பாணர்கள் வேறு என்ற இடைவெளி காரணமா? ஆரம்பகாலப் பதிப்பாளர்கள் இதைக் கணக்கில் எடுக்க வில்லை.

பழம் பாடல்கள் குறிப்பிடும் பெண் கலைஞர்களில் விறலி தொழில் முறைக் கலைஞர், விறலி பற்றிய வருணனை அதிகம்; இவை பெயரடைகளாக வருகின்றன. இவள் ஒள்ளிய நுதலும் பாதிரி மணக்கும் கூந்தலும் இனிய முறுவலும், மூங்கில் தோளும் வளைந்த சந்தினை உடைய முன் கையும் ஒந்திய அல்குலும் உடையவள். ஆற்றுப்படை நூற்களில் விறலியை முழுமையாகக் காண முடியும் (பொருநராற்றுப் படை 25-47; சிறுபாணாற்றுப்படை 13-31; மலைபடு கடாம் 569-570).

பெண் கலைஞரான விறலியின் அழகைக் கண்டு குடும்பப் பெண்கள் பொறாமை கொள்ளுகின்றனர். அவளிடம் தன் கணவன் மயங்கிவிடக் கூடாதே என்று நினைத்து விறலியைப் போல் ஒப்பனை செய்து கொள்ளுகிறாள் ஒருத்தி. இதுபோன்ற செய்திகளின் அடிப்படையில் விறலியைப் பிற்காலத் தேவதாசிகள் என்று கூறும் கருத்து உண்டு. இது முழுதும் தவறானது. விறலிகள் நெறிமுறையுடன் வாழ்ந்தவர்கள். சிறுபாணாற்றுப்படை விறலியை முல்லை, சான்ற கற்பின் மெல்லியர் என்று கூறும் (வரி 30-31).

விறலியர் தனித்து இயங்கவில்லை. பண்டைய கலைஞர்கள் குழுவாக இயங்கினர் என்பது இவர்களுக்கும் பொருந்தும். இவள் பாணர்கள், கூத்தர்கள் குழுவைச் சார்ந்து வாழ்ந்தாள். ஒரு குழுவில் எத்தனை பேர்கள் இருந்தனர் என்ற குறிப்பு இல்லை. ஆனால் ஆடுபவர் இசைக் கருவிகள் மீட்டியவர் எனச் சிலர் இருந்தனர். இக்குழுவில் இளைஞர்களும் இருந்தனர் (புறம்.139).

பாணனின் பின்னேதான் விறலி நடக்கிறாள் (புறம் 135). இவள் குழுவின் தலைவியாக இருந்ததற்குச் சான்றுகள் கிடைக்கவில்லை. குழு குடிபெயர்ந்து செல்லும்போது இவளும் செல்கிறாள் (புறம் 109). இன்றைய நிலையில் தமிழக நாட்டார் கலைக்குழுவில் ஆணே குழுத் தலைவனாக இருக்கிறான். ஆடுபவள் பெண்ணாக இருந்தாலும் அவள் குழுவின் உறுப்பினளாகவே - இருப்பாள் (எ.கா. கரகாட்டம், குறவன் குறத்தியாட்டம்). பெரும்பாலும் கரகாட்டக்காரிகளின் கணவன் அந்தக் குழுவில் இசைக் கருவிகள் இசைப்பவனாகவோ ஆடுபவனா கவோ இருப்பான். இதன்படி விறலியின் கணவன் குழுவின் ஒருவனாகவும் தலைவனாகவும் இருக்கலாம் என்று ஊகிக்கலாம்.

பாணர்குழு இரவிலும் பயணிக்கிறது. ஒரு முழு நிலவு நாளில் பாணன், பாடினி, விறலி எனக் கலைக் குழுவில் உள்ளோர் நிலவைத் தொழுகின்றனர் (புறம் 60). இக்குழுவின் அருகே அரசன் அமர்ந்து உரையாடுகிறான் (புறம் 26). ஒருவகையில் இது தனிக் குழுக்குரிய மரியாதையாகவும் கருதலாம்.

விறலியின் குழுவினர் பலவகையான இசைக் கருவிகளை வைத்திருந்தனர். இக்குழுவினர் முழவு, யாழ், பெருவங்கியம், சிறுபறை, பதலை, சல்வி என்னும் இசைக்கருவிகளை சுமந்து செல்லுகின்றனர். (புறம் 64, 103). விறலி இணை, தடாரி என்னும் இசைக் கருவிகளை இசைக்கிறாள் (புறம் 111). பாணனின் கட்டளைப்படியே இவள் பாடுகிறாள், ஆடுகிறாள். இவளது பாட்டு எதைப் பற்றியது? இவள் எல்லா இடங்களிலும் ஒரே பாட்டைப் பாடினாளா? அல்லது சூழ்நிலைக்கு ஏற்பப் பாட்டைப் புனைந்தாளா? இதற்கெல்லாம் விடை இல்லை.

விறலி ஆடுவதற்கு முறையான பயிற்சி பெற்றவள். தொடர்ந்து கலை நிகழ்த்தியவள். அதனால் அவளது கலை வடிவம் மெருகு பெற்றிருக்க வேண்டும். விறலியைப் பற்றிய வருணனை வரும் அளவுக்கு அவளது ஆட்டத்தைப் பற்றிய செய்திகள் இல்லை. சங்கப் பாடல் ஒன்று ஆண் குரங்கு ஒன்று பெண் குரங்கிற்குப் பலாப்பழத்தை ஊட்டும்போது இரண்டும் தழுவியபடி இருந்தனவாம். இதை ஒரு மயில் பார்த்துக் கொண்டிருக்கிறது. இதுபோலவே விறலி, ஒரு கலைஞனை தழுவிக் கொண்டிருக்கிறாள்.

இந்தச் செய்தி முக்கியமானது. இவ்விரு கலைஞர்களும் கணவன் மனைவியாக இருக்கலாம். இல்லாமலும் இருக்கலாம். இது ஊகம் தான். இன்றைய கரகாட்டக் குழுவில் இருக்கும் ஆட்டக்காரியின் பிரச்சினை அன்றைய விறலிக்கு இருந்ததா என்று தெரியவில்லை.

மாதவிக்கும் கோவலனுக்கும் ஏற்பட்ட உரசலுக்கு, அவள் மார்பை அசைத்து ஆடியது என்ற காரணத்தைக் கூறும் அம்மானைப் பாடல் உண்டு.

விறலி அல்லிப் பாவைபோல் ஆடுகிறாள். சிலப்பதிகாரம் அல்லியங்கூத்தை இருபாலரும் ஆடியதாகக் கூறும் (6.48). இதனால் ஆணும் பெண்ணும் தழுவியபடி ஆடும் ஆட்டம் விரசமாய் எடுத்துக் கொள்ளப்படவில்லை என்று தெரிகிறது. பெண் கலைஞர்களுக்குரிய உரிமை என்றும் எடுத்துக் கொள்ளலாம்.

பாணர்கள் பெரும்பாலும் ஏழைகளாகவே இருந்தனர். அவித்த கீரையில் தூவ அரிசி கேட்கும் நிலைக்குத்தான் விறலி இருந்திருக்கிறாள் (புறம் 140). அதே சமயம் வள்ளல்கள் கொடுத்த பொன் மாலைகளையும் அணிந்து கொள்ளுகிறாள். குதிரை பூட்டிய தேரில் செல்லுகிறாள். பாணனும் பல கழஞ்சு எடையுள்ள அணிகலன்களைப் பெறுகிறான் (கலித். 54. புறநா. 11, 12, 29, 69, 126, 319, 361 பொருநர். 159-162. மலைபடு (569-70).

கலைக்குழுவில் இருந்தவர்கள் வள்ளல்களிடம் பெரும் பரிசுகள் பெற்றாலும் சேமித்து வைத்து வாழ்ந்தார்களா என்பது கேள்விக்குறி தான். இவர்களில் பெண் கலைஞர்கள் வாழ்வாதாரத்திற்கு ஆண் களையே சார்ந்திருந்தனர். விறலி மதுவைத் தயாரிக்கத் தெரிந்தவள். பாணன் அவளிடம் உணவைச் சமைக்கச் சொல்லும்போது மதுவையும் தயார் செய்யச் சொல்லுகிறான் (புறநா. 172).

பெண் கலைஞரான விறலியின் தொடர்ச்சியை சிலப்பதிகாரத்தில் தேட முடியாது. விறலிக்கும் மாதவிக்கும் உள்ள இடைவெளி காலத்தால் மட்டும் நிகழ்ந்ததல்ல. அரசியல் சமூக மதிப்பீடுகளால் நிகழ்ந்தது. மாதவி நீராடும் நீரின் விவரிப்பும் ஒப்பனையும் அவளது செல்வத் தையும் நகரம் சார்ந்த ஆடம்பரத்தையும் காட்டுவன (கடலாடு 73-110). இதனுடன் விறலியின் வாழ்க்கையை ஒப்பிட முடியாது.

சங்ககாலப் பெண்கள் ஆடிய ஆட்டங்களில் குரவைக்கூத்து, துணங்கைக் கூத்து, வெறியாட்டு மூன்றும் முக்கியமானவை. பண்டைத் தமிழ்ச் சமூகத்தின் குரவைக் கூத்தை சங்ககாலத்தது இளங்கோவின் காலத்தது என வைத்துப் பார்க்க வேண்டும். இவ்விரு கால கட்டத் திற்கும் இடையே நிகழ்த்துபவர், நிகழ்த்துதல், பார்வையாளர்கள், கூத்துப் பின்னணி பாடல், கதை, சூழல் என்பவற்றில் வேறுபாடு ஏற்பட்டுள்ளன.

ஆரம்பத்தில் குரவைக் கூத்து இருபாலர்க்கும் உரியதாக இருந்தது. அப்போது இது குழு நடனமாகவும், வழிபாடு சார்ந்தும் சாராமலும்

நிகழ்ந்தது. குறிஞ்சி நிலத்தில் முருகன் முல்லை நிலத்தில் மாயோன் என்னும் தெய்வங்களுடன் முன்னிறுத்தப்பட்டது.

குரவைக் கூத்து தொழில்முறைக் கலை அல்ல. பாணர் பாடினி ஆகிய தொழில் முறைக் கலைஞர்கள் இதை ஆடவில்லை. வள்ளல் அரசர்களின் பரிசுக்காக ஒங்கி இது ஆடப்படவில்லை. அரசர் அவையிலும் இது ஆடப்படவில்லை. இது மலை உச்சியிலும் மணல் குன்றிலும் மரநிழலிலும் ஆடப்பட்டது. இதன் பார்வையாளர்களும் அந்த நிலத்து மக்களே.

குரவைக் கூத்து இரு பாலர்க்கும் உரியதாயினும் மகளிர்க்குரிய ஆட்டம் என்ற குறிப்பை அகநானூறு கூறும் (232). ஆண் தன்னைவிட மூத்த பெண்ணுடன் ஆடினான் (அகநா. 262). இவர்கள் தழுவியபடி ஆடினர் (மதுரைக்காஞ்சி 613-614). இது வட்டவடிவ ஆட்டம். இசைக் கருவிகள் பறை, கைத்தாளம் (திரு முரு.197) ஆகியன. மது உண்டும் உண்ணாமலும் இந்த ஆட்டத்தை ஆடினர். தொழில்முறை அல்லாத கலைகளின் பொது அம்சம் இது.

இந்த ஆட்டத்தின் மையம் காதல் வழிபாடு இரண்டும்தான். இதில் மகிழ்ச்சி முக்கியம். இது சடங்கு சார்ந்த கலையாக இருந்து பின் மாற்றம் அடைந்திருக்கலாம். இதுபோலவே கரகாட்டமும் சடங்கி லிருந்து பொழுது போக்கிற்காக மாறியது. இந்த ஆட்டத்தின் சூழலில் இயற்கை அழகியல் இருந்திருக்கலாம்.

சிலப்பதிகார காலகட்டத்திலும் குரவைக்கூத்து நிகழ்ந்தது. இக்காலத்தில் நிகழ்த்துதலின் சூழல், நிகழ்த்துவோர், நிகழ்த்துமிடம் எல்லாவற்றிலும் மாற்றம் வந்துவிட்டது. இளங்கோவின் காலத்தில் இது மகளிர்க்குரிய கலையாக மாறிவிட்டது. ஆடியவரின் எண்ணிக்கை வரன்முறைப்படுத்தப்பட்டது.

ஆய்ச்சியர் குரவை தீயசகுனச் சூழலிலும் குன்றக்குரவை தெய்வ வேண்டுதலிலும் ஆடப்பட்டது. இரண்டு சூழலிலும் ஒரு பனுவல் உருவானது. சூழலும் வேறு. பாட்டும் தொகையும் காலத்திலிருந்து மாறுபட்ட தன்மை இது. இயல்பாக ஏற்பட்ட மாற்றம் இது என்றாலும் வைதீக வைணவ வாய்மொழித் தொன்மங்கள் இதில் முக்கியப்பங்கு பெற்றிருக்க வேண்டும்.

துணங்கைக் கூத்து மகளிர்க்குரியது (குறுந். 31, 364). இது தொழில் முறைக் கூத்து அல்ல. கூத்து ஆட வேண்டும் என்னும் உணர்வுடையவர் களே ஆடினர். இதற்கு வயதும் நியதியும் இல்லை. ஆண்கள் பெண் வேடமிட்டு ஆடினர் (நற்றி. 40).

துணங்கைக்கூத்து இரவிலே நடந்தது, (பதிற்று. 52). இது குழு நடனம். பின்னணியாகப் பனுவல் இல்லாதது. பின்னணி முழவு; போர்த் தொடர்புடையது. கைகோத்து ஆடுவது. இந்தக் கூத்து மகளிர் துணங்கை, போர்த் துணங்கை, பேய்த் துணங்கை என்னும் மூன்று வகைகளில் ஆடப்படுகிறது. இக்கூத்தில் சூழல், அரசனின் மகிழ்ச்சியில் பங்கு பெறுதல், வெற்றியைக் கொண்டாடுதல் முக்கியம். பெண்களின் சமூகப் பங்கு இதில் உண்டு.

பழம் பாடல்களில் குறிப்பிடப்படும் வெறியாட்டு என்பது ஆட்டமா வழிபாட்டுச் சடங்கா என்பது குறித்த விரிவான விளக்கம் தொகைப் பாடல்களில் இல்லை. அடியார்க்கு நல்லார் இதை தெய்வம் ஏறிய கூத்து என்பார்; இதை வினோதக் கூத்தில் சேர்த்துள்ளார் (உவேசா. சிலப்பதிகாரம் ப.81).

'வெறியாட்டு' சூழல் வழிபாடு சடங்கு தொடர்பானதாகவும் வேண்டுதல்களுக்காகவும் நிகழ்த்தப்பட்டது. நேர்ச்சையின் மையம் காதல். முருகனுடனும் ஒரு பெண் தெய்வத்துடனும் தொடர்புடையது. வெறியாட்டம் பற்றிப் பாடிய காமக்கண்ணியார் என்ற புலவர் இருந்ததால் ஐங்குறுநூற்றில் வெறிப்பத்து என்ற தலைப்பு உண்டு.

இது தொழில்முறைக் கலை அல்ல. என்றாலும் எல்லோரும் ஆடவும் முடியாது. தெய்வம் ஏறியவர் ஆடுவர். பொறியில் இயங்கிய பாவை ஆடியதுபோல் ஆடினர் (அகநா.98). இது இருபாலர்க்கும் உரியது. பெண் ஆடியது பற்றி உண்டு (குறுந். 105, புறம். 259, அகம் 340).

வெறியாட்டைப் பெண் ஆடும் போது அணங்குறல் என்னும் பெயரைப் பெற்றது. அணங்கை மோகினி, யட்சி என்று கூறலாம். ஆரரமகளிர் ஆடியதைத் திருமுருகாற்றுப்படை கூறும் (வரி 40-41). வெறியாட்டு கலை வடிவமாக மாறுவதற்குரிய கருத்தாக்கத்தைக் கணியான் ஆட்டத்திற்குப் பொருத்திப் பார்க்கலாம்.

செம்மொழி கருத்தரங்கு,
பி.கே.ஆர். மகளிர் கல்லூரி.
கோபிச் செட்டி பாளையம் 17-02-2015.

12. நெட்டூரி காந்தாரி

ஒருமுறை மங்காவிளை ஊர் சுடலைமாடன் கோவில் நிர்வாகக் குழுத் தலைவர் பேராசிரியர் அய்யப்பனிடம் அந்த ஊர் கோவில் கொடைவிழாவில் கலைமாமணி பரமசிவராவின் தோல்பாவைக் கூத்து நிகழ்ச்சி நடத்த அனுமதி வழங்கக் கேட்டுக் கொண்டேன். அவர் மறுப்புச் சொல்லவில்லை. பரமசிவராவுக்கு நல்லதொகை கொடுப்ப தாகவும் சொன்னார்.

அய்யப்பன் என்னிடம் "நீங்கள் தோல்பாவைக் கூத்துக் கலையை அறிமுகப்படுத்திப் பேசுங்கள்" என்றார். எனக்கு அந்த ஊர் சுடலை மாடன் கோவில் விழா நிகழ்ச்சிகளையும் சடங்குகளையும் பதிவு செய்ய நல்ல வாய்ப்பு ஒன்று தோன்றியது. வில்லிசைக் கலைஞர்கள், கணியான் ஆட்டக்காரர்கள், நையாண்டி மேளக்காரர்கள், கரகாட்டக் காரர்கள் எனக் கலைஞர்களைத் தனியாகச் சந்தித்துப் பேச தோதான இடமாக அய்யப்பன் உதவி செய்வார். அவரது வீட்டிலேயே தங்கி விடலாம்; என்றெல்லாம் கணக்குப் போட்டேன்.

மங்காவிளை ஊர் கிராமத்துக்குரிய எல்லா அடையாளங் களையும் கொண்டது. ஆனால் அந்த ஊரில் படித்தவர்கள் அதிகம் உள்ளனர்; டாக்டர், எஞ்சினியர், வக்கீல்கள் என நிரம்பி வழியும் ஊர். நான் தோல்பாவைக் கூத்தைப் பற்றிப் பேச ஆரம்பித்த போது வழக்குரைஞர் ஒருவர் "சார் பொதுவாக நாட்டுப்புறக் கலைகளைப் பற்றியும் பேசுங்கள்" என்றார் பேசினேன்.

அன்று இரவு சாவகாசமாய்க் கொடை பார்த்துக் கொண்டிருந்த போது மங்காவிளை கிராமத்தின் அருகே தெற்குப் புதூர் என்ற ஊரில் இருந்த குருகுலமக்கள் கோவிலைப் பற்றிக் கேள்விப்பட்டேன். இந்தக் கோவிலைப் பற்றி வில்லிசைக் கலைஞர் சரஸ்வதியும் சொல்லி யிருக்கிறார். நான் அதை விஷ்ணு கோவில் என்று நினைத்ததால் அசிரத்தையாய் இருந்து விட்டேன்.

குருகுலமக்கள் கோவில் என்று பொதுவாக அழைக்கப்பட்ட பஞ்சபாண்டவர் கோவில் முதலில் கண்ணாண்டி விளை கிராமத்தில் இருந்ததால் ஏதோ - காரணத்தால் அந்த ஊர் மக்கள் குடிபெயர வேண்டி வந்தது. அதனால் கோவிலும் தெற்குப் புதூருக்கு வந்து விட்டது.

இந்த ஊரைச் சுற்றி உள்ள சிறிய கிராமங்களை (ஓட்டன் தட்டு, நச்சுப் பொய்கை, கண்ணாண்டிவிளை, பண்டாரத் தோப்பு) மகாபாரதப் பாத்திரங்களுடனும் நிகழ்ச்சிகளுடனும் இணைத்துப் பேசும் வாய்மொழிச் செய்திகளை இன்றும் கேட்க முடியும்.

கண்ணன் ஆண்டியாக வேடம் தாங்கி தீர்த்த யாத்திரை சென்று அர்ஜுனனுக்கு உதவிய போது தங்கியிருந்த இடம் கண்ணாண்டி விளை; அவன் வண்டார உருவுடன் திரிந்த இடம் பண்டாரத் தோப்பு; கண்ணன் ஒட்டனாகவும் யமன் ஒட்டச்சியாகவும் உருமாறிய செய்தியுடன் தொடர்புடையது ஓட்டன்தட்டு; பாண்டவர்கள் நஞ்சு கலந்த நீரை அருந்திய இடம் நச்சுப் பொய்கை.

இப்படியாக ஒவ்வொரு ஊருக்கும் பின்னணியாகச் சொன்ன எல்லாமே குருகுலமக்கள் காவியத்தில் வருபவை என்பதைப் பின்னால் அறிந்து கொண்டேன். அதோடு அந்தக் கோவில் தொடர்பான கதைகளும் உண்டு. இவற்றில் எவையுமே வியாசரின் மூலபாரதத்தில் இல்லாதவை. மூலமகாபாரதக் கதையின் அடிப்படையில் தான் ஊர் குறித்த கதைகளும் செய்திகளும் பேசப்படும் என்பதற்கு மாறான தகவல் இது. நாட்டார் மரபில் முழுதுமாகக் கற்பனையாய் உருவாக்கப் பட்ட மகாபாரதக் கதைகள் வழியும் இத்தகு தொன்மங்கள் உருவாகும் என்பதை அறிந்து கொண்டேன்.

அன்று விடியவிடிய நடந்த கொடை விழாவில் சந்தித்தவர்களிடம் பேசிய போது நாட்டார் தெய்வ வழிபாடு சடங்குகள் குறித்த தகவல்கள் கணிசமாகவே கிடைத்தன. குருகுல மக்கள் கதையுடன் ஊர்ப் பெயர் மட்டுமல்ல ஆட்பெயர்களும் இருந்தன என்று சொன்னார்கள். அன்று திரட்டிய தகவல்கள், குருகுல மக்கள் கோவிலை அறிய உதவினாலும் நேரடியாக இரண்டு மூன்று தடவை போனேன். கோவில் தொடர்பான ஏட்டுப் பிரதிதான் கிடைக்கவில்லை.

குருகுல மக்கள் கோவில் கன்னியாகுமரி மாவட்டத்தில் அகஸ்தீஸ்வரம் வட்டம் இராஜாக்கமங்கலம் பேரூராட்சியில் அடங்கிய புதூர் பஞ்சாயத்தின் கீழ் தெற்குப் புதூர் என்ற கிராமத்தில் உள்ளது. இது நாகர்கோவிலிலிருந்து 14 கி.மீ. தூரத்தில் இருப்பது. கடற்கரையை ஒட்டிப் பரந்து கிடக்கும் தென்னந்தோப்புகளின் நடுவே கோவில் அமைந்துள்ளது. பட்டப் பகலிலேயே இருள் மண்டிக் கிடக்கும் அமைதியான சூழ்நிலையும் கடல் காற்று வீசும் சுகமும் கொண்ட பின்னணியுடையது.

குருகுலமக்கள் கோவில் குறிப்பிட்ட குடும்பத்தைச் சார்ந்தவர் களுக்குச் சொந்தமானது. நாடார் சமூகத்தைச் சார்ந்த இவர்கள்

வைணவச் சார்பு உடையவர்கள். இக்கோவில் ஓடு வேயப்பட்ட 4 சிறு அறைகளையும், முன் அரங்கையும் கொண்டது. திறந்தவெளி அரங்கில் சுடலைமாடன், காலசாமி ஆகிய தெய்வங்களின் பீடங்கள் உள்ளன.

குருகுல மக்கள் கோவில் என பொதுவாக அழைக்கப்படும் இக்கோவிலின் முக்கிய தெய்வம் திருமாலே. கோவில் கருவறைச் சுவரில் திருமாலும் வேறு பலரும் ஓவியங்களாக உள்ளனர். திருமால் ஆதிசேஷன் அணைமேல் பள்ளி கொண்டிருக்கிறார். திருமாலின் கால் பாதங்களை லட்சுமி வருடிக் கொண்டிருக்கிறாள்.

திருமாலின் தலைப் பகுதிக்கு மேல் வலது இடது புறங்களில் பிரம்மா, நந்திதேவர், நாரதர், அனுமார் ஆகியோர் உள்ளனர். இதையடுத்து வலது புறச்சுவரில் திருமகள் அரியாசனத்தில் ஓவியமாக இருக்கிறாள். அவள் அருகே திரௌபதை; தருமரின் அருகே குந்திதேவி விதவையாக இருக்கிறாள். சுற்றிலும் அர்ஜுனன், பீமன், நகுலன், சகாதேவன், துரோணர் ஆகியோரின் ஓவியங்கள் உள்ளன. அர்ஜுனன் கையில் காண்டீபமும், பீமன் கையில் கதையும் உள்ளன.

முக்கிய தெய்வம் இருக்கும் அறையின் வலது பக்க அறையில் சாஸ்தா, குருசாமி, பரமசிவன், கிருஷ்ணன் ஆகியோரின் ஓவியங்கள் உள்ளன. இங்கே ஒரு நாயின் ஓவியம் உள்ளது. பாண்டவர்களுக்குத் துணையாக இருந்த சாளுவன் என்னும் நாய் பற்றிக் கதைப் பாடல் கூறுகிறது. இந்தக் கூட்டத்தில் உள்ள குருசாமி என்பவர் பற்றித் தனிக்கதைப் பாடல் உண்டு. இங்கு கிருஷ்ணன் பாம்பாட்டியாக இருக்கிறான்.

இதே அறையில் திருதராஷ்டிரன், காந்தாரி ஆகியோரின் ஓவியங்களும் உள்ளன. இவர்களின் அருகே துரியோதனன், கர்ணன், துச்சாதனன் ஆகியோர் உள்ளனர். நூற்றுவர்களின் தலைகள் சுவரெங்கும் நிரம்பியுள்ளன. அரவுக் கொடியோனான துரியோதனனின் முன்னர் படம் எடுத்தாடும் பாம்பு காட்டப்பட்டுள்ளது.

சுவர் ஓவியங்கள் எல்லாமே அடர்த்தியான நிறங்களில் அமைந்தவை. இவை தாவரச் சாய ஓவியமாக இருந்தன என்றும் பிற்காலத்தில் கோவில் பழுதுபார்க்கப்பட்டபோது எண்ணெய்ச் சாயம் பூசப்பட்டது என்ற தகவல்களைக் கேட்டேன். இந்தச் சுவரோவியங்களின் பொதுவான தன்மையை கன்னியாகுமரி மாவட்ட நாட்டார் கோவில் களில் பார்த்திருக்கிறேன்.

இந்தக் கோவிலுக்கு என்று தனியாக கதை உள்ளது. இது குருகுல மக்கள் கதை எனப்படுகிறது. இது ஏட்டுப் பிரதியும் தாள் பிரதியுமாக உள்ளது.

மொத்தம் 5484 வரிகள். தங்கசாமி நாடாரிடம் இருந்த இந்த ஏடு 1882-ல் பிரதி செய்யப்பட்டது. இந்த ஏட்டுடன் கர்ணன் போர் என்ற ஏடும் இருந்தது. அது படிக்க முடியாதபடி உள்ளது.

குருகுலமக்கள் கதை ஏட்டை எப்படியாவது பெற்று விடுவது என்ற ஆர்வம் ஆரம்பத்திலேயே குறைய ஆரம்பித்தது. ஏதோ காரணத்தால் அவர்கள் அதைத் தரத் தயங்குகிறார்கள் என்று புரிந்தது. இந்த நிலையில்தான் வில்லிசைக் கலைஞர் சரஸ்வதி அந்தக் கோவிலில் பாடப் போகிறார் என்ற செய்தி கிடைத்தது.

கலைமாமணி சரஸ்வதியின் கணவர் அய்யாத்துரை என் நண்பர். நான் அவரைத் தொடர்பு கொண்டேன். அவன் என் வீட்டுக்கே வந்து விடுங்கள். நாம் எல்லோரும் தெற்குப் புதூருக்குக் காரில் சென்று விடலாம் என்றார் போனேன். அன்று சரஸ்வதியின் நிகழ்ச்சியை முழுதும் பதிவு செய்தேன். திருப்பிக் கேட்பதில் குழப்பமில்லை.

வெள்ளிக்கிழமை இரவில் 12 மணிக்கு வரத்துப்பாட்டு பாட ஆரம்பித்தார் சரஸ்வதி. கோவிலின் தெய்வங்கள் சாமியாடியின் உடம்பில் ஏறுவதற்காகப் பாடப்படும் பாடல் வரத்துப் பாட்டு. அந்தக் கோவிலைப் பொறுத்தவரையில் பீமனே முக்கிய இடம் பெறுகிறான். குருமக்கள் காவியத்தின் கதாநாயகன் அவனே.

சரஸ்வதி பாட ஆரம்பித்ததும் சாமியாடி நின்ற இடத்திலேயே - மாற்றம் தெரிந்தது. சரஸ்வதியின் குரல் ஓங்கி ஒலித்தது. பீமன் போர் செய்யும் காட்சியை,

பாருபாரென்ன கடலில் விழவே
சுட்டதோர் வெடிகள் உண்டைகள் பட்டு
தூசி தூசியாய் அடித்தார் படையை
முட்டிகள் போல தலைகள் உருள
முகத்தில் சோரை சொரிந்திடவே
ஆறதுபோல குருதிகள் ஓட

இப்படியாகப் பாட ஆரம்பித்ததும் பீமனுக்குச் சாமியாடுபவர் ஆட ஆரம்பித்தார். பீமனுக்குச் சாமியாடுபவர் கொதிக்கும் பாயசத்தைக் கையால் அள்ளுவாராம்; வாரிக் குடிப்பாராம் எண்பதுகளில் இந்த நிகழ்ச்சி நடந்ததாம். அப்போது அர்ஜுனன், காந்தாரி, கர்ணன் போன்றோருக்காகத் தனித்தனியே சாமியாடிகள் ஆடினாராம்.

சரஸ்வதியின் நிகழ்ச்சியை முழுதும் கேட்டபோது மூலப் பனுவலைக் கட்டாயம் தேட வேண்டும் என்ற ஆசை வந்தது. பேரா. அய்யப்பன் அந்தக் கதைப் பிரதியை எப்படியும் வாங்கித்

தந்துவிடுவதாக வாக்களித்தார். பெறுவதற்கு சிரமம் ஏற்பட்டது. பெரும் முயற்சிக்குப் பின் கிடைத்தது. எனக்கு கிடைத்த ஏட்டுப் பிரதியில் 112 நீண்ட ஓலைகள் இருந்தன. இரண்டு பக்கங்களிலும் எழுதப்பட்ட ஓலைகளும் 5180 வரிகளும் இருந்தன. இவை 1882-இல் பிரதி செய்யப்பட்டது. நீண்ட நோட்டுப் புத்தகத்தில் எழுதப்பட்ட இரண்டு பிரதிகளும் கிடைத்தன.

இந்த கதைப் பாடலை கவனமாகப் படித்தபோது ஒரு விஷயத்தைக் கவனித்தேன். குருமக்கள் காவியம் என்ற அந்தக் கதைப் பாடல் மகாபாரதத்தின் முழு வடிவம் அல்ல; திருதராஷ்டிரன் பாண்டு ஆகியோரின் தோற்றத்தில் தொடங்கி பீமனைக் காந்தாரி அழிக்க முயன்று தோற்றுப் போவது வரை உள்ள நிகழ்ச்சிகளைக் கூறுவது.

இந்தக் கதைப் பாடல் வியாசனின் பாரதத்தில் இல்லாத நிகழ்ச்சி களைக் கூறுகின்றன. சில இடங்களில் முழுதும் வேறுபடுகின்றன. இந்தக் கதைப் பாடலின் தலைவன் பீமன்; எதிர்த் தலைவி காந்தாரி; இவளை நெட்டூரி என்ற அடைமொழியுடன் கதைப் பாடல் கூறுகிறது. காந்தாரி கொடூரமானவளாகச் சித்திரிக்கப்படுகிறாள்.

II

குருநாடு மிகச் செழிப்பான மாளிகைகள் நிறைந்த நாடு. அங்கே வாழ்ந்த பிராமணர்கள் வேதங்களை ஓதுவதில் வல்லவராய் இருந்தனர். அவர்களின் கூட்டத்தில் பவுத்தன் என்பவன் இருந்தான். அவனுக்கு ஒரு மகள் உண்டு. அவள் பெயர் மாலை என்ற செம்பகன வாழ் கருணையாள். பேரழகியான இவளுக்குச் சாதகம் கணித்த ஜோதிடன் இவளுக்குத் தாலிகட்டுபவன் 40 ஆம் நாளில் இறந்து போவான் என்று சொன்னார். பெற்றோர்களுக்குப் பெருவருத்தம். ஜோதிடனின் கணிப்பை மறைத்து அவளுக்குத் திருமணம் செய்துவிட ஆயத்தமாயினர்.

இந்தச் சமயத்தில்தான் அந்த இளம்பெண்ணைப் பிராமண - இளைஞன் ஒருவன் சந்தித்தான். அவனுக்கு அவளிடம் கொள்ளை ஆசை வந்தது. அவளை மணக்க அவன் விருப்பம் சொன்னான். அவளுக்கும் சம்மதம். இருவரும் திருமணம் செய்து கொண்டார்கள். 40 நாட்கள் முடிந்தன. கணவன் மனைவியிடம் "நாம் நாளை கங்கையாற்றுக்குச் செல்வோம். சேர்ந்து மூழ்குவோம். ஒன்றாக மடிந்து புண்ணியம் தேடலாம்" என்றான். அவளும் அதற்குச் சம்மதித்தாள்.

இருவரும் கங்கையாற்றின் கரைக்குச் சென்றனர். விஷ்ணுவைத் தியானித்துவிட்டு இருவரும் நதியில் குதித்தனர். ஒன்றாக மடிந்தனர். இவர்களின் மரணம் யமனின் கவனத்துக்குச் சென்றது. சித்திரபுத்திரன்

பேரேட்டைப் புரட்டினான். "இந்த வாலிபன் இப்பெண்ணிடம் அளவுக்கு மீறிக் காமம் கொண்டிருக்கிறான். இவர்கள் ஒரு முறை பிறக்க வேண்டும் என்பது விதி. அதோடு இவர்கள் அண்ணன் தங்கை யாகவும் கணவன் மனைவியாகவும் வாழ வேண்டும் என்பதும் விதி" என்றான்.

சித்திரபுத்திரன் இப்படிச் சொன்னதும் யமன் "அது எப்படி வாழ முடியும்; முறையல்லவே" என்றான். சித்திரபுத்திரன் பேரேட்டை மறுபடியும் புரட்டினான். "திருமால் பள்ளிகொண்டிருக்கும் இடத்தில் பாற்கடலில் குளவிமரம் ஒன்று உள்ளது. அதில் ஒரு அன்னம் வசிக்கிறது. அதற்கு இந்தக் கணவன் மனைவியர் குழந்தையாகப் பிறப்பர்; பின்னர் அண்ணன் தங்கையாகவும் கணவன் மனைவி யாகவும் வாழ்க்கை நடத்துவர்" என்றான்.

பழைய விதிப்படி அந்தப் பிராமணனும் அவன் மனைவியும் அந்த அன்னத்தின் வயிற்றில் இரண்டு - முட்டைகளாய் பிறந்தனர். அதிலிருந்து அன்னலும் சேவலும் பிறந்தன. இரண்டும் இருவகை உறவுடன் வாழ்ந்தன. ஒருமுறை ஆற்றின் கரையிலிருந்த மரத்தின்மேல் சேவலும் பொடையும் இருந்தன; காமவிகாரத்தால் இரண்டும் புணர்ந்தன. அப்போது சேவலின் விந்து நீரில் விழுந்தது.

ஆற்றில் மிதந்த ஒரு மீன் சேவலின் விந்துவைக் குடித்தது. அதனால் கர்ப்பமுற்றது. அதற்கு ஆணும் பெண்ணும் பிறந்தனர். பெண் குழந்தையைச் செம்படவன் ஒருவன் எடுத்து வளர்த்தான். அவளுக்கு மச்சகந்தி எனப் பெயரிட்டான்; பேரழகுடைய அந்தக் குழந்தையை படகோட்டியாக வளர்த்தான் செம்படவன்.

ஆண்குழந்தையை ஒரு முனிவர் வளர்த்தார். அதற்குப் பராசர் எனப் பெயரிட்டனர். மச்சகந்தி ஓடம் ஓட்டுவதில் வல்லவள் ஆனாள். இளம் பொலிவுடன் அவள் ஓடம் ஓட்டிய போது ஒரு நாள் பராசர் அந்த நதிக்கரைக்கு வந்தார். அவருக்கு மச்சகந்தி தன் தங்கை எனத் தெரியாமலே அவளிடம் பேசினார்.

பராசகர் அந்த செம்படவப் பெண்ணிடம் "அழகான பெண்ணே ஓடத்தை ஓட்டு அக்கரைக்குப் போக வேண்டும்" என்றார். அவள் ஓட்டினாள். ஓடம் நதியில் போகும்போதே அவன் சொன்னான் "பெண்ணே இந்தக் கணம் முக்கியமானது. இருவரும் இப்போது புணர்ந்தால் அறிவாளியான மகன் பிறப்பான். நீ மனமொத்து இணைய வேண்டும்" என்றார். அவளும் இணங்கினாள். அண்ணன் தங்கைகளாகப் பிறந்த இருவரும் முந்திய பிறவியின் கணிப்பின்படி அறியாமலே இணைந்தார்கள். அதனால் வியாசன் பிறந்தான்.

மச்சகந்தியை விட்டுப் பராசர் போய்விட்டார். அவள் குழந்தை வியாசரை வளர்த்தாள். ஒரு நாள் அந்தப் பாலகன் "நான் என் தந்தை பராசகரைத் தேடிப் போகிறேன்; அம்மா நீ நினைத்த போது அழைப்பாய் வருவேன்" என்றான். வியாசர் பராசகரின் நிழலில் வளர்ந்தான். சாஸ்திரங்களையும் வேதங்களையும் கற்றுத் தந்தார். ஒரு நாள் பராசரன் "வியாசனே இந்த யுக முடிவில் வீமன் என்ற வீரன் தோன்றப் போகிறான். அவனது வரலாற்றை நீ காவியமாகப் பாடப் போகிறாய்" என்றார்.

***

சந்தன ராஜன் என்பவன் ஒருமுறை கங்காதேவியைச் சந்தித்தான். அவளது வாளிப்பான உடல்மீது அவனுக்கு ஆசை. இருவரும் ஒன்றாக இணைந்து வாழலாமா என அரசன் கேட்டான். கங்காதேவி "சம்மதம்; ஆனால் ஒரு நிபந்தனை. நமக்குப் பிறக்கும் குழந்தைகளை காட்டில் எறிந்துவிட வேண்டும்; விருப்பமானால் சேர்ந்திருப்போம்" என்றாள். காமமயக்கத்தில் இருந்த அரசன் அவளது - நிபந்தனையை ஏற்றுக் கொண்டான்.

இதன் பிறகு அவர்கள் கணவன் மனைவியாய் வாழ்ந்தனர். எட்டு குழந்தைகள் பிறந்தன. நிபந்தனைப்படி குழந்தைகளைக் காட்டில் கொண்டு போய் போட்டாள் கங்கா. 9ஆம் குழந்தையை அவள் எடுத்தபோது அரசன் தடுத்தான். அவள் "நீர் நிபந்தனையை மீறி விட்டீர்; நான் உம்முடன் இருக்க மாட்டேன்" என்று சொல்லிவிட்டு மாயமாய் மறைந்துவிட்டாள்.

சந்தனு மன்னன் ஒன்பதாம் மகனுக்குக் காங்கையன் (பீஷ்மர்) எனப் பெயரிட்டு வளர்த்தார். அவன் இளைஞனாய் இருந்தபோது தன் தந்தை மச்சகந்தி என்ற பெண்ணை விரும்புகிறார் என்பதை அறிந்தான். அவளைத் தன் தந்தைக்கு மணம் முடித்து வைத்தான். அவர்களுக்குப் பிறக்கும் மகனுக்கே நாட்டைக் கொடுப்பதாகவும் வாக்களித்தான்.

சந்தனு மன்னனுக்கும் மச்சகந்திக்கும் மூன்று ஆண் மக்கள் பிறந்தனர். அவர்களுக்குத் திருமணமான சில நாளில் மூவரும் இறந்துவிட்டனர். மூவருக்கும் வம்சவிருத்தி செய்ய ஆசைப்பட்ட மச்சகந்தி தன் மகன் வியாசரை அழைத்தாள். அவர் வந்தார்.

வியாசர் மூன்று பரல்களை மச்சகந்தியிடம் கொடுத்தார். மூன்று பெண்களும் அவற்றை விழுங்கினால் மூன்று புதல்வர்கள் பிறப்பார்கள் என்றார். மூவரும் அப்படியே செய்தனர். முறையே பாண்டு, திருதராஷ்டிரன், விதுரன் என்னும் மக்கள் பிறந்தனர். மூவரில் முதல் இருவரும் நாட்டின் அரசர்களாயினர்.

திருதராஷ்டிரன் காந்தாரியை மணந்தான். பாண்டு குந்தி, வெயிலாள் என இருவரை மணந்தான். பாண்டு மனைவிகளைப் புணர முடியாத நிலை; ஒரு முனிவரின் சாபம்; அதை குந்தியிடம் சொன்னான். வம்சவிருத்தி வேண்டுமே என்ன செய்வது எனக் கேட்டான். குந்தி தன் பழைய அனுபவக் கதையைச் சொன்னாள். "அந்த முனிவன் தந்த ஐந்து பரல்கள் உள்ளன; அவற்றின் மூலம் குழந்தைகள் பெறலாம்" என்றாள். பாண்டு அதற்கு அனுமதி கொடுத்தான்.

குந்தி மூன்று பரல்களையும் வெயிலாள் இரண்டு பரல்களையும் விழுங்கினர். இதனால் மூத்தவளுக்குத் தருமர், பீமர், அர்ஜுனன் என மூவரும், வெயிலாளுக்கு நகுலன், சகாதேவன் என இருவரும் ஆக ஐந்து பாண்டவர்கள் பிறந்தனர்.

ஒரு நாள் திருதராஷ்டிரனின் மனைவி காந்தாரி பாண்டுக் குழந்தைகளைப் பார்க்க வந்தாள். திடகாத்திரமாகக் கிடந்த ஐந்து குழந்தைகளைப் பார்த்தாள். பீமனைப் பார்த்ததும் அவளுக்குப் பொறாமை தாங்க முடியவில்லை. அவனைத் தூக்கினாள். அப்போது குந்தி அருகில் இல்லை. பீமனின் வாயில் இரண்டு நெல்லைப் போட்டாள் குழந்தை விக்க ஆரம்பித்தது; சப்தமிட்டு அழுதது. அந்தச் சப்தம் கேட்டு குந்தி வந்தாள்.

காந்தாரி, "குந்தியே ஒரு கிளி வந்தது; நெல்லை இவன் வாயில் போட்டு விட்டது; எடுக்கப் பார்க்கிறேன்" என்றாள். குந்திக்குப் புரிந்தது; ஒன்றும் சொல்லவில்லை. காந்தாரி தன் வீட்டிற்கு வந்து விட்டாள். பொறாமையால் தகித்தாள். தன் வயிற்றை இடித்துக் கொண்டாள். அதனால் உதிரம் கொட்டியது. காந்தாரியின் தோழி சிந்திய உதிரத்தை 101 கலசங்களில் சேகரித்தாள். சில நாட்களில் 100 ஆண் மக்களும் ஒரு பெண்ணும் பிறந்தனர். இவர்களில் மூத்தவன் துரியோதனன் எனப்பட்டான்.

பாண்டவரும் நூற்றுவரும் ஒன்றாகவே விளையாடினர்; திரிந்தனர்; படித்தனர். ஒருமுறை கிணற்றில் விழுந்த வாளியை எடுக்க 105 பேரும் முயன்று தோற்றுப் போய் நின்ற சமயம் துரோணாச் சாரியார் வந்தார். ஒரு மந்திரம் சொல்லி எளிதாக வாளியை எடுத்துக் கொடுத்தார். அவரையே தங்களின் குருவாக வரித்துக் கொண்டனர் பாண்டவரும் நூற்றுவரும்.

குந்திதேவி ஒரு முறை முனிவர் தனக்குத் தந்த பரலை விழுங்கியதால் ஒரு குழந்தை பெற்றாள். அப்போது அவளுக்குத் திருமணம் ஆகவில்லை. அதனால் பயந்துபோய் அந்தக் குழந்தையை ஒரு பெட்டியில் வைத்து அனுப்பி விட்டாள். அந்தப் பெட்டி துரியோதனனிடம் அகப்பட்டது. அவன் காந்தாரியிடம் அதைக் கொடுத்தான்; அவள் வளர்த்தாள்.

நூற்றி ஐந்து பேர்களில் பீமன் பெருவலிமை படைத்தவனாக இருந்தான். இது துரியோதனுக்குப் பொறாமையை உண்டாக்கியது. அவனை ஒழித்தால் பஞ்சவர்கள் தொலைந்து விடுவார்கள் என்று நினைத்தான். ஒருமுறை பஞ்சவரும் கவுரவரும் காட்டுக்கு வேட்டை யாடச் சென்றனர். பாண்டவர்களுக்கு மான் முதலாகச் சாப்பிடும் படியான மிருகங்கள் கிடைத்தன. கவுரவர்களுக்கு யாரும் தீண்டாத ஒலியும் செந்நாயும் கிடைத்தன.

ஒருமுறை காட்டுக்குறவன் ஒருவன் ஒரு பலாப்பழம் கொண்டு வந்தான். அதில் 105 அளைகள் இருந்தன. ஆளுக்கொரு சுளை என்றார் தருமர். துரியோதனனுக்கு அதில் விருப்பம் இல்லை. பீமனோ தனக்கு முழுப் பழமும் வேண்டும் என்றான்; கட்டாயமாக எடுத்துக் கொண்டான். இப்படியான பல நிகழ்ச்சிகள் துரியோதனனுக்கும் கவுரவருக்கும் இடையே மனச்சிலேசத்தை உண்டு பண்ணின. பாண்டவர் களை அழிக்கப் பலவகையான திட்டங்கள் தீட்டினான் துரியோதனன்.

காந்தாரிக்குப் பீமனை அறவே பிடிக்கவில்லை. ஒட்டுமொத்த மாகப் பாண்டவர்களை அழிக்கத் திட்டமிட்டாள். அவர்களை விருந்துக்கு அழைத்தாள். தருமர் வருவதாக வாக்களித்தார். குந்தி தடுத்தாள். “மக்களே காந்தாரி வீட்டிற்குப் போகாதீர். அவள் நெட்டூரி நீலி; உங்களைக் கொன்று விடுவாள்” என்றாள். தருமர் “அம்மா நாராயணன் துணையிருப்பார்; வாக்களித்து விட்டோம்; போக முடிவு செய்து விட்டோம்” என்றார்.

பாண்டவர்கள் பச்சையாற்றைக் கடக்கும்போது பாலம் - உடைவதைக் கண்டனர். பீமன் பாய்ந்து சென்று அவர்களைக் காப்பாற்றினான். அதுபோலவே பீமனைக் கொல்ல வைக்கப்பட்டிருந்த பொறியை உடைத்தான். வழியில் கண்ட மாய நாயை உடைத்தான். எல்லா தடைகளையும் தாண்டி காந்தாரியிடம் சென்றனர்.

காந்தாரி நல்ல பாம்பு விஷம், கடுவாய் நாக்கு விஷம் எனப் பலவகை விஷங்களைத் தயாரித்தாள். விஷங்கலந்த எண்ணெயைப் பாண்டவர்களுக்குத் தேய்க்கக் கொடுத்தாள். ஆனால் நாராயணன் அருளால் அது அவர்களை ஒன்றும் செய்யவில்லை. பாண்டவர்களுக்கு கொடுத்த உணவில்கூட விஷத்தைக் கலந்தாள் காந்தாரி. ஆனால் நகுலனின் சமயோசிதத்தால் பாண்டவர்கள் தப்பினர். காந்தாரி இதற்கெல்லாம் சமாதானம் சொன்னாள்.

அன்று பகல் பாண்டவர்கள் ஓய்வெடுத்தனர். காந்தாரி, துரியோதனனின் வைப்பாட்டியான பூமாலை என்ற பெண்ணை அலங்கரித்து பீமனிடம் அனுப்பினாள். அவளது தலைமுடியில் அபூர்வமான கொலைக் கருவியை மறைத்து வைத்திருந்தாள். சமயம் வாய்க்கும்போது அவனைக் கொல்ல தயாராக இருந்தாள்; அது விஷம் தடவப்பட்ட கத்தி.

பூமாலை பீமனிடம் சரசமாடுவதுபோல் நடித்தாள். அந்தச் சமயத்தில் அவளது தலைமுடியிலிருந்து கொலைக்கருவி கீழே விழுந்தது. பீமன் பார்த்து விட்டான். அவள் அதை மறைப்பதற்கு அவகாசம் இல்லை. பீமன் "அட சாகசக்காரி உன்னை நான் சும்மாவிட மாட்டேன். துரியோதனனுக்குப் பாடம் கற்பிப்பதற்காக உன்னை கவர்ந்து செல்வேன்" என்றான் சொன்னபடி செய்தான்.

துரியோதனனுக்கு இந்தச் செய்தி கிடைத்தது. ஆயுதங்களுடன் புறப்பட்டான். "பூமாலை என் - வைப்பாட்டி; அப்படியானால் வீமனுக்கு அண்ணிமுறை அல்லவா; எப்படி இவன் கவர்ந்து செல்லலாம்; இது முறையல்லவே" என்றான். காந்தாரி "மகனே பீமனைக் கொல்ல வேண்டிய பொறுப்பை என்னிடம் விட்டுவிடு; அவனைச் சதி செய்து தான் கொல்ல முடியும்" என்றாள்.

காந்தாரி பீமனைக் கொல்லத் திட்டம் தீட்டினாள். காட்டுக் குறவன் ஒருவனை அழைத்தாள். அவன் கொடிய பாம்புகளைப் பிடிப்பதில் வல்லவன். அவனிடம் "நீ காட்டிலிருந்து ஐந்து தலை பாம்பு ஒன்றைப் பிடித்து மண் குடத்தில் அடைத்துக் கொண்டுவா; பாம்பு விஷமும் நானாழி வேண்டும்" என்றாள்.

குறவன், நாகமலையிலிருந்து ஐந்து தலை நாகத்தைப் பிடித்து வந்தான் "இந்தப் பானையைத் திறந்தால் போதும் பீமன் ஒழிந்தான் என்றான். இதன் பிறகு காந்தாரி வீமனுக்கு ஒரு நீட்டு அனுப்பினாள். "வீமா நீ உன் அண்ணனின் வைப்பாட்டியை அபகரித்து விட்டாய். நீ அவளுடன் உறவு கொள்ளவில்லை என்பதை நிரூபிக்க வேண்டும். நான் அனுப்பி வைக்கும் குடத்தில் கையை விட்டு சத்தியம் செய்ய வேண்டும்" என்று நீட்டில் செய்தி இருந்தது.

நீட்டைப் படித்த பீமன் "சவாலை ஏற்றுக் கொள்ளுகிறேன்" என்றான். பீமனைக் கொல்ல காந்தாரியின் ஏற்பாடு அது என்பது குந்திக்குத் தெரியும். பீமன் பிடிவாதமாக சவாலை ஏற்றுக் கொள்ளுகிறேன் என்றான்.

பீமன் அர்ஜுனனிடம் "நான் பால் குடத்தைத் திறந்ததும் இறந்து விடுவேன். அதனால் என் உடலைப் பாதுகாக்க வஞ்சி (பெட்டி) தயார் செய்து விடுங்கள்" என்றான். குந்தி அதைக் கேட்டு அழுதாள். அப்போது நாராயணன் வந்தார். "குந்தியே நீ கவலைப்படாதே. பீமன் பாம்பு கடித்து இறப்பான். நான் அவன் உயிரைப் பிடித்து என்னிடம் பாதுகாப்பாய் வைத்திருப்பேன். உடலைப் பெட்டியில் வைத்து நதியில் போடுவோம். அதன் பிறகு நடப்பது எல்லாம் நன்மைக்குத்தான்" என்றார்.

துரியோதனன் அனுப்பிய பாற்குடத்தைப் பீமன் திறந்தான். அஞ்சு தலை நாகம் பறந்து வந்து பீமனைக் கடித்தது. பீமன் இறந்தான்.

குந்தி வாய்விட்டு அழுதாள். தருமருக்கு அவன் புதிய சக்தியுடன் வரப் போகிறான் என்பது தெரியும்; அதனால் அமைதியாக இருந்தார்.

பீமனை நீராட்டினர். உடம்பில் புனுகு தெளித்தனர். அணிகலன் களை அணிந்தனர்; பட்டு உடுத்து பெட்டியில் கிடத்தினர்; பெட்டியை நதியில் விட்டனர். அது நாகப்பட்டினம் என்ற தீவை அடைந்தது. அந்தத் தீவில் கும்பராாசன் என்ற அரசன் இருந்தான். அவனுக்கு நாக கன்னிகை என்ற மகள் இருந்தாள். அவள் பேரழகி.

நாககன்னிகைக்கு முறை மாப்பிள்ளை ஒருவன் இருந்தான். அவன் அவளை மணக்க விரும்பினான்; சூதுவிளையாடி வென்றால் நான் மணம் செய்வேன் என்றாள் அவள். அவன் அவளிடம் விளையாடி தோற்றான். கடைசியில் “நீ பிணத்துக்குத்தான் மாலையிடுவாய்” எனச் சாபம் கொடுத்தான். அவளது தந்தை “மகளே அவன் சாபப்படி நீ பிணத்துக்கு மாலையிடுவாய்; ஆனால் பிணம் உயிர் பெற்றுவிடும்; இது உன் சாதகம்” என்றான்.

இந்தச் சமயத்தில்தான் பீமன் இருந்த பெட்டி அந்தத் தீவுக்கு வந்தது. பெட்டியில் இருந்த ஓலையில் பீமனைப் பற்றிய விவரம் இருந்தது. நாககன்னி வந்தப் பிணத்துக்கு மாலையிட்டாள்; பின் ஐந்து தலை நாகத்தை அழைத்து பீமனின் உடலில் இருந்த விஷத்தை உறிஞ்சச் செய்தாள். வீமன் உயிர் பெற்றான்.

நாககன்னிகை பீமனைக் கணவனாக்கிக் கொண்டது அவளது முறை மாப்பிள்ளைக்கு பிடிக்கவில்லை. பீமனுடன் சண்டைக்குப் போனான் தோற்றான்; பீமன் நாககன்னியுடன் உல்லாசமாக இருந்தான். அவள் கர்ப்பமுற்றாள். அவளுக்கு ஒரு மகன் பிறந்தான்; அவனுக்கு அரவான் எனப் பெயரிட்டனர்.

இது இப்படி இருக்கும்போது அடர்ந்த காட்டில் பாண்டவர்கள் நான்கு பேரும் மறைந்திருப்பதை குறவன் ஒருவன் கண்டான். துரியோதனனிடம் செய்தியைச் சொன்னான்; கவுரவர் மாறுவேடத் துடன் காட்டுக்கு வந்தனர். ஆனால் அதற்குள் பாண்டவர் நால்வரும் வேறு ஒரு காட்டுக்குச் சென்றனர். அங்கே பீமன் வந்தான். ஐவரும் வேறு காட்டிற்குச் சென்றார்கள்.

இதோடு கதை முடிகிறது.

மகாபாரதம் சிறப்புமலர்,
நடராஜன் (ப.ஆ)
புட்பம் கல்லூரி, பூண்டி - 2015

* * *